பெருமைக்குரிய கடிகாரம்

பெருமைக்குரிய கடிகாரம்

ஜே.பி. சாணக்யா (பி. 1973)

கடலூர் மாவட்டம் முடிகண்டநல்லூர் கிராமத்தில் பிறந்தார். பெற்றோர் எம். அப்பாதுரை, எம்.கே. தெய்வக்கன்னி. இருவரும் ஓய்வுபெற்ற ஆசிரியர்கள்.

அண்ணாமலைப் பல்கலைக்கழகத் தமிழிசைக் கல்லூரியில் வாய்ப்பாட்டு பயின்ற இவர் ஓவியருங்கூட.

தமிழ்த் திரைப்படத் துறையில் பணிபுரிந்து வருகிறார்.

இவரின் முந்தைய கதைத் தொகுப்புகள் 'என் வீட்டின் வரைபடம்' (2002), 'கனவுப் புத்தகம்' (2005), 'முதல் தனிமை' (2013).

ஜே.பி. சாணக்யா

பெருமைக்குரிய கடிகாரம்

காலச்சுவடு பதிப்பகம்

அன்பார்ந்த வாசகருக்கு,

வணக்கம்.

காலச்சுவடு நூலை வாங்கியமைக்கு நன்றி.

நூலின் உள்ளடக்கம், உருவாக்கம், அட்டைப்படம் இன்ன பிற அம்சங்கள் பற்றிய உங்கள் கருத்துகளையும் ஆலோசனைகளையும் காலச்சுவடு வரவேற்கிறது. தகவல், எழுத்து, வாக்கியப் பிழைகள் தென்பட்டால் அவசியம் தெரிவித்து உதவுங்கள். நூல் தயாரிப்பில் கடும் குறைபாடு இருப்பின் மாற்றுப் பிரதி உங்களுக்குக் கிடைக்கக் காலச்சுவடு ஏற்பாடு செய்யும்.

மின்னஞ்சல்: publisher@kalachuvadu.com

காலச்சுவடு நாகர்கோவில் அலுவலகத்திற்குக் கடிதம் அனுப்பலாம்.

தங்கள்
எஸ்.ஆர். சுந்தரம் (கண்ணன்)
பதிப்பாளர் – நிர்வாக இயக்குநர்

பெருமைக்குரிய கடிகாரம் ♦ சிறுகதைகள் ♦ ஆசிரியர்: ஜே.பி. சாணக்யா ♦ © ஜே.பி. சாணக்யா ♦ முதல் பதிப்பு: டிசம்பர் 2022, மூன்றாம் பதிப்பு: ஜூன் 2024 ♦ வெளியீடு: காலச்சுவடு, 669, கே.பி. சாலை, நாகர்கோவில் 629001

perumaikuriya kaTikaaram ♦ Short Stories ♦ Author: J.P. Sanakya ♦ © J.P. Sanakya ♦ Language: Tamil ♦ First Edition: December 2022, Third Edition: June 2024 ♦ Size: Demy 1 x 8 ♦ Paper: 18.6 kg maplitho ♦ Pages: 152

Published by Kalachuvadu Publications Pvt. Ltd., 669, K.P. Road, Nagercoil 629001, India ♦ Phone: 91-4652-278525 ♦ e-mail: publications@kalachuvadu.com ♦ Printed at Clicto Print, Jaleel Towers, 42KB Dasam Road, Teynampet Chennai 600018

ISBN: 978-81-960153-1-2

06/2024/S.No. 1163, kcp 5166, 18.6 (3) 1k

அம்மா தெய்வக்கன்னியின் நினைவுக்கு

பொருளடக்கம்

முன்னுரை: இக்கதைகளும் என் கதையும்	11
பெருமைக்குரிய கடிகாரம்	19
விருந்தினர் இல்லம்	48
எதிரொலிப்பது உங்கள் குரல்தான்	58
ரோஜாவின் கண்களும் வார்த்தைகளும்	71
அன்றுமுதல் கடையடைப்பு	79
இறை வணக்கம்	88
இஸ்மாயிலின் தேவதை	105
விலங்குகளின் அணிவகுப்பு	123

முன்னுரை

இக்கதைகளும் என் கதையும்

அம்மா உருவாக்கித்தந்த நிலங்கள், தென்னை மரங்கள், மாமரங்கள், மோட்டார், நெல்லடிப்புக் களம் எல்லாமும் இருக்கின்றன. அவள் இல்லை. போய்விட்டாள்!

பெறுவதும் இழப்பதும்தான் வாழ்வு. இடைப்பட்ட அனுபவங்கள் வாழ்வைப் புரிந்துகொள்ளவும் நிர்வகிக்கவும் பயன்பட்டுக்கொண்டிருக்கின்றன.

எனது ஊர் எனக்கு மிகவும் பிடிக்கும் என்பதாக நினைத்துக்கொண்டிருந்தேன். பாட்டியோடு என் தாய்மாமனும் என்னுடைய 'ஹீரோ'வாக இருந்தார். எனக்குப் பிடித்தமான கூத்துக்களையும் பாட்டி ஊரில்தான் பார்த்துக்கொண்டிருந்தேன். எனவே எனது சொந்த ஊரைவிடவும் என் பாட்டி ஊர்தான் மிகவும் பிடிக்கும் என்றும் சொல்லிக்கொண்டிருந்தேன். பாட்டியும் மாமாவும் 'காணாமல்' போன பின்பு அந்த ஊரில் எனக்கு ரசிக்கும்படி எதுவும் இல்லை. எனக்குப் பிடித்தவர்கள், எனது கதையில் இடம்பெற்றுவிட்ட வாய்க்கால்கள், ஆறுகள், ஆற்றுப் படுகைகள் அனேகமும் இன்று நினைவுப் புகைப்படங்களைப் போல மாறிக்கொண்டுவருகின்றன.

ஒரு ஊர் பிடித்திருக்கிறது என்பது என்னைப் பொறுத்தவரையில் நம்மைப் பிடிக்கும் நபர்கள், நமக்குப் பிடித்த நபர்கள் அங்கே இருக்கிறார்கள் என்பதுதான். இது எனது தனிப்பட்ட அனுபவம்.

ஊர் மக்களுக்கும் எனக்கும் நடுவில் அம்மாவும் அப்பாவும்தான் நின்றுகொண்டிருக்கின்றார்கள்.

‘டீச்சரம்மா பையன், வாத்தியார் பையன்’ என்பதாகப் புதியவர்களுக்கு அறிமுகப்படுத்துகிறார்கள். வெளியிடங்களில் பார்க்கும் நபர்கள் ‘ஊருக்கு வந்துட்டுப் போயேன்!’ என்று சொல்லும்போது ‘கட்டாயம் வருகிறேன்!’ என்று பொய் சொல்கிறேன். ஊரின் நிலவெளி, வீடு, வாசல், தோட்டம் அனைத்திலும் வியாபித்திருக்கிறாள் அம்மா. அம்மாவையும் பாட்டியையும் நினைக்காமல் சாப்பிட்டிருந்தால் அதிசயம்தான்.

மௌனியின் ‘குடும்பத் தேர்’ படித்தபோது அம்மா இல்லாத உலகம் பற்றிக் கற்பனை செய்துபார்த்து அழுத நான், அம்மா இறந்தபோது அழவில்லை. ஊருக்கு அழைப்பதற்கு அம்மா என்றொருத்தி இருந்தாள். இப்போது அவளும் இல்லை! ஊரும் இல்லை!

நான் திருமணம் செய்துகொள்ளாமல் இருப்பது மட்டுமே தனக்குத் தீராக் கவலையாக இருப்பதாகச் சொல்லிக் கொண்டிருந்தாள். தான் நிம்மதியில்லாமல் இறந்தால் அதற்கு நான்தான் காரணம் என்றுவேறு எல்லோரிடமும் சொல்லிக் கொண்டிருந்தாள். ஜமுனாவை அவள் நேரில் சென்று பார்த்துவிட்டு வந்த பின்பு ‘திருமணம் என்று ஒன்று நிகழ்ந்தால் அது ஜமுனாவோடு இருக்கட்டும்! இல்லையெனில் நீ உன் விருப்பப்படியே தனியாகவே வாழ்ந்துகொள்!’ என்றாள்.

‘ஜமுனாவைத் திருமணம் செய்துவைத்ததற்காக என்றாவது ஒருநாள் எனக்கு நன்றி சொல்வாய்!’ என்றாள் அம்மா. அவளின் தீர்க்கதரிசனம் பொய்க்கவில்லை! எனக்கு ஒரு நல்ல துணையைக் கரம் பிடித்துக் கொடுத்துவிட்டுச் சென்றிருக்கிறாள். நிபந்தனைகளற்ற நேசிப்பை ஜமுனா எனக்குப் போதித்திருக்கின்றாள். தமிழ்ச் சமுதாயத்தில் கதைகளை நம்பி வாழ்கின்ற என்னைப் போன்றவர்களுக்கு இது எத்தனை பெரிய வரம்!

அம்மாவின் வாழ்க்கையை எழுதி அவளுக்குச் சமர்ப்பிக்க வேண்டும் என்ற ஆவல் நிறைவேறவில்லை. இருப்பினும் அவளின் இருப்பு என்னுள் நிரம்பியிருக்கிறது. அவள் எதையும் கற்றுக்கொள்ளச் சொல்லி என்னை வற்புறுத்தியதில்லை. தன்னையே கற்றுக்கொள்ளும்படி அவள் வாழ்ந்துவிட்டுச் சென்றுவிட்டாள். இத்தொகுப்பை அம்மாவுக்குச் சமர்ப்பிப்பதில் நான் கொஞ்சம் ஆறுதலடைகிறேன்.

வளர்த்த பெற்றோர்கள் திரு. ஆர். சுப்பராயன், திருமதி அன்புக்கரசி ஆகியோருக்கு என்றென்றும் என் அன்பு உரியதாகும்.

இது எனது நான்காவது கதைப் புத்தகம். மிகைப்படுத்திக் கூறவில்லை. அரவிந்தன் இல்லையென்றால் இந்தப் புத்தகம் எப்போது வந்திருக்கும் என்று எனக்குத் தெரியாது. ரவிக்குமாருக்குப் பிறகு என்னை எழுதத் தூண்டிக்கொண்டிருப்பவர் அரவிந்தன்தான். அரவிந்தனோடு நெருங்கிப் பழகிய எழுத்தாளர்களுக்குத் தெரியும் அவர் எவ்வளவு நாசுக்காகவும் திறம்படவும் எழுதுவதைத் தூண்டுவார் என்று. அம்மா சொல்வாள்: ‘சுடர் விளக்காயினும் தூண்டுகோல் ஒன்று தேவை!’ என்று. என்னைத் தூண்டும் தூண்டுகோலாக இன்று அவர்தான் இருக்கின்றார்.

நண்பர்கள் கூடியிழுக்கும் தேர் என் வாழ்க்கை. அவர்கள் இல்லையெனில் நான் இல்லை. எனது வியர்வையில் என் நண்பர்களின் ரத்தத்தின் வாசனைதான் இருக்கும்.

நண்பரும் அன்புக்குரிய சகோதரருமான ஒளிப்பதிவாளர் முரளியைச் சந்தித்ததும் எனது ஆசீர்வாதங்களில் ஒன்று. அவருக்கும் எனக்கும் ரகசியமான பல ஒற்றுமைகள் உள்ளன. எங்கள் இருவரின் பெற்றோர்களும் ஆசிரியர்கள். நான் என் இளமைக் காலத்தில் விளம்பர ஓவியராகச் சிலரிடம் பணிபுரிந்து கொண்டிருந்தேன். அவரும் திருவண்ணாமலையில் விளம்பர ஓவியர்களுடன் தனது இளமைக் காலத்தைத் துவக்கியிருந்தார். ஓவியக் கல்லூரியில் சேர்வதற்காக ஒரு வருடம் கும்பகோணம் கல்லூரி விடுதியிலேயே தங்கியிருந்து சேர முடியாமல் கோபத்துடன் அண்ணாமலை பல்கலைக்கழகத் தமிழிசைக் கல்லூரிக்குத் திரும்பியிருந்தேன். முரளி கும்பகோணம் நுண்கலை கல்லூரியில் ஓவியம் பயின்றுவிட்டு இசைக் கல்லூரியில் வீணை பயின்றார். நான் திரைப்படத் துறைக்கு வந்தேன். அவர் திரைப்படக் கலை பயிலுவதற்காக பூனே திரைப்படக் கல்லூரிக்குச் சென்றிருந்தார்.

பல வருடங்களுக்குப் பிறகு நான் பணிபுரிந்துகொண்டிருந்த திரைப்படத்தில் ஒளிப்பதிவாளராகப் பணியாற்றுவதற்காக முரளி வந்திருந்தார். சென்னையில் நான் சந்தித்திருந்த முக்கியமான பல நண்பர்களை அவரும் சந்தித்திருந்தார். இதை நாங்கள் பின்னாட்களில் பேசிப் பகிர்ந்துகொண்டபோது ஜார்ஜ் லூயி போர்ஹேஸ் எழுதிய, நதிக்கரை பெஞ்சில் அமர்ந்து உரையாடிக்கொண்ட இரண்டு ‘போர்ஹேஸ்கள்’ பற்றிய கதை எனக்கு நினைவுக்கு வந்தது. ஒரு வகையில் நாங்கள் ஒரே வழியில் முன்னும் பின்னுமாகச் சென்றிருந்தோம். இது ஒரு மனிதனை அவன் இல்லாத காலத்தில் கதைகளின் வழியே பின்தொடர்ந்து செல்வதைப் போன்ற சுவாரஸ்யத்தைக் கொண்டிருந்தது.

முரளியின் நட்பு சினிமா தொழிலுக்குரிய நட்பாக மட்டும் இல்லாமல் குடும்ப உறவாக மாறியதில் எனக்கு மிகவும் நிறைவு. மனிதர்கள் குறைவான மானுட உலகில் அது எத்தனை நல்ல விஷயம்! முரளி செய்த உதவிகளைப் பட்டியலிட முடியாது. காலம் என் பாதையின் வழியே பல நண்பர்களைத் துணைக்கு நிறுத்திவிட்டதோ என்று நினைக்கும்படியே என் வாழ்வு இதுவரை இருந்துவந்துள்ளது.

நண்பர் ஜெனி எனது நெருக்கடியான நாட்களில் உடனிருந்து கவனித்துக்கொண்டார். அவருக்கு நன்றி தெரிவிக்கும் இந்தச் சந்தர்ப்பம் மிகவும் நிறைவளிக்கிறது.

'மழையின் குரல் தனிமை' கதையை வாசித்ததிலிருந்தே நான் பா. வெங்கடேசனின் வாசகனாக ஆகியிருந்தேன். நாகர்கோவில் – கேரளப் பகுதியில் கண்ணன் ஏற்பாடுசெய்த எழுத்தாளர்கள் சந்திப்புக்கு பா. வெங்கடேசனும் வந்திருந்தார். அப்போதுதான் அவரை நேரில் சந்தித்தேன். அம்பையையும் அங்குதான் நேரில் சந்தித்தேன்.

காலை நேரங்களில் மரங்களின் பசுமையினூடாக அதிகாலையின் ஈரம் படர்ந்திருந்த மண் பாதைகளில் அம்பை, பா. வெங்கடேசனுடன் நடைப்பயிற்சி சென்றேன். கலையின் உணர்வெழுச்சியுடன் கூடிய உரையாடல்களுடன் இருந்த அந்த நடைப்பயிற்சி மறக்க முடியாத ஒன்று. இரவுகளில் கூடத்தில் எழுத்தாளர்கள், கலைஞர்கள் எல்லோரும் கயிற்றுக் கட்டிலில் அமர்ந்துகொண்டு பாடல்கள் பாடினோம். யுவன் சந்திரசேகர் நிறையப் பாடல்களைப் பாடினார். அம்பை கேட்டு நான் சில பாடல்களைப் பாடியதில் எனக்கு மிகுந்த சந்தோஷமும் பெருமையும் இருந்தது. கூட்டம் முடிந்த மூன்றாம் நாள் எல்லோரும் பிரிந்து போனபோது நான எங்கு செல்வது என்றறியாதபடி அமர்ந்திருந்ததை பா. வெங்கடேசன் கண்டுவிட்டிருந்தார். அவர் என் மனநிலையைப் புரிந்து ஆறுதல் கூறினார்.

இத்தொகுப்பிலுள்ள கதைகளை வாசித்து அவைபற்றிய குறிப்பை எழுதிப் பின்னட்டையை நிறைவுசெய்தவர் பா. வெங்கடேசன். அவருக்கு எனது அன்பையும் நன்றியையும் தெரிவித்துக்கொள்கிறேன்.

இலக்கியத்தில் எனது தாய்வீடு காலச்சுவடுதான். காலச்சுவடு 200ஆவது இதழுக்குக் கதை வேண்டும் எனக் கண்ணன் கேட்டிருந்தார். குறிப்பிட்ட சமயத்திற்குள் முடிக்க முடியாது

என்று தெரிந்ததும் சற்றே பின்வாங்கினேன். அவரோ மேலும் நேரம் அளித்து எழுதச் சொன்னார். அந்தக் கதைதான் இத்தொகுப்பில் தலைப்பாக வந்திருக்கும் 'பெருமைக்குரிய கடிகாரம்'. இந்தக் கதையை எழுதுவதற்குக் கண்ணன் அவகாசம் கொடுக்கவில்லையென்றால் தொடங்கப்பட்டு முடிக்க முடியாமல் உறங்கிக்கொண்டிருக்கும் எத்தனையோ கதைகளில் இதுவும் ஒன்றாகியிருக்கும். 'கடவுளின் நூலகம்' கதைக்குப் பிறகு நிறைய வாசகர்கள் வாசித்துவிட்டு என்னிடம் பேசிய கதையும் இதுதான்.

இக்கதைக்குத் தூண்டுதலாக இருந்த உண்மைச் சம்பவத்தை எனது முன்குமரப் பருவத்தில் *முத்தாரம்* இதழில் வாசித்திருந்தேன். மான்சிங் (என்னுடைய கதாபாத்திரத்தின் பெயர்) செய்த நகைக்கடைத் திருட்டைத்தான் நான் கதையாக எழுதலாம் என்றிருந்தேன். அது 2013இல் அக்ஷய்குமார் நடித்து '*Special 26*' என்ற பெயரில் இந்தித் திரைப்படமாக வெளிவந்ததால் அதைக் கைவிட்டேன். பிறகு மான்சிங்கின் கதாபாத்திரத்தை மட்டுமே எடுத்துக்கொண்டு எழுதப்பட்டதுதான் 'பெருமைக்குரிய கடிகாரம்' கதை.

'விருந்தினர் இல்லம்' கதை, நான் ஹம்பிக்குச் சுற்றுலா சென்றபோது ஏற்பட்ட அனுபவமும் திரைக்கதை எழுதுவதற்காகக் கடற்கரை சார்ந்த தனி பங்களா ஒன்றில் தனியாகத் தங்கியிருந்த அனுபவமும் கலந்த ஒன்றாகும்.

'விலங்குகளின் அணிவகுப்பு' கதை 'சித்திரைச் சாலைகள்' எழுதி வெளிவந்தவுடன் தொடங்கப்பட்ட கதை. கொடைக்கானலில் ஒரு மாதம் தங்கியிருந்தபோது அதை எழுதத் துவங்கியிருந்தேன்.

'விருந்தினர் இல்லம்' கதை *தடம்* இதழில் வெளிவந்ததை யொட்டி மற்றொரு கதை கேட்டிருந்தார்கள். அதற்காக எழுதியதுதான் 'விலங்குகளின் அணிவகுப்பு' கதை. பக்க அளவைக் கேட்டு *தடம்* இதழில் பின்வாங்கிவிட்டார்கள். பிறகு *காலச்சுவடு*க்கு அனுப்பினேன்.

அன்பிற்கும் மதிப்பிற்கும் உரிய *திணை* சொக்கலிங்கத்துக்கு எனது நன்றியை இச்சமயத்தில் சொல்லிக்கொள்கின்றேன். எனது மூன்று கதைகளை அவர் *திணை* இதழில் பிரசுரித்தார்.

'எதிரொலிப்பது உங்கள் குரல்தான்' கதை வழக்கம்போல் அரவிந்தன் என்னை எழுதத் தூண்டி *இந்து தீபாவளி மலரில்* அவர் பிரசுரித்த கதை. அதில் வரும் கதாபாத்திரங்களும் நாய்களின் நிலமைகளும் சித்தரிக்கப்பட்டவை அல்ல.

பெயர்களை மாற்றியிருக்கிறேன். பால்ராஜ் கதாபாத்திரம் எனது மதிப்பிற்குரிய நண்பருடையது.

‘அன்றுமுதல் கடையடைப்பு’, ‘ரோஜாவின் கண்களும் வார்த்தைகளும்’ ஆகிய கதைகள் கண்டதும் கேட்டதுதான்.

‘இறை வணக்கம்’ கதை எனது நண்பரைப் பற்றியது. அவரிடம் இதைக் கதையாக எழுதிக்கொள்ளலாமா என்று கேட்டேன். ‘தாராளமாக’ என்று மகிழ்ச்சியுடன் கூறினார். மேலும் மேலும் உறுதிப்படுத்திக்கொண்ட பின்பே எழுதினேன். பெரும்பாலும் எனது நெருங்கிய வட்டத்தில் இருப்பவர்களின் வாழ்க்கையைக் கதையாகப் பார்க்கும் அளவுக்கு இரக்கமில்லாத கதையாசிரியனாக நான் இன்னும் மாறவில்லை.

நண்பரும் டிசைனருமான சந்தோஷ் பெருமைக்குரிய கடிகாரம் கதையை வாசித்துவிட்டு நெகிழ்வாகக் குறிப்பிட்டிருந்தார். இந்தத் தொகுப்பில் பிடித்த கதைகளின் வரிசையில் முதன்மை யாகப் பெருமைக்குரிய கடிகாரம் கதையை அரவிந்தனும் குறிப்பிட்டிருந்தார். மீண்டும் ஒரு முறை அந்தக் கதையை வாசித்தேன். இறுதிப் பகுதி எனக்கும் நெகிழ்வாகத்தான் இருந்தது. கடந்த இரண்டு தொகுப்புகளுக்கும் சந்தோஷ்தான் அட்டைப்படம் வடிவமைத்தார். இந்தப் புத்தகத்திற்கும் அவர் அட்டை வடிவமைப்புச் செய்வது மகிழ்வளிக்கிறது. சந்தோஷுக்கு என் அன்பும் நன்றியும்.

நண்பர்களும் எழுத்தாளர்களுமான குமாரநந்தன், சிவபிரசாத் ஆகியோரின் நட்பு இலக்கியம், சினிமாவுக்கு அப்பாற்பட்ட உறவாகப் பரிமளித்திருக்கிறது. அவர்களுக்கு எனது நன்றியும் அன்பும்.

சுந்தர ராமசாமியையும் கோணங்கியையும் வண்ணநிலவனை யும் நினைக்காத நாட்கள் இருக்க முடியாது. சுந்தர ராமசாமி நான் புழங்கும் வெளிச் சமூகத்தைப் போன்று வெளிச்சமானவர். கோணங்கி என் வீட்டிற்குப் பின்னே விரியும் காடும் வயல்களும் போன்றவர். வண்ணநிலவன் என் வீட்டைப் போன்றவர். இவர்களின் கலவையாகவே நான் இருப்பதாக கருதுகிறேன். இவர்களுக்கு என் அன்பும் மரியாதையும்.

இப்புத்தகத்தைக் கொண்டுவரும் காலச்சுவடு கண்ணனுக்கு எனது மனமார்ந்த நன்றி. உரையாடாத காலங்களிலும் உரையாடிக்கொண்டிருந்ததுபோலவே – நேற்றுப் பேசிவிட்டு அதிகாலையில் சந்திப்பவர்கள்போல – எங்கள் உறவு இருப்பதில் எனக்கு நிறைவும் மகிழ்வும் உண்டு.

இக்கதைகளைப் பிரசுரித்த திணை, காலச்சுவடு, தி இந்து தமிழ் ஆகிய இதழ்களுக்கு எனது நன்றி.

இக்கதைகளோடு எனது கதையையும் வாசகர்களாகிய தங்களிடம் பகிர்ந்துகொள்வது நிறைவளிக்கிறது.

மீண்டும் சந்திப்போம்.

நன்றி, வணக்கம்.

சென்னை
2022, டிசம்பர் 4

அன்புடன்
ஜே.பி. சாணக்யா

பெருமைக்குரிய கடிகாரம்

மிகவும் புகழ்பெற்ற திரைப்படக் கலை இயக்குனரும் தீவிர சிற்பக் கலை வல்லுநருமான ராபர்ட் பிலிப்ஸ் சென்ற வாரம் நியூ ஜெர்ஸியில் தனது சொந்த வீட்டில் காலமானார். இறப்பதற்கு எட்டு நாட்களுக்கு முன்பு தனது இளைய மகள் நோவா ஃபிலிப்ஸை அழைத்து (இரண்டு பெண் பிள்ளைகள் மட்டுமே. மூத்தவள் ஆதரா ஃபிலிப்ஸ்.) ஒரு கடித உறையைக் கொடுத்தார். அதில் இந்தியப் பணத்திற்கு இருபத்தைந்து லட்ச ரூபாய்க்கான பேங்க் ஆஃப் அமெரிக்கா வங்கியின் காசோலையும் ஒரு இணைப்புக் கடிதமும் இருந்தன. அந்தக் கடிதத்தை அவள் விரும்பினால் படிக்கலாம் என்றார். இவற்றை இந்தியாவில், தமிழகத்தில் கோவர்தனன் குழுமத் தலைவர் விவேகாநந்தனின் தந்தையிடம் ஒப்படைக்குமாறு கூறினார். ஏன் தர வேண்டும் என்று விளக்கிக் கூறிய எட்டாவது நாள் இரவு உறக்கத்தில் அவர் உயிர் இயற்கையாகப் பிரிந்தது.

ராபர்ட் ஃபிலிப்ஸ் இந்து மதத்தைச் சேர்ந்த தாய்க்கும் கிறித்துவத் தந்தைக்கும் நிகழ்ந்த காதல் திருமணத்தால் சுதந்திரத்திற்குப் பிறகு 1947, அக்டோபர் மாதம் தலைப்பிள்ளையாகப் பிறந்தவர். பெற்றோர் உயர்நிலைப் பள்ளிக்கூட ஆசிரியர்கள். அவரது பூர்வீகம் தமிழகத்தில் பூம்புகாருக்கு அருகில் உள்ள திருவெண்காடு. நுண்கலையில் கும்பகோணம் ஓவியக் கல்லூரியில் சிற்பக் கலை பயின்றவர். தமிழ், ஆங்கிலம் ஆகிய இரண்டு மொழிகளும் நன்கு எழுதவும் பேசவும் தெரிந்தவர். இந்தி மொழி பேச மட்டுமே அறிந்தவர். மும்பையில் இந்தித்

திரைப்பட உலகில் *Ek pyaarki ya kahani, Prof. Saxsena, Dancer, Najma & Malik* எனக் குறிப்பிடும்படியான திரைப்படங்களில் கலை இயக்குனராகப் பணிபுரிந்தவர். இந்தியில் மராட்டிய சிவாஜி குறித்து எடுக்கப்பட்ட *The Great Sivaji's Sword* திரைப்படத்திற்குச் சிறந்த கலை இயக்குனராக விருது பெற்றவர். தமிழில் ஒரே ஒரு படம். அது ஷூட்டிங் தொடங்கப்பட்ட இரண்டே வாரங்களில் நின்றுபோனது. *Polygram, Gulf – Western Company* ஆகிய நிறுவனங்கள் தயாரித்த இந்தியத் திரைப்படங்களுக்கு கலை இயக்குனராகப் பணிபுரிந்தார். தனது 29ஆவது வயதுவரை இந்தியாவில் சற்றே கஷ்டப்பட்டு வாழ்க்கையை நடத்திய அவருக்கு இதன் தொடர்பின் வழியே கடல் கடந்த நாடுகளின் திரைப்படங்களில் பணியாற்றும் வாய்ப்புகள் கிடைத்தன. 1987ஆம் ஆண்டு கட்டடக் கலை வல்லுனரான அமெரிக்க வாழ் பெண்ணான மார்கரேட்டைத் தனது 40ஆவது வயதில் காதல் திருமணம் செய்துகொண்டார். மார்கரெட்டுக்கு அது இரண்டாவது திருமணம். பின்பு அவர் நிரந்தரமாக நியூ ஜெர்ஸியிலேயே தங்கினார். ராபர்ட் பிலிப்ஸ் அமெரிக்காவின் கோல்டன் க்ளோப் விருது பெற்றவர். அகாடமி விருதுக்கு இரண்டுமுறை நாமினேட் செய்யப்பட்டுமிருந்தார். தன் திறமையால் ஹாலிவுட்டின் மிகவும் குறிப்பிடும்படியான கலை இயக்குனராக வாழ்நாள் முழுதும் இருந்தார்.

ராபர்ட் ஃபிலிப்ஸ் தன் கலை வாழ்க்கையிலும் தனிப்பட்ட வாழ்க்கையிலும் உறுத்தலாக இருந்த இந்த விஷயம் தீர்க்கப்பட்டுவிட்டதாக நோவாவிடம் சொன்னார். திரு. கோவர்தனன் இதற்காக என்ன முடிவெடுத்தாலும் அதன் நீதியுணர்வு ஒரு தீர்ப்பாக இனிமேல் தன்னைப் பாதிக்காது என்றும் சொன்னார். 'ஏனெனில் இழைத்த குற்றத்திற்காக மனம் வருந்தினாலே அது மன்னிப்புதான்' என்று பொதுவாகக் குறிப்பிட்டார். உலகம் முழுக்கக் கலைஞர்களாலும் பரந்துபட்ட சினிமா ரசிகர்களாலும் பாராட்டப்படும் தன் தந்தை ராபர்ட் ஃபிலிப்ஸ், யாரிடமோ இவ்வாறு நடந்துகொள்ள வேண்டிய ஆச்சரியமூட்டும் நெருக்கடியை அறிந்துகொள்ள நோவா விருப்பம் கொண்டாள்.

'அப்பாவின் அறியப்படாத இந்த அத்தியாயம் உனக்கு வருத்தத்தை ஊட்டலாம் நோவா. ஆனால் இதைத் தெரிந்துகொள்ள வேண்டிய காலத்தைத் தாண்டி நீ தெரிந்துகொள்கிறாய். இதற்கு எனது தயக்கம்தான் காரணம். இந்தக் கடிதத்தையும் காசோலையையும் தபாலில்கூட அனுப்ப முடியும். ஆனால் விஷயம் அவ்வளவு எளிமையாக இல்லை. இதை நானே பல வருடங்களுக்கு முன்பே செய்திருக்க முடியும். உண்மையைச் சொல்ல வேண்டுமானால் இதை எதிர்கொள்ளும் தைரியம்

இன்னும் எனக்குக் கைகூடவில்லை. மேலும் அது விஷயத்தை எதிர்கொள்ளும் துணிச்சலிலிருந்து நான் விலகிக்கொள்வதை பகிரங்கமாகச் சொல்கிறது. தற்போது நானே நீயாக, என் சார்பாக இதைச் செய்யும்படி உனது அப்பாவாகக் கேட்டுக்கொள்கிறேன். இவை அனைத்தும் உன் அம்மாவுக்குத் தெரியும். அவளும் இதை நானே உனக்குச் சொல்ல வேண்டும் என்று விரும்பினாள். மேலும் இதைச் செய்வதற்கு ஆதராவைவிட நீதான் சரியாக இருப்பாய் என்று நான் விரும்பிய முடிவையே அவளும் முன்மொழிந்தாள்' என்றார்.

ராபர்ட் ஃபிலிப்ஸ் சிறிய இடைவேளைக்குப் பிறகு நோவாவிடம் நினைவுகூர்ந்தார்:

அவை மோசமான நாட்கள். அடிப்படையில் உன் தாத்தா ஒரு பள்ளி ஆசிரியராக இருந்ததால் நான் ஏதாவது ஒரு ஓவியக் கல்லூரியில் பேராசிரியராக ஆக வேண்டும் என்று விரும்பியதில் ஒன்றும் தவறில்லை. பெரிய கலை இயக்குனராக ஆகப்போகிறேன் என்று சொல்லிவிட்டு அம்மாவிடம் கொஞ்சம் பணம் வாங்கிக்கொண்டு பேருந்து ஏறி வந்தவன் நான். பசியின் வேதனையை கௌரவத்தோடு அனுபவிக்க வேண்டிய சூழலில் இருந்தேன். உன்னால் கற்பனை செய்யக்கூட முடியாது. தொடர்ந்து மூன்று நாட்கள் சேர்ந்தாற்போல் உண்பதற்கு எதுவும் இல்லாமல் உதவியும் கிடக்காமல் ஒரு மர பெஞ்சிலேயே கவிழ்ந்து படுத்திருந்திருக்கிறேன். மெட்ராசில் எனக்கு யாரையும் தெரியாது. பின்பு நான் ரயிலேறி மும்பைக்குச் சென்றேன். 'செட் அஸிஸ்டென்ட்' ஆக இருந்து வியாபாரப் படங்களில் பணிபுரியும் அளவுக்கு தன்னை கலை இயக்குனாராக உயர்த்திக்கொண்ட – திரையுலகில் என்.ஜி. என்று அறியப்பட்ட நிதின் கோயல் எனது ஓவியங்களைப் பார்த்ததும் உதவியாளராக வைத்துக்கொண்டார். இந்தி கற்றுக்கொண்டதும் அந்தக் காலகட்டத்தில்தான். பல திரைப்படங்களில் பணிபுரிந்த பின்பு மும்பையிலிருந்து தமிழகம் திரும்பி வந்து புதியவர்களை வைத்துத் தொடங்கிய அந்தத் திரைப்படம் இரண்டாவது வாரமே நிறுத்தப்பட்டது. தமிழில் நிறைய 'லீட் ஆக்டர்'களை உருவாக்கிய பெரிய நிறுவனம்தான். பைனான்ஸ் இல்லாமல் நிற்கிறது என்ற செய்தியே அவர்களுக்கு அழிக்க முடியாத அவமானம். முக்கியத் தொழில்நுட்பக் கலைஞர்கள் யாருமே வெளியேற முடியாதபடி ஒருவகையில் கண்காணிக்கப்பட்டுக்கொண்டிருந்தோம்.

அந்தச் சூழலில் மெட்ராஸில் வேலையற்று நான்கைந்து மாதங்களைக் கடந்திருந்தபோதுதான் மான்சிங் என் அறைக்கு வந்தான். (மான்சிங் சீக்கியர் அல்ல.) அறையின் வாடகையைப் பகிர்ந்துகொள்ளயாராவதுஒருநபர்வேண்டும்எனக்கேட்டிருந்ததன்

பெயரில் அவன் எனக்கு அறிமுகப்படுத்தப்பட்டான். பார்த்தவுடன் கவரக்கூடிய நிறத்துடன் இருந்த அவன் ராணுவ வீரனுக்கான கச்சிதமான உடலும் மேலுதட்டிலிருந்து சற்றே கீழிறங்கியிருக்கும் கம்பீரமான மென்மையான தொங்கு மீசையும் (அந்த மீசை அவனை வசீகரம் மிக்கவனாகக் காண்பித்தது) மதிப்பிற்குரிய ஆடைகளும் ஷூக்களுமாய் வலம் வந்தான். ஆரம்பத்தில் அவனுடைய இவ்வகையான தோற்றத்தைப் பார்த்து அவனுக்கும் வறுமைக்கும் சம்மந்தமில்லை என்று நானும் நினைத்திருந்தேன். காலையில் சென்றால் இரவு அறைக்குத் திரும்பும் அவன் நாளாக நாளாக பகலிலும் இருக்க ஆரம்பித்தபோதுதான் என்னைப்போலவே அவனும் வேலையற்று இருப்பதை அறிந்துகொள்ள முடிந்தது. ஒருவேளை நான் வேலைக்குச் சென்றிருந்தால் அவன் அறைக்குள் இருந்திருக்கக்கூடும் என்று தற்போது நினைத்துப் பார்க்கிறேன். அவன் பி.எஸ்.ஸி. வேதியியல் படித்திருந்தான். அதற்கான வேலைகளைத் தேடிக்கொண்டிருந்தான் என்று நினைத்துக்கொண்டிருந்தேன். ஆனால் அவன் உண்மையிலேயே பெரிய திட்டம் தீட்டிக்கொண்டிருந்தான் என்பது எனக்குத் தெரியாது.

மான்சிங்கும் மூன்று வேளை சாப்பிட்டான் என்று சொல்ல முடியாது. அவனை யாராவது அறைக்கு வந்து அழைத்துச் சென்று சிகரெட்டும் தேநீரும் வாங்கித் தந்தார்கள். மான்சிங் எல்லாச் சமயங்களிலும் என்னையும் அவர்களோடு தேநீர்க் கடைக்கு அழைத்துச்செல்ல முடியாத சங்கடத்தில் இருந்தான். என்னால் அதைப் புரிந்துகொள்ள முடிந்தது. ஆனால் அவன் பட்டர் பிஸ்கட்டுகளை எடுத்து வருவான். அது நன்றாகப் பசி தாங்கக்கூடியது.

அன்று ஒருநாள் நாங்கள் காலையிலேயே கிளம்பி ராயப்பேட்டை மணிக்கூண்டுக்கு அருகில் உள்ள பெட்டிக்கடைக்கு வந்தோம். அது நெரிசலான பெட்டிக்கடை. புத்தகச் சரங்கள் அதிகமாக தொங்கிக்கொண்டிருந்தன. சிகரெட் வேண்டுமா என்று என்னைக் கேட்டு கடைக்காரரிடம் வாங்கி அவரை நிமிர்ந்து பார்க்காமலே சிகரெட்டைப் பற்றவைத்தான். சில கடலை மிட்டாய்களை கடைக்காரரிடம் அனுமதி பெற்றபடி அதாவது கடைக்காரரை அந்த பாட்டில்களைத் திறந்து எடுத்துக் கொடுக்கும் சிரமத்திலிருந்து விலக்கிவிட்டதுபோல் மிகவும் இயல்பாக எடுத்து என்னிடம் கொடுத்தான். நான் கடலை மிட்டாயை மென்றபடியே சிகரெட் புகைத்தேன். பொதுவாக நான் அவ்வாறு புகைப்பதில்லையாயினும் அன்று புகைத்தேன். சிகரெட்டின் புகையினூடாக இனிப்பும் சேர்ந்து நன்றாகத்தான் இருந்தது.

கடைக்காரருக்கு லேசாக முதுகைக் காட்டிக்கொண்டு அங்கேயுள்ள வார, மாத சஞ்சிகைகளை கவனித்தான். நானுமே ஹோம் டெக்கரேஷன், ஆர்க்கிடெக் வேர்ல்டு ஆகிய புத்தகங்களை கவனித்துக்கொண்டிருந்தேன். கடைக்கு வந்தவர்களுக்குப் புன்னகைத்து வழிவிட்டு நின்றவன், அந்தத் தின்பண்டங்களின் ருசியை மிகவும் விரும்புவதாக இன்னும் நிதானமாக இரண்டு கடலை மிட்டாய்களையும் பட்டர் பிஸ்கட்டுகளையும் எடுத்துக் கடித்தபடி என்னிடமும் கொடுத்தான். அதையும் கடைக்காரரிடம் சொல்லிவிட்டு எடுத்தான். மீண்டும் சிகரெட் ஊதல். கடைக்காரரிடம் திரும்பி அவன் அதே தெருவிலிருக்கும் முகவரி ஒன்றைக் கேட்டான். அவர் மற்றவர்களுக்குப் பொருட்களை எடுத்துக் கொடுத்தபடியே மணிக்கூண்டுக்கு நேரே போய் இடது புறம் திரும்புங்கள் என்றார். சரியென்று சொல்லிவிட்டு மீண்டும் சிகரெட் புகைத்துக்கொண்டு நின்றிருந்தவன் என்னிடம் போகலாம் என்று கூறி என்னை எதிர்பார்க்காமல் நடந்தான். நான் அவனுடன் நடந்தபடியே குழப்பமாக அவனிடம் கேட்டேன்: 'அந்தக் கடையில் அக்கவுன்ட் வைத்திருக்கிறீர்களா?' என்று. 'இல்லை' என்றான். 'பிறகு எப்படி காசு கொடுக்காமல் வருகிறீர்கள்?' என்று ஆச்சரியத்துடன் கேட்டேன். அவன் குறும்பாகச் சிரித்தபடி 'காசு இருந்தா கொடுக்க மாட்டோமா?' என்றான். எனக்கு சிரிப்பும் பயமும் ஒருசேர வந்தன. அவன் எனது சிரிப்பை உணர்ந்து அதுதான் தான் செய்தது என்று எனக்கு விளக்கும் விதமாகக் கண்ணடித்துப் புன்னகைத்தான். பிறகு இருவருமே சத்தமிட்டுச் சிரித்துக்கொண்டோம். சிறுவர்கள் செய்யும் இத்தகைய ஏமாற்றை அந்த வயதில் செய்தது குறித்தும் அன்றைய எங்கள் வாழ்வை நினைத்தும் வெகுநேரம் சிரித்துக்கொண்டிருந்தோம். இதனூடாக அவன் செய்துகொண்டிருக்கும் செயல்களின் ஒரு உதாரணத்தை எனக்குக் காட்டியிருந்தான். பின்னாளில் செய்யப்போகும் செயலிலிருந்து என்னைக் கேள்விகளைக் கேட்கவிடாமல் செய்த செயலும் இதுவே ஆகும்.

இப்படியான நாட்களின் ஒரு நாளில் மான்சிங் சோர்ந்துபோய் அறைக்கு வந்தான். நான் கட்டிலில் சாய்ந்திருந்தேன். சில ஓவியங்களை வரைந்து மேசைமீது வைத்திருந்தேன். அவன் வந்ததும் அவற்றை எடுத்துப் பார்த்தான். பின்பு என்னிடம் திரும்பி, 'உன்னைப் போலத் திறமைசாலியாக இருந்தால் நான் இப்படிக் கஷ்டப்பட மாட்டேன்' என்றான். இது அவ்வப்போது சிலர் கூறுவதுதான். இக்கரைக்கு அக்கரைப் பச்சை. நான் வெறுமனே புன்னகைத்தேன்.

அவன் மிக இயல்பாக, 'ராபர்ட் எனக்கு டவர்கிளாக் ஸ்டைலில் ஒரு பெரிய கடிகாரம் செய்துதர முடியுமா?' என்று கேட்டான்:

‘எதற்கு?’ என்று கேட்டேன்.

‘நாம் இப்படி கஷ்டப்பட்டுக்கொண்டு இருக்க வேண்டியதில்லை. நான் சொல்வதை மட்டும் நீ செய்து கொடுத்தால் உனக்கு பக்கா ஃபிரெஞ்ச் ஒயினுடன் ஒரு கிராண்ட் லஞ்ச், பாம்பேவுக்கு ஒரு ஃபிளைட் டிக்கெட், கையில் ஒரு லட்ச ரூபாய் ரொக்கப் பணமும் தருவேன்’ என்றான். அவன் எதையோ திட்டமிடுகிறான் என்று தோன்றியது. நான் உண்மையில் வியந்துபோனேன். எனது இருக்கையிலிருந்து எழுந்து அமர்ந்தேன். திரைப்பட ஸ்டுடியோ சொன்னதை வேதவாக்காகக் கேட்டுக்கொண்டு இங்கேயே இருக்க வேண்டிய அவசியமில்லை என்பதைக்கூட அவன் உணர்ந்திருந்த அளவுக்கு நான் உணராமல் இருந்திருந்தேன். அவன் சிகரெட்டைப் பற்ற வைத்து எனக்குக் கொடுத்தான். நான் ஆழமாகச் சில இழுப்புகளை இழுத்துப் புகைத்துவிட்டு அவனிடம் கொடுத்தேன். ‘என்னசெய்யப் போகிறாய்?’ என்றேன்.

அவன் குறும்புடன் சிரித்தான். விஷமத்தனம் கண்களில் ஓடி மறைந்தது. ‘நீ செய்வதற்கு ஒப்புக்கொண்டால் சொல்வேன். இல்லையென்றால் வேண்டாம்’ என்றான். ‘நிச்சயம் இதில் உன்னை மாட்டிவிட மாட்டேன். உன்னுடைய வேலை கடிகாரத்தை மிகச் சிறப்பாக முடித்துத் தருவது மட்டும்தான். நீ உடனே கிளம்பிவிடலாம். வீட்டு வாடகை, மெட்ராஸ் ஆகிய விஷயங்களை நான் கவனித்துக்கொள்வேன். இந்த சினிமா, அதுவும் தமிழ் சினிமா ஒப்பந்தக் கையெழுத்துக்களை மறந்துவிடு. உனக்கு பாம்பேதான் லாயக்கு’ என்றான்.

நான் மிகவும் மோசமான நிலையில் இருந்ததால், எதிர்காலத் திட்டமின்றி, எனது சிந்திக்கும் திறன் மங்கலாகிவிட்டிருந்தது. ‘எனக்கு பாம்பே செல்ல ஒரு ரயில் டிக்கெட்டும், செலவுக்குக் கொஞ்சம் பணமும் கொடுத்தால்கூட போதும்’ என்றேன். (நான் மெட்ராஸை விட்டு மீண்டும் மும்பைக்குச் சென்றுவிடலாம் என்று உடனே முடிவு செய்திருந்தேன்.)

‘ராபர்ட். நான் ஒன்றும் உனக்கு சும்மா தரவில்லை. உன்னைப் போன்ற ஒரு ஆளால்தான் அதை நம்பும்படி தரமாகச் செய்ய முடியும். அதற்கான சம்பளம்தான் இது’

நான் உள்ளூர பயந்ததால், ‘என்னுடைய வேலை கடிகாரத்தைத் தயாரிப்பது மட்டும்தானே?’ என்று கேட்டேன்.

‘நிச்சயமாக ராபர்ட்’ என்றான் அவன்.

அவன் அப்போதே என்னை தாஜ்தீன் ஓட்டலுக்குக் கூட்டிப்போனான். யாரும் யாரையும் நிமிர்ந்து பார்க்க முடியாத

வெயிலில் வதங்கிக்கொண்டிருந்தது நகரம். உயரமான கண்ணாடிக் குவளையில் எலுமிச்சை சாறு வாங்கிக் கொடுத்தான். நான் இரண்டு பெரிய பட்டர் பிஸ்கட்டுகளைக் கேட்டு வாங்கிக்கொண்டேன். அவன் ஓட்டலிலிருந்து வலதுபுறமாகக் காட்டினான். நான் திரும்பிப் பார்த்தேன். அது ராயப்பேட்டை மணிக்கூண்டு. நான் விஷயம் புரியாமல் பார்த்தேன். 'இதே போல் ஒரு கடிகாரத்தைத்தான் நீ எனக்கு செய்து தரவேண்டும்' என்றான். எனக்கு லேசாகத் தூக்கிவாரிப்போட்டது. மான்சிங் மிகப்பெரிய தில்லுமுல்லுக்குத் தயாராகியிருக்கிறான் என்று தோன்றியது.

பில் போட்டு எடுத்துவந்த வெயிட்டரிடம் பில் போடும் வெள்ளைத் தாள் ஒன்றைக் கேட்டு வாங்கினான். 'உன்னோட பட்ஜெட்டை இதில் எழுது' என்றான். நான் அவனை ஆச்சரியமாகப் பார்த்தேன். அவன் புன்னகையால் எனது ஆச்சரியத்தைப் புறம் தள்ளினான். நான், நாற்காலியில் இருந்து முன்னே நகர்ந்தபடி, 'அசலா ஓடுற கடிகாரம் வேணுமா?' என்றேன். 'ஆமா, காலத்துக்கும் இதே போல ஓடுற கடிகாரம்' என்றான்.

தொழிற்பேட்டையில் பணிபுரிந்த எனது நண்பன் மூலமாக எனக்குத் தேவையான சில கருவிகளைப் பெற்றேன். உருக்குப் பட்டறை ஒன்றை அவன் மூலமாக வாடகைக்குப் பிடித்தேன். ஸ்பென்ஸர் 'கலெக்டர் பேரடை'ஸில் 19ஆம் நூற்றாண்டு கடிகாரங்கள் சிலவற்றைப் பார்த்து வந்தேன். பின்பு நூலகத்தில் கடிகாரங்களின் வரலாறுகளை புரட்டி ஒருவாறு இருத்திக்கொண்டேன். பின்பு ஒரு போலியான பழைய கடிகாரத்தை மான்சிங்கிடம் சொல்லி விலைக்கு வாங்கினேன். அதுதான் எனது கடிகாரத்திற்கு ஆதாரம்.

அந்தக் கடிகாரத்தைச் செய்வதற்கு மூன்று தொடர்ச்சியான வாரங்களின் பகல்களும் மூன்று இரவுகளும் எடுத்துக்கொண்டேன். முடிந்த நாள் அன்று நானே அந்தக் கடிகாரத்தை வியந்து பார்த்துக்கொண்டிருந்தேன். மான்சிங் சற்றே உணர்ச்சிவசப்பட்டு என்னைக் கட்டிப்பிடித்தான். அதே 'மணிக்கூண்டு கடிகாரம்' எங்கள் அறையில் ஓடிக்கொண்டிருந்தது.

அந்தக் கடிகாரத்தை அவனும் நானும் முறையாக மரப்பெட்டியில் வேஸ்ட் பேப்பர் கட்டிங்குகளைக் கொண்டு பேக்கிங் செய்தோம். இவ்வேலைகள் முழுவதும் செய்வதற்கு அவன் மூன்றாவது நபரிடம் பணம் வாங்கியிருந்தான். அவரும் இதில் ஒரு பார்ட்னர் என்று 'பேக்கிங்' பண்ணும்போதுதான் சொன்னான். இனிமேல் இதுபோன்ற ஏராளமான விஷயங்களைச் சொன்னாலும் சொல்வான். ஏனெனில் மான்சிங்கைப் பொறுத்தவரை எப்போதுமே முழுத் திட்டத்தையும் சொல்லிவிட்டதாக

பெருமைக்குரிய கடிகாரம் 25

நினைத்தால் நாம்தான் முட்டாள். வேலை முடியும்வரை எனக்கு மூன்று வேளைகளும் தாஜ்தீன் ஓட்டலின் சுவையான அசைவ உணவுகளும் மசாலா தேனீரும் கிடைத்தன.

மான்சிங் சொன்னதுபோலவே எனக்கு ஒரு லட்ச ரூபாய் ரொக்கப் பணமும் அட்டைப் பெட்டியில் ஃபிரெஞ்சு ஒயினும் மதிய அசைவ உணவுக்காக 300 ரூபாய் பணமும் கொடுத்தான். ‘ஃபிளைட் டிக்கெட் எப்போது வேண்டுமென்று சொல். உடனே ஏற்பாடு செய்கிறேன். எவ்வளவு விரைவாக இந்த அறையைக் காலி செய்ய முடியுமோ காலி செய்துவிட வேண்டும்’ என்றான். நான் அப்பாவியாக ‘ஏன் ?’ என்றேன். நான் ஏதோ பெரிய நகைச்சுவை சொன்னதுபோல் அவன் வெடித்துச் சிரித்தான். நான் அவன் சிரிப்பை ரசித்தேன். அவன், ‘ஒருவேளை போலீஸ் வரலாம்’ என்றான். எனக்கு அவன்மேல் கோபம் வந்தது. நான், ‘உடனே கிளம்பவா ?’ என்றேன். மான்சிங் அவனது பாணியில் சொன்னான்: ‘ஒன்றும் அவசரமில்லை. இந்த ஊருக்கு வந்த சுற்றுலா பயணியைப் போல மிக நிதானமாகப் போ. ஆனால் திரும்பி வராதே’ என்றான். எனக்கு உதறல் எடுத்துவிட்டிருந்தது. ‘நீ உண்மையிலேயே மெட்ராசை சுற்றிப் பார்க்க வந்த பாம்பேகாரன்தானே’ என்று மேலும் கடகடவென சிரித்தான். எனது அச்சம் அவனுக்குச் சிரிப்பாகிக்கொண்டிருந்தது.

2

மெட்ராஸ் மவுண்ட் ரோட்டில் லைஃப் இன்சூரன்ஸ் கார்ப்பரேஷன் கட்டடத்திற்குப் பின்புறம் பழம்பொருட்கள் ஏலம் விடும் கடை ஒன்று இருந்தது. அதை இம்பீரியல் பழம்பொருள் விற்பனையகம் எனும் பெயரில் அரசே நடத்திவந்தது. அது ஒரு பழங்காலக் கட்டடத்தில் இயங்கிக்கொண்டிருந்தது. நீளமான காரிடார் போல் அலங்கார் திரையரங்கை ஒட்டிச் செல்லும் முனையில் ஒரு சிறிய கேட் இருக்கும். அதன் வழியே சென்றால் அது ஒரு திரையரங்கிற்குப் பக்கவாட்டைப் பார்த்த கதவுடன் எந்தப் பெயர்ப் பலகையுமில்லாமல் காட்சியளிக்கும். அங்கு சாதாரண மர மேசையிலிருந்து ஷாண்ட்லியர் விளக்குவரை ஏலம் விடுவார்கள்.

இம்பீரியல் கதவைத் திறக்கும்வரை தோற்றத்தில் (அகலமும் உயரமும் கொண்ட நான்கடுக்குக் கதவுகள்) அது ஒரு உயரமான வீடு. திறந்தபின் மரச்சாமான்களும் யூகிக்க முடியாத விதவிதமான பொருட்களும் நிறைந்து இருக்கும் கிடங்கு. அதன் பின்புறத்து

எல்லைகள் நீண்டு இருண்டிருக்கும். சில ஆட்கள், ஏலம் விடும் பொருள்களை சிமிண்டு மேடைக்குக் கொண்டுவர அங்கே நின்றிருப்பார்கள். அந்த சிமிண்டு மேடை கல்லூரிகளில் பேராசிரியர்கள் நின்று பாடம் நடத்தும் மேடையைப் போல இரண்டடி உயரமாக இருந்தது. இம்பீரியல், ஏலம் எடுப்பவர்களின் வருகையைக் கணக்கில் கொண்டு திங்கட்கிழமை முதல் வெள்ளிக்கிழமைவரை விடுமுறையில் இருந்தது.

மான்சிங் ஏற்கனவே இம்பீரியல் பழம்பொருள் விற்பனை யகத்திற்குச் சென்று அவனுக்குத் தேவையானவற்றைக் கவனித்து வந்திருந்தான். மான்சிங்கிற்கு நகரத்தில் குண்டூசியிலிருந்து துப்பாக்கிவரை என்ன விலையில் எங்கு கிடைக்கும் என்பது அத்துப்படியாகியிருந்தது. இதுபோன்ற விஷயங்களின் 'என்சைக்கிளோபீடியோ'வாக அவன் இருந்தான்.

கடிகாரத்தைத் திட்டமிடுமுன் அவன் அங்கே மெழுகுவர்த்தி ஸ்டேண்ட் ஒன்றை மிகக் குறைந்த விலையில் வாங்கியிருந்தான். அது ஆறு மெழுகுவர்த்திகள்வரை பொருத்தக்கூடியது. மேலும் அதில் மெழுகுவர்த்தி பொருத்தப்படும் கோணங்களையும் இடைவெளிகளையும் நமது விருப்பம்போல் கூட்டவோ குறைக்கவோ முடியும். கிறிஸ்துவத்தில் ஆழ்ந்திராத அல்லது கலாபூர்வமாக மெழுகுவர்த்திகளின் ஒளிச்சேர்க்கையை ரசித்திராத ஒருவர் இதை வாங்குவது சற்றே அபூர்வம்தான். மான்சிங்கிற்கு இம்பீரியல் பழம்பொருள் விற்பனையகத்தின் பில் வவுச்சர் புக், சீல், தொலைபேசி எண்கள், லெட்டர்பேடு ஆகியவை தேவையாக இருந்தன. அதுபோக அவர்களிடம் பொருள் வாங்குவதற்கான நடைமுறைகளை அறிந்துகொள்வதற்காகவும் அவன் மெழுகுவர்த்தி ஸ்டேண்டை வாங்க வேண்டியிருந்தது (மான்சிங் அந்த மெழுகுவர்த்தி ஸ்டேண்டில் ஒரு மெழுகுவர்த்தியைக்கூட ஏற்றி நான் பார்த்ததில்லை.)

இதன்பிறகு மான்சிங் இம்பீரியல் விற்பனையகத்தின் ஒரு டூப்ளிகேட் பில் வவுச்சர் புக்கும் லெட்டர்பேடும் ஸ்க்ரீன் பிரிண்டிங்கில் கொடுத்து வாங்கினான். ஸ்டாம்ப் பேடு ஒன்றும் செய்து வாங்கினான். மான்சிங் தனது இரண்டாவது நபரின் வழியாக, இரண்டாவது நபரைப் பற்றி முழுமையாகத் தெரிந்திராத மூன்றாவது நபரை வைத்தே இவற்றைச் செய்தான்.

இம்பீரியலைப் பொறுத்தவரை மான்சிங்கைக் கவர்ந்த விஷயம் பழம் பொருட்கள்மீது அளவில்லாத ஈடுபாடு கொண்டிருந்தவர்களும் பணத்தைப் பொருட்டாகக் கருதாத பணக்காரர்களும் அங்கு வந்துகொண்டிருந்ததுதான். பணக்காரர்களைப் பார்த்தாலே பணமூட்டை வருகிறது என்று

சாதாரணமாக கமென்ட் அடிப்பான். ஏலம் நடத்தப்படும் ஒவ்வொரு சனிக்கிழமையும் ஞாயிறும் அனேகமாகத் தவறாமல் கலந்துகொள்ளும் நான்கைந்து பணக்காரர்களை மான்சிங் கவனித்துக்கொண்டுவந்தான். மான்சிங் ஒருமுறை என்னிடம் கூறினான். கலைஞர்கள் ஒருவகையில் அசட்டையானவர்கள். அதை ரசிப்பவர்கள் மிகவும் அசட்டையானவர்கள். ஆனால் இவர்கள் கலைஞர்களைவிட பொருளாதாரத்தில் புத்திசாலிகள் என்றான். அவன் கவனித்த கலையை ரசிக்கும் அசட்டைத்தனத்தை அதிகமாகக் கொண்டிருந்தவர் கோவர்தனன் குழுமத்தின் அப்போதையத் தலைவர் திரு.கோவர்தனன்தான்.

திரு.கோவர்தனன் அவர்களின் தந்தையாரின் பூர்வீகம் கோவை. நட்டத்தில் இயங்கத் தொடங்கிய தன்னுடைய மூன்று பருத்தி மில்களை மூடிவிட்டு மெட்ராஸ் வந்த பிறகு மகாபலிபுரம் செல்லும் கடற்கரை சாலையில் மக்களுக்கான பொழுதுபோக்கு அம்சங்கள் நிறைந்த வளாகங்களைக் கட்டினார். மக்கள் தங்கள் சந்தோஷங்களுக்காகவே சம்பாதிக்கிறார்கள். அவர்களை மகிழ்ச்சிக்குள்ளாக்கும் வித்தைகள் தெரிந்த எவனும் ஏழையாக இருக்க முடியாது என்று அவர் அடிக்கடி சொல்வார். கோவர்தனத்திற்கு அவரின் தந்தையைப் போல் தீர்க்கதரிசனங்கள் இருந்தாலும் கலைகள் மீதான பித்துநிலை அவரை ஒரு ரசிகராக அலைக்கழித்துக்கொண்டிருந்தது. கவிஞர்கள், எழுத்தாளர்கள், ஓவியர்களைக் கண்டால் அவர்களோடு ஒட்டிக்கொள்வார்; புகைப்படம் எடுத்துக்கொள்வார்; பாராட்டிப் பரிசுகள் தருவார். ஆரம்பத்தில் இவற்றைக் கலைஞர்கள் ஏற்றுக்கொண்டாலும் பின்னாட்களில் கோவர்தனன் தானும் கவிதைகள் எழுதுவதாகவும் ஓவியம் வரைவதாகவும் சொல்லிக்கொண்டு அவற்றைக் கவனிக்கச் சொல்வதும் வெளியிடச் சொல்வதும் கலைஞர்களுக்கு எரிச்சலூட்டும் விஷயமாக மாறிப்போனது. அவர் எழுதிய கவிதைத் தொகுதி ஒன்றை வெளியிட்டு அப்போது பிரபலமாக இருந்த எழுத்தாளரை விமர்சனம் எழுதப் பத்திரிக்கை வாயிலாகத் தூண்டினார். அந்த எழுத்தாளர் அந்தக் கவிதைத் தொகுப்பு பற்றிக் கூறியது: 'இந்தப் புத்தகம் மிகவும் வழவழப்பான தாள்களில் நேர்த்தியாக அச்சிடப்பட்டுள்ளது.'

கலைஞர்களாக இருக்க முடியாதவர்கள் கலைகளின் விளைவுகளோடு சார்ந்திருப்பது சகஜமானதுதானே. கோவர்தனன் அவர்களுக்குச் சிறு வயதிலிருந்தே பழம்பொருட்கள் சேகரிக்கும் பழக்கம் இருந்தது. பணத்திற்குப் பஞ்சமில்லாமல் இருந்த அவர் கேள்வி கேட்கவும் ஆளில்லாமல் இருந்ததால் இதில் மிக விரைவாகவும் பிரபலமாகவும் முன்னேறிச் சென்றதில் ஆச்சரியமில்லை. யோகிகளின் பாதணிகளிலிருந்து ராஜாக்களின்

கிரீடங்கள்வரை அவர் சேகரித்து வைத்திருந்தவற்றின் பட்டியல் விவரிக்க முடியாத அளவுக்கு நீளம் கொண்டவை.

மான்சிங்கால் முதல் வாரமே கோவர்தனத்தின் பழம்பொருட்கள் மீதான ஆர்வத்தைப் பார்க்க முடிந்தது. அவர் தனது பழங்கால மோரீஸ் சிக்ஸ் எம் எஸ் *(Morris Six Ms – 1948)* காரில் இம்பீரியலுக்கு வந்தார். ஒவ்வொரு ஏலத்திற்கும் அவர் ஒவ்வொரு பழைய காரில் வருவதைப் பார்த்த மான்சிங் அவரைத் தேர்வு செய்ததில் ஆச்சரியமில்லை. மோரீஸ் ஆக்ஸ்ஃபோர்டு *(Morris Oxford – 1913)*, மோரீஸ் கௌலி *(Morris Cowly – 1915)* போன்ற விதவிதமான பழைய பிரிட்டிஷ் மாடல் கார்கள் அவரிடம் இருந்தன. குள்ளமான உருவமும் பெரிய தொந்தியும் கொண்ட அவர், அகலமான கௌபாய் குல்லாவும் உயர்தரமான கோட்டும் ஹஷ் பப்பிஸ் ஷூக்களும் அணிந்து வருகையில் ஒரு நாடக நடிகரைப் போலத் தோற்றமளித்தார். அவர் கண்கள் யானையின் கண்களைப் போலச் சிறியவை. ஓட்டுநருடன் வரும் அவர் தனி ஆளாக இம்பீரியல் உள்ளே நுழைவார். கடைசி நாற்காலியில் இடதுபக்க மூலையில் அமர்வார். எந்தெந்தப் பொருட்களைக் கவனிக்கிறார் என்பதை அனுமானிப்பதற்கு இடையூறாக இருந்தது அவரது குளிர்க் கண்ணாடி.

அங்குள்ள மிக உயர்ந்த பொருட்களை ஏலம் கேட்கும் மிகக் குறைந்த நபர்களில் அவரும் ஒருவர். ஞாயிறுகளில் சர்ச்சுக்குத் தவறாமல் செல்லும் விசுவாசமுள்ள கிறிஸ்துவரைப் போல அவர் இம்பீரியலுக்கு வந்தார். மான்சிங் தேசபக்த உளவாளியைப் போல் அவரைப் பற்றிய அன்றாடங்களின் தகவல்களை சிரத்தையுடன் சேகரித்துக்கொண்டிருந்தான்.

மான்சிங் மூளையில் சரியான திட்டம் உதித்த பிறகு திரு.கோவர்தனத்திடம் தான் இம்பீரியல் பழம்பொருள் விற்பனையகத்தின் ஒரு ஊழியர் என்பதாகக் காட்டிக்கொள்ள முயற்சித்தான். ஏலமிடும் மேடைக்கு அருகே சென்று தண்ணீர் குடித்துவிட்டு அங்கேயே ஏலத்தின் மீது கவனம் உள்ளவனாக நிற்பதுதான் அவனது முதல்கட்ட நகர்வாக இருந்தது. அவனுக்கு அருகில் (பின்னால்) இம்பீரியலின் நிஜமான ஊழியர்கள் இருந்தார்கள். இரண்டாவது: இம்பீரியல்காரர்களுக்குத் தான் கோவர்தனத்தின் ஆள் என்ற உணர்வை ஏற்படுத்த முயற்சித்தான். கோவர்தனன் வரும்போதெல்லாம் டிரைவர் இறங்கிக் கதவைத் திறக்குமுன் இவன் அவ்வேலையை செய்து 'சல்யூட்' வைப்பது; பல சமயங்களில் கோவர்தனனுக்குப் பின்னே அவருக்குத் தெரியாமல் இம்பீரியல் ஆட்களுக்குத் தெரியும்படி அவரின் மெய்க்காப்பாளன்போல் குளிர்க் கண்ணாடி போட்டுக்கொண்டு நின்றுகொண்டிருப்பது போன்றவற்றை அவன் தொடர்ந்து

செய்துகொண்டிருந்தான். குறிப்பாக பிக் அப் ட்ரக்குகளிலோ அல்லது கார்கோ வேனிலோ கோவர்தனன் வீட்டுக்கு ஏற்றி அனுப்பப்படும் பொருட்களுக்கான பாதுகாப்பாளனைப் போல அவன் மிகத் தந்திரமாக நடந்துகொண்டான். அந்த வாகனம் எங்கே போகிறது என்று டிரைவரிடம் கேட்பான். டிரைவர் கோவர்தனன் வீட்டைச் சொல்வான். நானும் அதற்குப் பக்கத்தில்தான் போகிறேன் என்றுகூறி லிஃப்ட் கேட்டு ஏறிக்கொள்வான். வீட்டுக்குச் செல்லும்வரை டிரைவரிடம் சகஜமாகப் பேசிக்கொண்டு வருவான். டிரைவரின் விருப்பம் அறிந்து பேசும் தலைப்புகளைத் தேர்வு செய்வதில் சமர்த்தனாகவும் இருந்தான்.

கோவர்தனனின் வீட்டில் பொருட்களை இறக்கும்போது மான்சிங்கும் பொருட்களை இறக்குவான். இரண்டுமுறை அவன் அவரிடம் 'டிப்ஸு'ம் வாங்கியிருக்கிறான். இதனூடாக, தான் இம்பீரியலிலும் கோவர்தனனிடமும் வேலை செய்பவன் என்று இரு தரப்பையும் நம்பச் செய்ததுதான் அவனது மிக சாமர்த்தியமானதும் புத்திசாலித்தனமானதுமான விஷயமாகும். மனிதர்களின் கௌரவத்திற்குரிய பலவீனங்கள் அவனுக்குச் சலுகை செய்தன. குறிப்பாகப் பணக்காரர்களுக்கு இருக்கும் கதைக்கு உதவாத அற்பத்தனங்கள்தான் அவர்களை ஏமாற்ற நமக்கு உதவி செய்கிறது என்று மான்சிங் சொன்னான்.

இதன் பின்பு அவன் மிகத் துல்லியமாகத் திட்டமிட்டான். இப்போது அவன் என்னை ஒப்புக்கொள்ள வைத்த பிறகு அந்தப் 'பார்ட்ன'ரைத் தேர்வு செய்தான். அந்தப் பார்ட்னர் இரண்டு வேலைகளைச் செய்ய வேண்டும். ஒன்று: அவர் இதற்குண்டான போக்குவரத்துச் செலவு, கடிகாரம் தயாரிக்கும் செலவு ஆகியவைகளை ஏற்றுக்கொள்ள வேண்டும். இரண்டு: இம்பீரியல் கட்டடத்திற்கு பெயின்ட் அடிப்பதற்கான ஆர்டரைப் பெற வேண்டும்.

மான்சிங்கிற்கு எல்லாமே கைகூடும். ஏனென்றால் இம்மாதிரியான வேலைகளைப் பணம் சம்பாதிப்பதற்கான ஒரு வழியாக மட்டும் அவன் பார்க்கவில்லை. மனப்பூர்வமாகச் செய்தான். திருட்டை, ஏமாற்றுவதை ஒரு கலையைப் போலச் செய்பவனால்தான் இத்தனை சுத்தமாகச் செய்ய முடியும். மும்பையில் 1987ஆம் ஆண்டு மார்ச் மாதம் 19ஆம் தேதி அன்று நிகழ்ந்த மான்சிங்கின் நகைக்கடைக் கொள்ளை இந்தியாவில் நிகழ்ந்த பிரபலமான புத்திசாலித்தனமான கொள்ளைகளில் ஒன்று. இதுவரை காவல் துறையினரால் மான்சிங் என்ற பெயரைத் தவிர வேறு எதையும் கண்டுபிடிக்க முடியவில்லை.

பெயின்ட் அடிப்பதற்கான டப்பாக்களையும் அதன் விளம்பர கேட்லாக்கையும் என்னை உருவாக்கச் சொன்னான். எனக்களிக்கப்பட்டிருந்த இரண்டாவது வேலை அதுதான். மூன்றாவது வேலை அக்கடிகாரத்தை பல்வேறு கோணங்களில் கறுப்பு வெள்ளையில் புகைப்படங்கள் எடுக்க வேண்டும். ஆங்கிலேயர்கள் அல்லது ஜெர்மன்காரர்கள், மௌன்பேட்டன் பிரபு ஆகியோரின் புகைப்படங்களைச் சேகரித்து காப்பி அண்ட் பேஸ்ட் முறையில் இக்கடிகாரத்தோடு அவர்களை சம்மந்தப்படுத்த வேண்டும். (இரண்டாவது வேலையைவிட இது கொஞ்சம் எளிமையாகவும் சுவாரஸ்யமாகவும் இருந்தது.)

ஏற்கனவே மார்கெட்டில் இருக்கும் தரம் குறைந்த பெயின்ட், டிஸ்டம்பர்களை வாங்கி பெயின்ட் டப்பாக்களின் மேல் 'பாரத் பெயின்ட்ஸ்' என்ற ஸ்டிக்கர் தயாரித்து ஒட்ட வேண்டும். பிறகு இந்த பெயின்ட் டப்பாக்கள் சிலவற்றையும் விளம்பர அட்டைகளையும் எடுத்துச்சென்று 'நாங்கள் புதிதாக வந்திருக்கும் பெயின்ட் கம்பெனி. விளம்பரத்திற்காக இவற்றைப் பாதி விலையில் தருகிறோம்' என்று இம்பீரியல்காரர்களிடம் கேட்க வேண்டும். அந்த பார்ட்னர் பெயர் பரசுராமன். அவர் மலையாளத்தில் நீலப்படங்கள் தயாரித்துவந்தவர் என்று மட்டும் சொன்னான் மான்சிங். மற்றபடி மான்சிங்கும் அவரும் எவ்வாறு நண்பர்கள் ஆனார்கள் என்பது எனக்குத் தெரியாது. (மான்சிங்கின் தொடர்பு வலை எத்தகையது, அதில் யார் யார் இருக்கிறார்கள் என்பதை நிச்சயம் யாராலும் சொல்ல முடியாது.)

சனிக்கிழமை மதியம் இம்பீரியல் மதிய உணவுக்குத் தயாரானபோது பரசுராமன் நோபிள் மேன்ஷனில் தங்கியிருந்த ஊரிலிருந்து வந்த படித்த வேலையற்ற மூன்று இளைஞர்களை அழைத்து பெயின்ட் டப்பாக்களையும் விளம்பர அட்டைகளையும் கொடுத்து இம்பீரியலில் சென்று பேசச் சொன்னார். இம்பீரியலில் இது எங்கள் வேலையில்லை, இது வாடகைக் கட்டடம், இதன் முதலாளி நூர் மஹாலுக்கு அருகில் வசிக்கிறார் என்று கூறினார்கள். அவர்களிடமே முகவரி கேட்டுக்கொண்டு அன்று மாலையே அவர்கள் அவரைச் சந்தித்தார்கள்.

அவர் வீடு நூர்மஹாலுக்குப் பின்புறம்தான் இருந்தது. அவர் சிறிது மனநிலை பாதிக்கப்பட்டிருப்பதாக அவர் மனைவி சொன்னாள். (ஆனால் வந்திருந்த யாருக்கும் அவ்வாறு தோன்றவில்லை. அவர் மிக நிதானமாகத் தேநீரில் பிஸ்கட்டுகளை நனைத்து ஒரு சொட்டுக்கூடச் சிந்தாமல் சாப்பிட்டுக்கொண்டிருந்தார்.) இம்பீரியலுக்கு பெயின்ட் அடிப்பது குறித்து எத்தனை எடுத்துக் கூறியும் அவருக்கு அதில் இஷ்டமில்லை என்பதைச் சளைக்காமல் சொல்லிக்கொண்டிருந்தார்.

பெருமைக்குரிய கடிகாரம்

இளைஞர்கள் பரசுராமனுக்குத் தெரிவிக்கவே பரசுராமன் உடனே தொலைபேசி செய்து, 'நீங்கள் எதுவுமே செய்ய வேண்டாம். பெயின்ட் அடிக்க மட்டும் ஒப்புக்கொண்டால் போதும். கம்பெனி விளம்பரத்திற்காகப் பாதி விலையில் அடித்துத் தருகிறோம். எனக்கு ஒரு ஆர்டரை நீங்கள் கொடுத்தால் எனக்கும் சௌகரியம். உங்களுக்கு நான் எந்த அலைச்சலும் இல்லாமல் பணத்தை அரசாங்கத்திடமிருந்து அருமையான கொட்டேஷன்கள் கொடுத்து வாங்கிக் கொடுத்துவிடுவேன்' என்றார். இந்த விஷயம் அவரது மனைவிக்குப் பிடித்திருந்தது. கிட்டத்தட்ட இம்பீரியல் சுவர்கள் பெயிண்டைப் பார்த்து ஒன்பது வருடங்களுக்கு மேலாகிறது என்றார் அவளின் கணவர். இத்தனை தெளிவோடு பேசும் அவர் எவ்வாறு மனநிலைப் பிறழ்ந்தவராக சொல்லப்படுகிறார் என்று பரசுராமன் எங்களிடம் கேட்டார்.

சுவர்களுக்கு பெயின்ட் அடிக்கும் பெயின்டர்களைக் கோடம்பாக்கம் வடபழனி சாலையில் உள்ள ஒரு தேநீர்க் கடையில் பிடித்தார்கள். அங்கு பெயின்டர்கள் அன்றாடம் காலையிலேயே கூடுவது வழக்கம். சில்லரை வேலையோ, பெரிய தொழிற்சாலைகளுக்கு கான்ட்ராக்ட் முறையில் பேசி அடிப்பதோ, பெயின்டிங் வேலை செய்யும் தினக்கூலிகளை மொத்தமாக அவ்விடத்தில் அள்ள முடியும் என்றான் மான்சிங். 'தாஜ்தீனில் சூடான ஒரு டீ என்பதுபோல' என்று கடகடவென சிரித்தான்.

இம்பீரியலுக்கு வார நாட்களில் நல்ல ஓய்வு இருந்ததால் பெயின்டிங் வேலையை அந்த புதன்கிழமை ஆரம்பித்து வெள்ளிக்கிழமை நிறுத்தி அடுத்த புதனில் முடித்துக்கொண்டார்கள். பெயின்ட் அடித்ததில் இம்பீரியல் பணியாளர்களுக்கு உற்சாகம் வந்திருந்தது. வேலை ஆரம்பிக்கப்பட்ட புதன்கிழமை அன்று இம்பீரியலின் பாதுகாப்புக்காக இரண்டு நபர்கள் வந்திருந்தார்கள். அவர்களிடம் கேட்டிலிருந்து தோட்டத்துக் கதவு வரையிலான சாவிக்கொத்து இருந்தது. சாப்பாட்டு இடைவேளையின்போது பெயின்டர்கள் ஒரு நேரத்திலும் ஒரு பாதுகாப்பாளர் ஒரு நேரத்திலும் அடுத்த பாதுகாப்பாளர் அடுத்த நேரத்திலுமாகச் சென்று உணவருந்தி வந்தார்கள். அந்த வெள்ளிக்கிழமையே சாவிகளின் வடிவங்களை நகலெடுக்கும் வேலைகள் நடந்தன. பாதுகாவலர்கள் இருவருமே மது அருந்துபவர்களாக இருந்ததில் மான்சிங்கிற்கு வேலை சுலபமாக முடிந்தது. அப்போது அதன் பாதுகாவலர்கள் பரசுராமனுடன் சியர்ஸ் பாரில் காதைக் கிழிக்கும் இந்திப் பாடல்களுடன் அவர்கள் அனுபவித்திராத மது வகைகளில் ஆழ்ந்திருந்தார்கள். அன்று மாலையே மான்சிங்கிடம் சாவிகளின் வடிவங்களை ஒப்புவித்தார் பரசுராமன். இதை மான்சிங் மூன்று வெவ்வேறு சாவி தயாரிப்பாளர்களிடம் கொடுத்துத் தயாரித்தான்.

இருபத்தி எட்டாம் தேதி பெயின்டர்கள் தங்கள் வேலைகளை முடித்துச் சென்றுவிட்ட வியாழக்கிழமை மதியம் மூன்று மணிக்கு மான்சிங் மிக இயல்பாக இம்பீரியலின் கதவைத் திறந்து உள்ளே சென்று திரு. கோவர்தனன் அவர்களுக்கு இம்பீரியல் தொலைபேசியை உபயோகித்துப் பேசினான். அவன் தன்னுடைய அலுவலகத்தில் அமர்ந்து பேசுவதுபோல பயமற்றிருந்தான். நானும் அப்போது உடனிருந்தேன்.

'வணக்கம் நாங்கள் இம்பீரியல் பழம்பொருள் விற்பனை யகத்திலிருந்து பேசுகிறோம். மிஸ்டர் கோவர்தனன் அவர்களிடம் பேச முடியுமா?' என்றான் மான்சிங். அவர்கள் அவனை லைனில் காத்திருக்கவைத்துத் தொடர்பு கொடுத்தார்கள்.

கோவர்தனன் போனில் தொடர்புக்கு வந்தவுடன் மான்சிங் மீண்டும் தன்னை இம்பீரியல் பழம்பொருளகத்திலிருந்து பேசுவதாக அறிமுகப்படுத்திக்கொண்டு பேசினான். அவர் எதிர்பாராத உற்சாகத்துடன் பேசியது இந்த உரையாடல் சாதகமாகத்தான் நிறைவு பெறப்போகிறது எனும் நம்பிக்கையை அவனுக்கு அளித்தது.

'மிஸ்டர் கோவர்தனன் நாங்கள் உங்களிடம் கொஞ்சம் தனியாகப் பேச வேண்டும். உங்களுடன் யாரும் இல்லையே?' என்றான்.

அவர் உறுதிகொடுப்பவரைப்போல இரண்டு முறை 'ஆமாம் ஆமாம்' என்று சொன்னார்.

'எங்களிடம் 19ஆம் நூற்றாண்டு சுவர் கடிகாரம் ஒன்று ஏலத்திற்காக விற்பனைக்கு வந்துள்ளது. மிகச்சரியாகச் சொல்ல வேண்டுமானால் 1887இல் மணிக்கூண்டுகளில் பொருத்தப்படுவதற்காக லண்டனிலிருந்து 'பிரத்யேகமாகத் தயாரிக்கப்பட்ட மூன்று கடிகாரங்கள் இந்தியாவுக்கு கொண்டு வரப்பட்டன. அதில் இரண்டு மட்டுமே பயன்படுத்தப்பட்டன. ஒன்று கடலில் மூழ்கிவிட்டதாக அப்போதிருந்த கஸ்டம்ஸ் அதிகாரிகள் சொல்லி அதை ரகசிய விற்பனைக்கு ஏற்பாடு செய்தார்கள். ஆனால் அது நடக்கவில்லை. கடைசி வைஸ்ராய் மௌன்பேட்டன் பிரபு இதை சென்ட்ரலுக்கு அருகே உள்ள அரசு பாதுகாப்பகத்திலேயே வைத்திருந்தார். தற்போது பழம்பொருள் ஆர்வலர்கள் பலர் வந்து கேட்கவே இதை ஏலத்திற்கு விடலாம் என்று அரசு அனுமதித்திருக்கிறது. நீங்கள் அதை வாங்கிக்கொள்ள விரும்புகிறீர்களா?' என்று கேட்டான். நான் வாயடைத்துப் போனேன்.

அவர் மிகவும் அப்பாவியாகக் கேட்டார், 'இதை ஏலத்தில்தானே விடுவீர்கள்?'

மான்சிங் அற்புதமாகச் சிரித்தான். அந்தச் சிரிப்பு அவரது அறியாமைக்கும் அவனது சந்தோஷத்திற்குமானது.

'ஆமாம். பொதுவாக ஏலம் விடும் எல்லாப் பொருட்களிலிருந்தும் எங்களுக்குப் பணம் கிடைப்பதில்லை. இதுபோன்ற அரிதான பொருட்களை விநியோகம் செய்யும்போது மட்டுமே எங்களுக்கு ஏதாவது கிடைக்கும். இது நாங்கள் வாடிக்கையாகச் செய்வதுதான். நீங்கள் எங்கள் மதிப்பு மிகுந்த வாடிக்கையாளர்களில் ஒருவர். உங்களிடம் சொல்வதற்கென்ன. பொதுவாக, இது போன்ற பொருட்கள் ஏலத்திற்கு வரும்போது இதையார் யார் வாங்கக்கூடும் என்று எங்களுக்கு அனுமானிப்பது ஒன்றும் சிரமமில்லை. இதில் எங்கள் அனுபவங்கள் ருசிகரமானவை. அவர்களுக்கு நாங்கள் இதை ஏலமிடும் முன்பே விற்றுவிடுவோம். அவர்களும் ஏலத்தில் அதிகப் பணம் கொடுத்து எடுப்பதைவிட குறைவாகக் கொடுத்துப் பெற்றுக்கொள்வதையே விரும்புவார்கள். சரியான கலாரசனை கொண்ட ஒரு நபரிடம் பொருட்களைச் சேர்ப்பித்துவிட்டோம் என்ற மனநிறைவும் கிடைக்கும். நாங்கள் அரசுக்கு சந்தேகம் வராத விலையைக் குறிப்பிடுவோம். ஏலம் நடந்ததாகக் கணக்கை முடித்துவிடுவோம். தாங்கள் என்ன விலையைக் குறிப்பிட்டீர்களோ அதே விலைக்கு உங்களுக்கு ரசீதும் வழங்குவோம்' என்றான். 'இதை நீங்கள் வாங்கிக்கொள்ளவில்லையென்றால் நாங்கள் உங்களைப் போன்ற மற்ற முக்கியமான வாடிக்கையாளர்களுக்குத் தெரிவிப்போம். அவர்கள் அக்கறை கொள்ளவில்லையென்றால் மட்டுமே பகிரங்க ஏலத்திற்கு விடுவோம். ஆனால் அப்போது இதன் விலையை யாராலும் கட்டுப்படுத்த முடியாது' என்றான்.

மறுமுனையில் அர்த்தம் பொதிந்த சிறிய நிசப்தம். அவர் மிகவும் நாசூக்காக உந்தப்பட்டிருந்தார்.

'என்ன விலை?' என்றார் கோவர்தனன்.

'இதன் அடிப்படை மதிப்பு சற்றே அதிகம்தான். இதன் தரமும் பழமையும் மிகவும் மதிப்பு வாய்ந்தவை. ரோலக்ஸ், ரேடோ போன்ற பழைய கடிகாரப் பட்டறைகளில் உருவாக்கப்படுவதுபோல ஹேண்ட்மேடாக உருவாக்கப்பட்டது. இதன் பழமைக்கும் செய்நேர்த்திக்கும் விலையே இல்லை. எனவே இதற்கு இம்பீரியல் அலுவலர்கள், இதன் கண்காணிப்பு அதிகாரிகள், நிபுணர்கள் ஆகியோர் சேர்ந்து பதிமூன்று லட்சம் விலை நிர்ணயித்திருக்கிறோம்.'

மீண்டும் அவரிடமிருந்து மௌனம். சில வினாடிகளுக்குப் பிறகு அவர் பேசுமுன்னே அவன் முந்திக்கொண்டு பேசினான். அவரது தயக்கத்தை உடைத்து மேலும் அவரைத் தன்னை நோக்கி உந்தித்தள்ளும் யுக்திதான் அது.

'நாங்கள் இதன் மதிப்பைக் குறைத்தும் கொடுக்க முடியும். ஆனால் இதன் சந்தை மதிப்புக் குறித்து யாராவது கேள்வி எழுப்பினால் விசாரணை அது இது என்று எல்லோருக்குமே சிக்கல். நாங்களும் பிறகு எக்காலத்திலும் தங்களுக்கு இதுபோன்ற உதவிகள் செய்ய முடியாது.'

'சரி முடித்துக்கொள்ளலாம். பத்து லட்சம்' என்றார்.

'இது அரசுக்கான விலை. எங்களுக்கான பங்களிப்புத் தொகையில் கை வைக்கிறீர்கள்' என்று அன்போடு சொன்னான். 'இதை நீங்கள் எங்களுக்குத் தரும் அன்பளிப்பாகக்கூட கருதலாம்'

அவர் இறுதியாக உற்சாகம் தொனிக்கச் சிரித்தார். வியாபாரம் சுமுகமாக முடிந்தது.

'பொருளை நீங்கள் இம்பீரியலில் திங்கள் முதல் வெள்ளிவரை இருக்கும் விடுமுறை நாளொன்றில் பெற்றுக்கொள்ளலாம். ஆனால் இதுபோன்ற விஷயங்களை நீட்டிப்பது ஆரோக்கியமானது அல்ல' என்றான்.

'நாளை பிற்பகல் எப்படி வசதி?'

'தாராளமாக வாருங்கள் 3.30இலிருந்து 4.30க்குள் வாருங்கள்.'

'நன்றி.'

'வணக்கம்.'

மான்சிங் இந்த உரையாடலைக் கையூட்டு பெறும் ஏல அதிகாரியைப் போலவே பிசிறு இல்லாமல் பேசினான். நான் அவனை உள்ளூரச் சற்றே அச்சத்துடன் பார்த்தேன். அவன் முன்பு பேசிய மனிதனைப்போல இல்லாமல் வேறொரு ஆளாக ஆழ்ந்து அமர்ந்திருந்தான். சிகரெட்டை எடுத்துப் பற்றவைத்தபடி. என்னைப் பார்த்துச் சிரித்தான்.

மறுநாள் இக்கடிகாரத்தை எடுத்துச் செல்ல பிக் அப் ட்ரக் ஒன்றை வாடகைக்கு அமர்த்தி வந்தான் மான்சிங். அதில் நாங்கள் அருகிலுள்ள இரண்டு மூன்று நபர்கள் சேர்ந்து ஏற்றினோம் இதை அவன் மூன்று இடங்களில் மூன்று வெவ்வேறு விதமான ட்ரக்குகளில் கொண்டு சென்றான். பின்னாளில் பயன்படுகிறதோ இல்லையோ ஆனால் போலீஸின் விசாரணை முறைகளைக் கைக்கொண்டுதான் அவன் இவ்வாறு செய்தான். அவனது

அணுகுமுறை போலீசாரின் தேடல் முறையை ஒத்தே இருந்தது. எந்த ஒரு செயல் செய்யும்போதும் அதை அவர்கள் விசாரிக்கும் பல்வேறு கோணங்களைச் சிந்தித்தே செயல்பட்டான். அவர்களைக் குழப்ப வேண்டும் என்பதில் தெளிவாக இருந்தான்.

வெள்ளிக்கிழமை பிற்பகல் ஜூலை இருபத்தி ஒன்பதாம் தேதி கோவர்தனனின் *Morris Six Ms* – கார் புதியதாக அலுமினிய பெயின்ட் அடிக்கப்பட்ட இம்பீரியல் கேட்டின் வழியே நுழைந்தது

மான்சிங்கும் பரசுராமனும் மட்டுமே இருந்தார்கள். மான்சிங் அவரை எதிர்கொண்டு சென்று வழக்கம்போல அவருக்கு 'சல்யூட்' வைத்தான். கார் கதவைத் திறந்தான். நன்கு தெரிந்த அம்முகத்தைப் பார்த்து அவர் புன்னகைத்தார். உள்ளே அழைத்து வந்து அமரவைத்துத் தயாராக வைத்திருந்த கடிகாரத்தின் புகைப்படங்களை அவருக்கு எடுத்துக் காட்டினான். கறுப்பு வெள்ளையில் பல்வேறு கோணங்களில் எடுக்கப்பட்ட அப்புகைப்படங்களில் அக்கடிகாரத்துடன் ஆங்கிலேயர்கள் சுற்றிலும் நின்று புகைப்படம் எடுத்துக்கொண்டிருந்தார்கள். மௌன்பேட்டன் பிரபு தனியாக அக்கடிகாரத்தைத் தொட்டபடி நின்றுகொண்டிருந்தார். மான்சிங் அவரிடம், 'இது லார்ட் மௌன்பேட்டன் பிரபு' என்று சொன்னான். கோவர்தனன் ஒருவிதப் பரவசத்துடன் சொன்னார்: 'ஆமாம். அவரைத் தெரியாமலா. இந்தியாவின் கடைசி வைஸ்ராய்' என்றார். பின்பு அவரை அழைத்துச் சென்று அக்கடிகாரத்தை பேக்கிங்கில் வைத்தபடியே மேல் பகுதியை மட்டும் திறந்து காட்டினான். அவர் மலைத்துப் போனார். மான்சிங் சொன்னான்: 'இது சமீபமாகத்தான் துடைத்து மெருகேற்றப்பட்டது.' அவர் அதைத் தொட்டு நீவி வருடினார். அதன் நேர்த்தியான வேலைப்பாடுகள் அவரை மயக்குதலுக்குள்ளாக்கின. ரகசியக் காதலியைக் காண்பதுபோல அதை அவர் ரசித்தார் என மான்சிங் என்னிடம் சொன்னான்.

அவர் தனது டிரைவரை அழைத்து 'அந்தப் பையை' எடுத்து வரச்சொன்னார். நீங்கள் தவறாக எடுத்துக்கொள்ள மாட்டீர்கள் என நினைக்கிறேன் 'ஒயிட்' பத்து லட்சம் மட்டும்தான். மீதி மூன்றும் 'பிளாக்'தான். ஏனென்றால் அது அரசாங்கத்திற்கு, இது உங்களுக்கு' என்று அப்பாவியாகச் சொன்னார்.

'பரவாயில்லை. அதுவும் பணம்தானே சார்' என்றான்.

இதில் இன்னொரு சுவாரஸ்யம் என்னவென்றால் அவர் ரூபாய்க் கட்டுக்களை எப்போதோ ஒமேகா கடிகாரம் வாங்கிய பையில்தான் எடுத்து வந்திருந்தார்.

௸ 36 ௵ ஜே.பி. சாணக்யா

ஒரு பிக்கப் ட்ரக்கில் கடிகாரத்தை ஏற்றிச் சென்று வீட்டில் இறக்கிவிட்டு அவரோடு மாலைநேரத் தேநீர் அருந்திவிட்டு அவரின் நன்மதிப்புடன் அவன் விடைபெற்றான்.

3

நோவா பெருமூச்செரிந்தாள். ராபர்ட் ஃபிலிப்ஸ் அவளைப் பார்த்துப் புன்னகைத்தார்.

'தெரிந்தே நீங்கள் ஒரு கிரிமினலுக்கு உதவியிருக்கிறீர்கள்' என்றாள். அது ஒரு குற்றச்சாட்டைபோல் இருந்தது. அவள் விரும்பாத ஒன்றைச் சாப்பிட்டதைப்போல அமர்ந்திருந்தாள். ராபர்ட் ஃபிலிப்ஸ் 'ஆமாம், அதற்காகத்தான் இந்த மன்னிப்புக் கடிதம்' என்று அவள் கைகளைப் பிடித்தார். அவள் விலக்கவில்லை. மாறாக அவள் அவரின் கைகளை இன்னும் கெட்டியாகப் பிடித்து அதன் வழியே எதையோ சொல்வதுபோல அமர்ந்திருந்தாள். அவர் கேட்டார் : 'மிகக் கடுமையான பசி எப்படி இருக்கும் என்று உனக்குத் தெரியுமா ?' அவள் தன் தந்தையை ஆழ்ந்து பார்த்தாள். 'எனக்கு இத்தனை திறமைகள் இருந்தும் நான் அதில் ஈடுபட்டேன். எங்கோ ஒரு மன அழுத்தம். யாரையோ அடித்துவிடும் மூர்க்கம். நான் என் செயலுக்கு நியாயம் கற்பிக்கவில்லை. அன்று நான் செய்தது மிக மோசமான செயல்தான்.'

'மான்சிங்கை அதன் பிறகு நீங்கள் சந்திக்கவில்லையா ?' என்றாள் நோவா.

சந்தித்தேன். இரண்டு முறை சந்தித்திருக்கிறேன். என்னைப் போன்று எதிலும் பட்டுக்கொள்ளாமல் வாழ்கின்ற சோம்பேறிகள் அவனுடைய வேலைகளுக்கு சௌகரியமாகவும் பாதுகாப்பாகவும் நம்பகத்தன்மையைத் தருபவர்களாகவும் இருக்கிறார்கள். அவன் மும்பையில் செய்த உலகப் புகழ்பெற்ற நகைக்கடைத் திருட்டை நம் வீட்டில் தங்கித்தான் செய்தான். அவன் அப்போது மிகவும் அழகாக மீசையையும் சவரம் செய்து ஓவர்கோட் போட்டு குளிர்கண்ணாடி அணிந்து ஹிந்தித் திரைப்பட கதாநாயகர்களைப்போல இருந்தான். அந்நேரத்தில் நான் *Ek Pyaar ki ya kahanai* திரைப்படத்தின் இரண்டாவது பாகத்தில் பணிபுரிந்துகொண்டிருந்தேன். எனது முகவரியை விசாரித்துத் தெரிந்துகொள்வது அவனுக்கு ஒன்றும் சிரமமாயிருக்கவில்லை. அவன் தங்குவதற்கு இடமில்லை என்று சொல்லித்தான் கேட்டான். ஆனால் நகைக்கடைக் கொள்ளையை நான் அறிந்தபோதுதான் என் வீட்டில் தங்குவதும் அவன் திட்டத்தில் ஒன்று என்பதைப் புரிந்துகொண்டேன்.

என் நாட்கள் மகிழ்ச்சியுடனும் திரைப்பட வெற்றிகளுடனும் கழிந்துகொண்டிருந்தன. நான் அப்போது பேஸ்பால் பற்றிய ஒரு ஆவணப்படத்திற்கான வேலைகளில் இருந்தேன். அதுவரை எனக்கு எந்தக் குற்றவுணர்ச்சியும் இல்லை. காரணம் மான்சிங் சொன்ன விஷயம். 'கோவர்தனன் ஒன்றும் முழுமையாகவும் பரிசுத்தமாகவும் உழைத்து முன்னேறியவரில்லை' – இந்தச் சமாதானம் அப்போது எனக்குப் போதுமானதாக இருந்தது. ஆனால் நாளாக நாளாக எனக்கு மட்டுமே தெரிந்த ஒரு ரகசிய நோய் என்னைப் பீடித்திருப்பதுபோன்று நான் நடமாடத் தொடங்கியிருந்தேன். அந்தக் களைப்பிற்கான காரணத்தை அறிவதற்கே எனக்குச் சில நாட்கள் பிடித்தன. மெட்ராஸ் என்றாலே எனக்கு மான்சிங்கும் சுவர்க் கடிகாரமும் கோவர்தனனும் மட்டுமே ஞாபகத்திற்கு வந்தார்கள்.

பின்பு ஒருநாள் நான் காமா பாப்புலர் பேனா ஒன்று வாங்கி வந்தேன். வீட்டுக்கு வந்து எழுதினால் அது எனது லாவகத்திற்கு இசைந்துகொடுக்கவில்லை. யதேச்சையாகத்தான் நான் அதன் பெயரை உற்றுப் பார்த்தேன். அதில் அதிகமாக ஒரு '*a*' சேர்க்கப்பட்டிருந்தது.

'டூப்ளிகேட்.'

'ஆமாம், அதை நான் கடைக்காரனிடம் கொடுத்து சண்டையிட்டேன். 'மன்னித்துக்கொள்ளுங்கள்' என்று கூறி அவன் ஒரிஜினலைக் கொடுத்தான். அந்தக் காலத்தில் பதிமூன்று லட்சம். அதுக் கறுப்பாக இருக்கட்டும் வெள்ளையாக இருக்கட்டும் அவருக்குத் தெரிந்தபோது எத்தனை பதற்றமாக இருந்திருக்கும்? எத்தனை அவமானமாக இருந்திருக்கும்?'

நோவா அமைதியாக இவ்விஷயத்தை உள்வாங்கி உட்கார்ந்திருந்தாள்.

'அன்றுமுதல் வீட்டுக்கு வந்த பிறகு எனக்குக் கடிகாரங்கள், கடிகார சப்தங்கள் ஆகியவை பெரிய தொந்தரவாக இருந்தன. இதற்கு முன்னர் அந்த சத்தத்தை எனக்குப் புறக்கணிக்க முடிந்திருந்தது. அந்தச் சத்தத்தை வெறும் கடிகாரச் சத்தமாக மட்டுமே நினைக்க முடிந்திருந்தது. ஆனால் தற்போது அது ஒரு திருட்டை, ஏமாற்றுதலை, மறைமுகமாகச் சுட்டிக்காட்டும் ஒரு வார்த்தையைப் போல் என்னை ஆக்கிரமிக்கத் தொடங்கியது. என்னால் அந்த டிக்–டிக்–டிக் ஒலிகளைச் சகித்துக்கொள்ள முடியவில்லை. பின்னர் அது கோவர்தனன் முகத்தையும் மான்சிங்கின் சிரிப்பையும் சொல்ல ஆரம்பித்தது. நான் தப்பித்துக்கொள்ளப்

புதிய காரணங்களைத் தேடிக்கொண்டிருந்தேன். ஒரு மனிதன் ஹிட்லரைப்போல எத்தனை கொடிய கொலைகளையும் செய்ய முடியும். ஆனால், அது அவனுக்கு உறுத்தாதவரைதான். இந்த நிலையை ஒருவன் அடையும்வரை இயற்கையில் அதற்கு ஒரு அனுமதியும் இருக்கும். அந்த செயலினால் வரும் பயன்பாட்டின் விதியைப் பொறுத்து அதன் நீட்டிப்பும் முடிவும் இருக்கும். இது எனது அனுபவத்தினூடாகப் பெற்றது. அந்த அனுமதி முடிந்துவிட்டால் சம்மந்தப்பட்டவரின் மனசாட்சி வேலை செய்ய ஆரம்பித்துவிடும். இதுதான் அதன் எல்லை'

நோவா அக்கருத்தில் இசைவுகொண்டதுபோல தலையாட்டிப் புன்னகைத்தாள்.

ராபர்ட் ஃபிலிப்ஸ் கைக்கடிகாரம் கட்டாமல் போனதும் அவருடைய அறையில் ஒரு கடிகாரமும் இல்லாமலிருந்ததும் அவரது எளிமை என்றே நோவா நினைத்திருந்தாள். தற்போது அதன் காரணம் அவளுக்கு விளங்கியபோது, ஒருவகையில் அப்பாவின் மனசாட்சி குறித்து அவள் நிறைவு பெற்றாள்.

நோவா அந்த ஜூலை மாதம் இந்தியா வந்தபோது அவளுக்கு மான்சிங்கைப் பார்க்க வேண்டும்போல் இருந்தது. பெரிய காரணமில்லை. அப்பாவைப்போல் அவருக்கும் இடைப்பட்ட இத்தனை வருடங்களில் மனமாற்றம் ஏதேனும் வந்திருக்கிறதா எனப் பார்க்கும் ஆர்வம்தான். மேலும் தன் தந்தை இது குறித்து மன்னிப்புக் கேட்கத் தேவையே இல்லை என்றும் கருதினாள். ஆனால் அப்பாவின் தவிர்க்க முடியாத, காலம் தாழ்ந்து வெளிப்படுத்த முடிந்த நேர்மைக்கு முன்பு அவள் பணிந்திருந்தாள். மும்பையில் ராபர்ட் ஃபிலிப்ஸுக்கு சொந்தமான இரண்டு அறைகள் கொண்ட அடுக்குமாடிக் குடியிருப்பில் தங்கிக்கொண்டாள். (ராபர்ட் ஃபிலிப்ஸின் தாய்மாமன் உறவினர்கள் அதை விருந்தினர் இல்லமாகப் பயன்படுத்திக்கொண்டிருந்தார்கள்.)

கோவர்தனன் குழுமத்தை அவள் கண்டறிவதற்கு அதிக சிரமம் எடுத்துக்கொள்ளவில்லை கோவர்தனன் குழுமம் மெட்ராஸ் கோவை, திருச்சி ஆகிய நகரங்களில் விஸ்தரிக்கப்பட்டு மிகவும் பிரபலமாகவும் பிரம்மாண்டமாகவும் இருந்தது. அவள் கோவர்தனன் குழுமத்தின் வியாபாரங்களைப் பார்த்து தன் தந்தை எழுதிய தொகை ஒரு பொருட்டே இல்லாமல் போகும் என்று நினைத்தாள். ஆனால் இது ஒரு சிறிய தொகையாக இருந்தாலும் அதன் காரண காரியங்களைப் பொருத்து இந்தச் செயலின் முக்கியத்துவம் வேறானது என்றும் நினைத்தாள். கோவர்தனின் அப்பாய்ன்மென்ட்டைப் பெறுவதற்கு அவரைப்

பார்ப்பதற்கென்றே அவள் அமெரிக்காவின் நியூ ஜெர்ஸியிலிருந்து வருவதாக சொன்ன ஒரே ஒரு வாக்கியமே போதுமானதாக இருந்தது. ஆனால் அவரது மகன் விவேகாநந்தன் வெவ்வேறு வகைகளில் துருவித் துருவிக் கேட்டதற்கு அவள் அத்தனை முறையும் ‘அதை அவரிடம் மட்டுமே தெரிவிக்க முடியும்’ என்று மட்டும்தான் கூறினாள். ‘நிச்சயம் இது தங்கள் தந்தையாரின் கடந்தகால பலவீனமான காதல் சம்மந்தப்பட்டதோ பெண்கள் சம்மந்தப்பட்டதோ அல்ல. நீங்கள் நிம்மதியாக இருக்கலாம்’ என்று கூறிச் சிரித்தாள். இதன் பின்பு விவேகாநந்தனிடம் ஒரு நிதானம் வந்ததை அவளால் உணர முடிந்தது.

அவள் சற்றே வியந்தாள். மான்சிங் கடிகாரத்தை விற்ற அதே நாளில்தான் அவள் கோவர்தனனைச் சந்தித்திப்பதற்கான ‘அப்பாயின்ட்மென்ட்’டையும் வாங்கியிருந்தாள். அதே ஜூலை மாதம் இருபத்தி ஒன்பதாம் தேதி. அது ஒரு தற்செயல் நிகழ்வு என்று அவள் கருதினாலும்கூட இந்த விஷயங்கள் குறித்தும் கோவர்தனனை சந்தித்த பிறகு நிகழ்ந்தவற்றைப் பகிர்ந்துகொள்வதற்கும் தன் தந்தை ராபர்ட் ஃபிலிப்ஸ் இல்லையே என்று உண்மையிலேயே வருந்தினாள்.

கடற்கரைச் சாலையில் கார் சென்றுகொண்டிருந்தபோது அவள் ஒவ்வொரு பிரம்மாண்டமான வீட்டைப் பார்க்கும்போதும் கோவர்த்தனின் வீடாக இருக்குமோ என்று நினைத்தாள். என்ன காரணத்திற்காக தன்னை சந்திப்பதற்காக ஒரு இளம்பெண் நியூ ஜெர்ஸியிலிருந்து வர வேண்டும் என்பதை எப்படி யூகித்தும் அறிய முடியாதவராக ரகசியம் தெரிந்துகொள்ளும் ஆர்வத்தோடு கோவர்தனன் அவளை அனுமதித்திருந்தார்.

தரைத் தளமாக அகலமாக விஸ்தரிக்கப்பட்டிருந்த அவரின் கடற்கரை வீடு உயிரோட்டமுள்ள ஒரு மியூசியத்தைப்போல் இருந்தது. கடல் அங்கிருந்து ஒரு தடுப்புமில்லாமல் அகண்டு விரிந்திருந்தது. கடற்கரையிலிருந்து பார்த்தபோது அது திறந்தவெளி வீட்டைப்போலத் தோன்றியது. நவீனமான சுவர்களும் மென்னுணர்வு தரும் வண்ணங்களும் பழம்பெரும் பொருட்களும் புத்துணர்ச்சியுடன் கலந்திருந்தன. அவளை மிகவும் கவர்ந்தது வீட்டிலிருந்து கடல் – அழகிய நிஜமாக – நீல வண்ணத்தில் புகைப்படத்தில் இருப்பதைப்போல அமைதியுற்றிருந்ததுதான். சுற்றிலும் மரங்கள் சூழ மணற்பாங்கான நிலத்தில் அமைந்திருந்த தோட்டத்தை அவள் மிகவும் ரசித்தாள். அவள் எதிர்பார்த்திருந்த வேலைக்காரர்களை தோட்டத்தில் பார்க்க முடியவில்லை. செழிப்பான தென்னை மரங்களுக்குப் பின்னே இருக்கும் பராமரிப்பையும் புல் தரையின் ஒழுங்கையும் அதன்மீது பரவியிருந்த மாலைநேர ஒளியையும் அவள் இதமாக உணர்ந்தாள்.

கடலைப் பார்த்து நின்றுகொண்டிருந்த எலக்ட்ரானிக் சக்கர நாற்காலியில் மாலை வெயில் படிந்திருக்க கோவர்தனன் நிழலைப் போல அமர்ந்திருந்தார். படிக்கட்டு இல்லாமல் வெறும் சிமிண்டுப் பாதையே சாய்மானமாக அமைக்கப்பட்டிருந்தது. அவர் அரவம் கேட்டுக் கடலுக்கு முதுகு காட்டிச் சக்கர நாற்காலியுடன் திரும்பினார். அழகும் அறிவும் இணைந்து மதிப்பூட்டக்கூடிய பெண்ணாக, புடவையுடனும் தோளில் தொங்கும் தோல் பையுடனும் புன்னகையை ஏந்தியபடி நோவா அவரை நோக்கிச் சென்றுகொண்டிருந்தாள். இந்திய உடலும் அமெரிக்க வெள்ளை நிறமும் கொண்ட அப்படி ஒரு பெண்ணை அவர் நிச்சயம் கற்பனை செய்திருக்கவில்லை. செம்பழுப்பு நிற விழிப்பாவைகள் அவரை அசரவைத்தன. (சூழலுக்கான ஆடைகளைத் தேர்வு செய்வதில் அவள் அம்மா மார்கரெட்டிடம் அடிக்கடி பாராட்டுக்களைப் பெற்றவள் நோவா. உற்சாகம் அளிக்கக்கூடிய பெண்ணாக அவள் எப்போதும் இருந்துவந்தாள்.) அவளின் முதல் புன்னகையே அவள் இதயத்தின் கம்பீரத்தையும் தன்னம்பிக்கையும் அவருக்குத் தெரிவித்துவிட்டிருந்தன.

வயதினாலும் அனுபவத்தாலும் நிதானத்தோடு பிறரை ஆளுமை செய்யும் ஒருவராக அவரை நோவா உணர்ந்தாள். ஓய்வு என்று அவர் ஒதுங்கியிருந்தாலும் அவர் உள்ளுக்குள் ஓய்வற்றவராக இருந்தது வெளிப்படையாகத் தெரிந்தது. அவருக்கும் எதிரே நைலான் ஒயரால் பின்னப்பட்ட மர நாற்காலி ஒன்றும் அதற்கிடையில் மரக்கடைசலில் செய்த டீப்பாய் ஒன்றும் இருந்தன.

நோவா தன்னை அறிமுகப்படுத்திக்கொண்டாள். அவளுடைய தந்தையை அவருக்குத் தெரிந்திருக்காது என்று அவள் தவறாக கணக்கிட்டிருந்தாள். ஆனால் வயோதிகத்தில் ஆழ்ந்து இருண்டிருந்த சாம்பல் படிந்துவிட்ட கண்களைச் சுருக்கி அவர் யோசித்தார். நன்கு கேள்விப்பட்டிருந்த ராபர்ட் ஃபிலிப்ஸின் பெயரை அவர் ஞாபகத்திற்கு கொண்டுவருவதற்குள் வந்த வேலையின் அடிப்படையில் அவரின் ஞாபகத்தைத் தூண்டும்படி அவள் குறிப்பிட்டாள்: ‘அனேகமாக முப்பது வருடங்கள் இருக்கலாம். உங்களிடம் ஒரு மணிக்கூண்டு கடிகாரம் விற்கப்பட்டது நினைவிருக்கும்.’ அவர் உடனே கண்கள் அகல திடுக்கிட்டவரைப்போல அவளைப் பார்த்தார். ‘அதைச் செய்தவரின் மகள்’ என்றபடி தன் கைப்பையைத் திறந்து அவள் அந்தக் கடித உறையை எடுத்துக் கொடுத்தாள். அவர் யூகிக்க முடியாமல் அவளது முகத்தைப் பார்த்தபடியே அனிச்சையாக வாங்கினார். அவர் முகத்தில் கடுமை பரவியது. வேறு வழியின்றி அவர் சற்றே ஆர்வத்துடன் பிரித்தார்.

அவரது சக்கர நாற்காலியில் ஒரு புறம் ‘வாக்கிங் ஸ்டிக்’ செருகப்பட்டிருந்தது. அதன் வலது கைப்பிடியின் கீழே மூக்குக் கண்ணாடி கனமான தோலுறையுடன் வாகாக வைக்கப் பட்டிருந்தது. அவர் மிக நிதானமாக கண்ணாடியை எடுத்துப் போட்டுக்கொண்டு கடித உறையிலிருந்து அந்தக் கடிதத்தையும் காசோலையையும் வெளியே எடுத்துப் பிரித்தார். காசோலையைப் பார்த்து அவளை நிமிர்ந்து பார்த்தார். அவள் புன்னகைத்தாள். அவர் அதை உறையிலேயே இட்டுக் கடிதத்தைப் பிரித்துப் படிக்கத் தொடங்கினார்.

அவர் முகம் காற்றின் சீழ்க்கை ஒலியோடும் மாலைநேர வெளிச்சத்தோடும் கடந்த காலத்தை ஒட்டி ஆழ்ந்துகொண்டிருந்தது. தோல் சுருக்கங்கள் மலிந்துவிட்ட விரல்கள் கடிதத்தைக் காற்றிலிருந்து தடுத்துப் பிடித்திருந்தன. நோவா அவருடைய முகத்தின் வழியே அவரின் எதிர்வினையைக் கணிக்க முயன்றாள். அவர் ஒரு திகில் கதையை சிரத்தையுடனும் நம்பிக்கையுடனும் படிக்கும் இளைஞனைப்போல ஆழ்ந்து படித்துக்கொண்டிருந்தார். அங்கே எதிரே யாருமில்லாததுபோல அவர் மட்டுமே தனித்து இருப்பவரைப்போல அந்தக் கடிதத்தில் கரைந்திருந்தார். பின்பு அவர் நிதானமாக அதை மடித்து கடித உறைக்குள் வைத்தார். காசோலையை வெளியில் எடுத்து ஒரு வியாபாரியின் கணித மூளையுடன் என்ன தொகை என்று பார்த்தார். பின்னர் அதையும் கடித உறைக்குள்ளேயே வைத்தார். கடந்தகால புதிரிலிருந்து விடுபட்டவரைப்போல அவளை ஆழ்ந்து பார்த்தார். நோவா அடக்கமாக தன்னுடைய அப்பாவைப் போலவே தன்னைப் பாவித்து ஆங்கிலத்தில் சொன்னாள்.‘தயவுசெய்து என் தந்தையாரை மன்னித்துவிடுங்கள்’ என்றாள். ‘உங்களால் புரிந்துகொள்ள முடியும். அம்மா பரிசளித்த கைக்கடிகாரத்தைக்கூட என் அப்பா மேசை இழுப்பறையில் வைத்துப் பூட்டிவிட்டார். அவருடைய அறையில் அலாரம் ஒலிக்கும் சிறிய கடிகாரங்கள்கூட இல்லை. கடைசிக் காலத்தில் அவருக்குக் கடிகார ஒலியே பிரச்சினைக்குரிய ஒலியாக ஆகிவிட்டது’ என்றாள். அவர் நிதானமாக இதழ் விரியப் புன்னகைத்தார்.

‘உங்கள் அப்பா இப்படி வருத்தப்படுவது எனக்கு ஆச்சர்யத்தை அளிக்கிறது. மான்சிங்தான் இப்படி வருத்தப்பட்டிருக்க வேண்டும்’ என்றார்.

நோவா எதிர்பாராத அதிர்ச்சியைத் தன்னையறியாமல் வெளிப்படுத்தினாள். ‘மான்சிங்... அவரை நீங்கள் கண்டுபிடித்துவிட்டீர்களா?’

‘அவன் பெயரைத்தான் கண்டுபிடித்தோம். அளவுக்கதிகமான புத்திசாலித்தனம் நிரம்பிய முட்டாள் அவன். மறக்கப்பட

வேண்டியவைகளை நினைக்கும்படி ஆகிவிட்டது.' என்று சொல்லிவிட்டுக் கடலைப் பார்த்து ஒருக்களித்துத் திரும்பினார்.

'இது எப்போது போலியான கடிகாரம் என்று உங்களுக்குத் தெரியும்?' என்று நோவா கேட்டாள்.

அவர் கசப்பாகப் புன்னகைத்தார். 'அடுத்த மூன்றாவது வாரமே எனக்குத் தெரியவந்தது. மவுண்ட் ரோட்டில் இதை என் அலுவலகத்திற்கு முன்பு பொருத்துவதற்கு ஏற்பாடுகள் செய்தேன். ஒரு உயர் போலீஸ் அதிகாரி. அவர் பெயர் அருண்தாஸ் குப்தா. நெடுநாளைய நண்பர். ஒரு தேநீர் விருந்தின்போது அவரை இந்தக் கடிகாரத்தை நிறுவும் விழாவுக்கு அழைத்தேன். அப்போது அவர் இதைக் குறித்து விலாவரியாகக் கேட்டபோது நடந்தவை அனைத்தையும் பகிர்ந்துகொள்ளும்படி ஆனது. அவர் கடிகாரத்தைப் பார்த்து வியந்துபோனார். 'ஆன்டிக் கலெக்டர்களைக் குறி வைத்து மிகப்பெரிய மாஃபியா கும்பல் இயங்கிக்கொண்டிருக்கிறது எதற்கும் ஜாக்கிரதையாக இருங்கள்' என்று கூறிவிட்டு விழாவுக்கு வருவதாகவும் சொல்லிவிட்டுச் சென்றார். எனக்கு அவர் சென்றதிலிருந்து கொஞ்சம் அச்சமாகவே இருந்தது. அவர் இரண்டே நாட்களில் தொடர்புகொண்டு கடிகாரம் நிறுவும் வேலையைத் தள்ளி வையுங்கள் என்றார். பின்பு அவர் என்னிடமிருந்த பழைய ரசீதுகளையும் கடிகார ரசீதையும் வைத்துப் பார்த்தே சொன்னார், 'காகித வித்தியாசம் இருக்கலாம்' என்று. அன்று இரவு நான் மிகவும் உடைந்துபோனேன். நட்டம் பணமில்லை. மானம். நான் நேசித்துவந்த கலைப் பொருட்களின் வழியாகவே ஏமாற்றப்பட்டதை நினைத்தபோது மிகவும் வருந்தினேன். புராதன கலைப் பொருட்களை வாங்குவதை நிறுத்தியது இந்தக் கடிகாரம்தான். அதுதான் நான் வாங்கிய கடைசிப் பொருள்.'

நோவா அவரைச் சங்கடத்துடன் பார்த்தாள். அவர் இதழ்க்கோடியில் வெறுமையுடன் புன்னகைத்தார்.

'உனது தந்தையை எனக்குப் பத்திரிக்கை வாயிலாகத் தெரியும். சுகாதாரத்திற்கான விளம்பரம் ஒன்றினை இயக்கியதற்காக அவர் ஜனாதிபதியிடம் விருது வாங்கிய செய்தி ஒன்றில்தான் நான் அவருடையப் பெயரைப் பார்த்தேன் பிறகு நியூயார்க் டைம்ஸ் பத்திரிக்கை வெளியிட்ட 'நம்பிக்கை நட்சத்திரங்கள்' என்ற சிறப்புப் புத்தகம் ஒன்றில் உலக அளவில் சிறந்த கலை இயக்குனர்கள் பட்டியலில் ராபர்ட் ஃபிலிப்ஸும் இருந்தார். இவரை நான் நன்றாக நினைவு வைத்திருந்ததற்கு ஒரே காரணம் இவர் ஒரு இந்தியர் என்பதுதான். ஒரு இந்தியர் தனது திறமைக்காக உலக அளவில் கவனம் பெற்றிருந்த அந்தச் செய்தி கலைஞர்கள் ஆக

முடியாத என்னைப் போன்றவர்களை மகிழ்ச்சியில் ஆழ்த்தியதில் வியப்பொன்றும் இல்லை.'

அவர் தன் மேசையிலிருந்த ரிமோட்டை எடுத்துக் கதவுப் பக்கம் காட்டி அழுத்தினார். நோவா அதுவரை சுவரென்று நம்பியிருந்த அந்தக் கதவு இரண்டாகப் பிளவுபட்டு நகர்ந்தது. அங்கு ஒரு கச்சிதமான பேன்ட்ரி இருந்தது. அவர் கைகளை ஊன்றி எழுந்தார். கத்தியை உருவுவதுபோல வாக்கிங் ஸ்டிக்கை வெளியிலெடுத்தார் நடை பழகும் குழந்தையைப் போல அவர் நடந்தபோதுதான் தொலைவுகளுக்கு மட்டுமே அவர் சக்கர நாற்காலியைப் பயன்படுத்துகிறார் என்பதை நோவா அறிந்தாள். மாடிகள் கொண்ட வீட்டின் வசதிகள் தரைவாட்டிலே நீட்டப்பட்டிருப்பதால் நடக்கும் தொலைவு சற்று அதிகமாகவே இருக்கும் என்று நினைத்தாள். வயதான காலத்தில் இப்படியான வீடு மிகவும் வசதிதான் என்று அவரிடம் சொன்னாள்.

அவர் தலையாட்டிவிட்டு உள்ளே சென்று 'காஃபி சாப்பிடலாமா?' என்று கேட்டார்.

'எஸ். நான் போடுகிறேன்' என்று நோவா எழுந்தாள்.

அவர் அங்கிருந்தபடியே கையமர்த்தி, 'நீ என்னுடைய மதிப்பிற்குரிய விருந்தாளி' என்று சிரித்தார். நன்கு புழங்கிய இடத்தில் பணிபுரியும் பார்வையற்றவரைப் போல் அவர் காஃபி தயாரித்தார். சில நிமிடங்கள் அவர் அவளுக்கு முதுகு காட்டி வேலைசெய்துகொண்டிருந்தார். அவரது கைகள் பான்ட்ரியின் சலவைக் கல்லில் ஊன்றியிருந்தன. அவர் அவளை மறந்துவிட்டவர்போல மறுபக்கத்துச் சன்னலைப் பார்த்துக்கொண்டிருந்தார். அசல் காஃபியின் மணம் அடர்த்தியாக அவ்விடத்தில் மெல்லப் பரவ ஆரம்பித்தது. அவர் அவளிடம் சர்க்கரை அளவைக்கேட்டார். அவள் எழுந்து அவரிடம் வந்தபடி, 'ப்யூர் காஃபி' என்றாள். பால்வண்ணப் பீங்கான் குவளைகளில் காஃபியைப் பாதியை ஊற்றி வெந்நீரைச் சேர்த்தார். அவர் மட்டும் சர்க்கரை சேர்த்துக்கொண்டார். இரண்டு கப்புகளையும் அவள் ஒரு மினி ட்ரேவில் வைத்து மர டீபாய்க்கு எடுத்து வந்தாள். 'வேலைக்காரர்கள் யாருமில்லையா?' என்றாள். 'இருக்கிறார்கள், நான் ஒரு நாளில் சாப்பிடுவதைத் தவிர வேறெதுவும் செய்வதில்லை. இவையெல்லாம் எனக்கு நானே செய்துகொண்ட ஏற்பாடுகள்' என்றார். 'நல்லவேளை நான் இறப்பதற்குள் வந்தாய்.' என்று ஜோக்கடித்ததுபோல் மெல்லிய சத்தத்துடன் சிரித்தார். அவளும் அதற்கு இணையாகப் புன்னகைத்தாள். 'நான் எதிலிருந்தோ விடுதலை பெற்றுவிட்ட ஒரு உணர்வு இருக்கிறது. இந்தக் காஃபியோடு அது நிறைவுபெற்றுவிடும்' என்றார்.

உண்மையான காஃபி விரும்பிகளின் காஃபியாக அது இருந்தது. முதல் மிடறு ருசித்தவுடன் அவள், 'வெரி நைஸ்' என்றாள். அவர் அதை எதிர்பார்த்திருந்தார். அவளுடைய கேசம் காற்றில் கலைந்து முன்பக்கம் ஒதுங்கியதை எடுத்துக் காதோரம் ஒதுக்கியதை அவர் ரசித்தார். 'நீ கடவுளின் அழகைப் பெற்றிருக்கிறாய்' என்றார். அவள் கேள்வியோடு அவரை நோக்கினாள். அவர் மீண்டும் சொன்னார்: 'உனது அழகு சாத்தானின் வசீகரத்தோடு படைக்கப்படவில்லை' என்றார். அவர் உண்மையிலேயே கலாரசிகர்தான் என்று நினைத்துப் புன்னகைத்தாள். 'உங்கள் மனம் ரசிப்பதிலேயே தொலைந்துபோய்விடுமென்று நினைக்கிறேன்.' என்றாள். அவர் அடக்கமாகப் புன்னகைத்தார். 'என் அழகு குறித்து யாருமே இவ்வாறு சொன்னதில்லை' என்றாள். 'சாத்தானின் தன்மை கொண்ட அழகு எதிராளியை மோகமூட்டும், தடுமாற வைக்கும். தேவ அழகு அமைதியூட்டும். பார்க்கப் பார்க்கப் பரவசம் தரும். நீ வந்ததிலிருந்து நான் பரவசமாயிருக்கிறேன்' என்றார். அவள் உண்மையிலேயே அவருடைய விமர்சனத்திற்கும் துணிச்சலான பேச்சிற்கும் வியந்தாள்.

'என் வாழ்க்கையிலேயே நான் ஒரே ஒரு முறைதான் என் கலை ரசனைக்காகத் தோற்றுப்போயிருக்கிறேன். அது இந்தக் கடிகாரத்தை வாங்கியபோதுதான். அதேபோல என் கலை ரசனைக்காக ஒரே ஒரு முறை வெற்றியும் பெற்றிருக்கிறேன். அதுவும் இந்தக் கடிகாரத்தை வாங்கியபோதுதான்' என்றார்.

அவள் அவரது கோணத்தைப் புரிந்துகொள்ள முயன்றாள். அவர் மேலும் சொன்னார்: 'சில பொருட்களை வாங்கும்போது நாம் நம்மை இழப்பதில்லை. அதை வாங்கி ஆளுமைப்படுத்துகிறோம். ஆனால் இதில்தான் நான் முதன்முதலாக என்னை இழந்தேன். அந்தக் கடிகாரம் முழுமையான செய்நேர்த்தியுடன் செய்யப் பட்டிருந்தது.'

நோவா அவசரமாகக் குறுக்கிட்டுக் கேட்டாள். 'மன்னிக்க வேண்டும் நான் அந்தக் கடிகாரத்தைப் பார்க்க முடியுமா?

அவர் ஒரு குழந்தையைப்போல புன்னகைத்தார். தனது சக்கர நாற்காலியை இன்டர்காம் மேசைக்குக் கொண்டுசென்றார். வீட்டுக்குள் யாரையோ தொடர்புகொண்டார். 'தாராவை குடோன் சாவியை எடுத்து வரச்சொல்' என்றார்.

வீட்டின் பக்கவாட்டில் அந்தக் கதவு இருந்தது. மிக அழகாகப் பித்தளைப் பிடிகள் போட்டு ஓட்டுக்கூரையுடன் தனித்த வீடுபோல இருந்தது. அவரது சக்கர நாற்காலி கடலைத் தவிர எல்லா இடங்களுக்கும் செல்லும்படி அவ்விடத்தின் தரைப்பகுதி முழுதும் வடிவமைக்கப்பட்டிருந்தது. கால் மிதிபடும்

பெருமைக்குரிய கடிகாரம்

சணல் சாக்கிலிருந்து பல நூற்றாண்டுகள் கடந்த சிலைகள் வரையிலான கலைநயமிக்க பொருட்களால் நிரம்பியிருந்தது அந்த வீடு. உள்ளே எண்ணற்ற பொருட்கள் வெள்ளைத் துணி உரையால் மூடப்பட்டிருந்தன. எந்தப் பொருளையுமே அவர் திறந்தால் மட்டுமே பார்க்க முடியும். ஆனால் மூடிய நிலையிலேயே அவர் பல பொருட்களைக் கைகாட்டி அது என்னவென்றும் அதன் பழமையையும் பெருமையையும் சொல்லிக்கொண்டு சென்றார். 'என் மகனுக்கு இதில் விருப்பமில்லை. அனேகமாக அவன் எதிர்காலத்தில் எல்லாவற்றையும் இப்படி மூடிவிடுவான். அல்லது நல்ல விலைக்கு விற்றுவிடுவான்' என்றார்.

தாரா குள்ளமாக இருந்தாள். அவளின் பணிவையும் அடக்கத்தையும் பார்த்து அவருக்குத் திருப்தி தரும் பணியாளாக இருப்பாள் என யூகித்தாள் நோவா. சக்கர நாற்காலி மேற்குப் புறக் கதவுப் பக்கம் வந்ததும் அவர் 'இதைத் திற' என்றார். தாரா அக்கதவைத் திறந்து உள்ளே சென்றாள். அந்தக் கடிகாரம் மட்டும் அந்த அறையில் தனியாக வைக்கப்பட்டிருந்தது. அந்தத் துணி உறையைக் கண்ணாடியைக் கையாளுவதுபோல மிக மெதுவாக உருவினாள் தாரா.

அந்த 'மாபெரும் கடிகாரம்' காலத்தின் மௌனமாக அவர்களைப் பார்த்துக்கொண்டிருந்தது. கடிகார முட்கள் ஆறிலும் நான்கிலுமாக நின்றுவிட்டிருந்தன. இவர்களின் உருவங்கள் கடிகாரத்தின் கண்ணாடியில் பிறழ்ந்து மங்கலாகத் தெரிந்துகொண்டிருந்தன. நோவா தனது தந்தையின் வறுமையான காலத்தில் தவறுக்குத் துணைபோகும்படி செய்யப்பட்ட அந்தக் கடிகாரத்தைப் பார்த்தாள். அதன் அழகும் வடிவ நேர்த்தியும் அவள் கண்களில் நீர் துளிர்க்கவைத்தன. அவள் கடைசியாகக் கோர்த்திருந்த தன் தந்தையின் விரல்களை நினைத்துக்கொண்டாள்.

'உன் தந்தை மாபெரும் கலைஞன். இதை இரண்டு வெளிநாட்டவர்கள் வந்து பார்த்துவிட்டு நான் கொடுத்ததைவிட அதிகமான விலைக்குக் கேட்டார்கள். அவர்கள் கேட்டதிலிருந்து இதன் மதிப்பை அவர்கள் அறிந்திருக்கிறார்கள் என்று எண்ணினேன். இது ஒரு டூப்ளிகேட் என்பதை அவர்களால் ஜீரணிக்கவே முடியவில்லை. இதை செய்தவரின் முகவரி கிடைக்குமா என்றும் கேட்டார்கள். நான் அன்று இருந்த மனநிலையில் எதையும் பேசவில்லை.'

நோவா கண்களைத் துடைத்துக்கொண்டதை அவர் கவனித்தார். அவர் மௌனமாக கடிகாரத்தைப் பார்த்துக் கொண்டிருந்தார். பின்பு அவர் தாராவிடம் திரும்பி, 'மைக்கேல் கிடைப்பானா என்று பார். முக்கியமான வேலை என்று கூறி

அலுவலகத்திற்கு வரச்சொல்' என்றார். அவள் தலையாட்டிக் கிளம்பினாள்.

கடல் அலைகள் நிதானமாகக் கரைக்கு வந்துகொண்டிருந்தன. கோவர்தனன் நோவாவின் முழங்கையைப் பற்றியபடி ஈர மணலில் நின்றுகொண்டிருந்தார். அவர்கள் அவரவர் காலங்களில் தொலைந்திருந்தார்கள். அவர்கள் கால்களின் கீழே கடல் அலை தழுவி வருவதும் வெளியேறுவதுமாக இருந்தன.

'அப்பாவின் வாழ்க்கையில் இது ஒரு வேறுபட்ட அத்தியாயம். நீங்கள் எனக்கு ஒரு உதவி செய்ய முடியுமா? நீங்கள் என்ன விலை கேட்டாலும் தருகிறேன். நான் அந்தக் கடிகாரத்தை எடுத்துக்கொள்ளலாமா?' என்றாள் நோவா.

அவர் தயவு வேண்டிய பார்வையுடன் அவளைப் பார்த்தார். அவர் கண்கள் நம்ப முடியாத வகையில் யாசகம் கேட்பதுபோல இறைஞ்சின. 'நீ என்னிடம் இருக்கும் எந்தப் பொருளை வேண்டுமானாலும் எடுத்துக்கொள். தயவுசெய்து இதை மட்டும் கேட்காதே! இது, ராபர்ட் ஃபிலிப்ஸின் பெருமதிப்பிற்குரிய அன்பளிப்பு. இதை இங்கே இந்தக் கடலுக்கு முன்னால் பொருத்தப் போகிறேன். அதற்குத்தான் என் உதவியாளன் மைக்கேலை வரச்சொல்லியிருக்கிறேன்' என்றார்.

அவரின் பிடி அவள் கைகளில் ஆழ்ந்த சினேகத்தை வெளிப்படுத்தியபடி இருந்தது. அவளுடைய அப்பா அவரை நேரடியாகச் சந்திக்காதது குறித்து அவள் அப்போதுதான் முதன்முறையாக வருந்தினாள். ஒருவேளை அவர் சந்தித்திருந்தால் இந்த மனிதர் அவர் விரல்களை முத்தமிட்டிருக்கவும்கூடும்.

காலச்சுவடு – ஆகஸ்ட் 2016, 200வது சிறப்பிதழ்

விருந்தினர் இல்லம்

அந்த மாளிகை ஒரு வகையில் எல்லா வற்றிலிருந்தும் முற்றிலும் துண்டிக்கப்பட்டு புவியியல் அமைப்பில் பூமியைப் போலவே கடலாலும் மலைகளாலும் சூழப்பட்டிருந்தது. ஒருவர் மட்டுமே அந்த மாளிகையின் அருகில் தங்கியிருக்கிறார், சாதாரண உரையாடல்கூட அவரிடம் சாத்தியமில்லை என்றார்கள். அதிகமும் ஆழ்ந்த தனிமையை நேசிக்கும் எனக்கு அது உதவியாகத்தான் இருக்குமென்று அவர்களுக்குச் சொன்னேன். அங்கு சாப்பிடுவதற்கு உணவு விடுதிகளும் எதுவும் இல்லை எனவும் அறிவுறுத்தினார்கள். அது ஒன்றும் எனக்குப் புதிதில்லை. நன்றாக நடக்க விரும்பும் எனக்கு நிச்சயம் அது தொந்திரவாக இருக்கப்போவதில்லை.

ஆழ்ந்த ரேகைகளைப்போல் நெற்றியில் கிடக்கையாகக் கோடுகள் படிந்திருந்த கிழவர், கேட்டின் ஒரு பக்கத்தை அனாயசமாகத் திறந்து தள்ளினார். இவர்தான் அந்தக் காவலாளியாக இருக்க முடியும் என நான் யூகித்தேன். நல்ல வெளிர் மஞ்சள் முறுக்கு மீசையின் முனைகளில் வெற்றிலைப் பாக்குக் கறைகள் ஒட்டியிருந்தன. பரிசுத்தமான நரையில் கச்சிதமான தாடி அவருக்குக் கம்பீரமான அழகைக் கூட்டியது. அந்த வயதிலும் திடகாத்திரம் மிளிரும் உடம்பில் வெண்ணிறத்துண்டும் கணுக்கால் தெரியுமளவுக்கு வேட்டியும் சாதாரண செருப்பும் அணிந்திருந்தார். சுற்றிலும் குரோட்டன்ஸ்களால் பகுக்கப்பட்டிருந்த காருக்கான சிமிண்டுப் பாதை, மாளிகை முகப்பின் முன் எழும்பியிருந்த உயரமான தூண்களுக்கு நடுவில், அகலமும் நீளமுமான படிக்கட்டின் முன்பு சென்று நின்றது.

ஜே.பி. சாணக்யா

கம்பீரமான மரங்களின் பசுமையோடு வீற்றிருக்கும் அந்த மாளிகை, கடந்து செல்லும் எல்லாவற்றையும் ஆழ்ந்து பார்க்கும் உயிரூட்டப்பட்ட ஒன்றைப்போல இருந்தது. அல்லது மாளிகை குறித்த முழுமையில் அது திளைத்திருந்ததும் காரணமாக இருக்கலாம். அசலான பிரம்மாண்டத்தைத் தனக்குள் வைத்திருக்கும் ஒரு அனுபவசாலியின் முழுமை என்றும் அதைக் குறிப்பிடலாம். நிச்சயமாக மனிதர்கள் உருவாக்கிய எத்தனையோ அழகான மாளிகைகளில் அதுவும் ஒன்றில்லை.

இரண்டாள் உயரமும் ஆறடி அகலமும் கொண்ட இரட்டைக் கதவைப் படிக்கட்டு ஏறித் தள்ளித் திறந்தார் கிழவர். வீட்டின் மேற்கூரையில் குடையைப் போல் கவிழ்க்கப்பட்ட கண்ணாடிக் கூம்பின் வழியே, வானத்து வெளிச்சம் ஒளியால் ஆன கூம்பு வடிவ சுடரைப்போல் தரையிறங்கிக்கொண்டிருந்தது. வெளிச்சம் ஏற்படுத்திய வெப்ப உணர்வுக்கு எதிராக உள்ளே இதமான குளிர்ச்சி நிரம்பியிருந்தது. அத்தனை பெரிய மாளிகையில் அந்த 'வயதான இளைஞரைத் தவிர யாருமில்லை. நான் எனது பொருட்களைத் தூக்கி வந்தபடி அவரைப் பார்த்துச் சிரித்தேன். அவர் புன்னகைத்தபடி என்னை ஊடுருவிப் பார்த்தார். எனக்கான அறையைத் திறந்து குளிர்சாதனத்தை இயக்கிவிட்டுச் சிரித்தபடி சென்றுவிட்டார்.

கதவை உட்புறமாகத் தாழிட்டேன். அறையின் ஒழுங்கும் சுத்தமும் என்னைக் கவர்ந்தன. சராசரிக் கூடத்தின் அளவிலிருந்து வேறுபட்ட உயரமும் அகலமும் கொண்ட பெரிய படுக்கையறை. இரண்டு கைகளையும் நீட்டினால் விரியும் அளவுள்ள குளிர்சாதனப் பெட்டி. ஆளை விழுங்கும் 'குயின் சைஸ்' கட்டில். எனக்காக ஏற்பாடு செய்யப்பட்ட ஒரு மரமேசை, மேசை விளக்கு தவிர வேறெதுவும் இல்லை. ஒப்புக்கொண்டு வந்திருக்கும் திரைக்கதைப் பணி முடியும்வரை இந்த அறைதான் எனக்கான அறை. நான் அங்கு மிகச் சிறிய பொருளாக ஆகியிருந்தேன். சன்னல் வழியே பார்த்தேன். ஆயுள் கூடிய மரங்கள் கண்களை நிறைத்தன. அவைகளின் அடர்த்தியான நிழலே மன அமைதியைத் தருவதாக இருந்தது.

சுவரையொட்டி மேலே செல்லும் அகலமான வளைவான பளிங்குப் படிக்கட்டு மாடிக்கு அழைத்துச் சென்றது. பிரம்மாண்டமான பன்னிரெண்டு படுக்கை அறைகள். (நான் மெனக்கெட்டு எண்ணினேன்.) ஒரு நவீன சமையலறை. எந்த அறையிலும் கூடத்திலும் உட்பட, ஒரு பொருளும் இல்லை. எல்லாம் வெறிச்சென்றிருந்தது. குளியலறை ஒவ்வொன்றும் ஒரு குணாம்சம் பொருந்தியதாக இருந்தது. இரண்டு பெரிய நீராவிக்

குளியல் அறைகள். இரண்டு மாடிகளுக்கு மேலே, மேலும் மாடிகள் இருக்கலாம் என யூகித்தேன். அங்கிருந்து பிரகாசமான கடல் ஒரு மறைப்புமின்றி வெள்ளை நீர்ப்பரப்பைப் போல் வானத்துச் சரிவில் சேர்ந்திருந்தது. கடலைப் பார்த்த பிறகுதான் நான் அலைகளின் சத்தத்தையே உணர்ந்தேன். அது ஒரு மென் சப்தம். கவனித்தால் மட்டுமே கேட்க முடிகிற தொலைவில் இருந்தது. மாளிகையின் தொடர்ச்சியாக மரங்களின் அடர்த்திக்கு மத்தியில் பல கட்டடங்கள் ஆங்காங்கே இருப்பதைப் பார்த்தேன். இதை உருவாக்க நினைத்த மனிதனின் தேவையை நினைத்தேன். அது அவரவர் வாழ்க்கை சார்ந்தது என அந்த எண்ணத்திலிருந்து விலகிக்கொண்டேன்.

அதிகமும் துப்புரவுப் பணியாளர்கள், மாளிகையின் பராமரிப்பாளர்கள் ஆகியோர் சிறிய கேட்டின் வழியே வந்தார்கள். நுழையும்போது அவர்களைப் பார்க்க முடிந்தது. பின்பு தங்களின் பணி நிமித்தமாகக் கட்டிடத்தினுள் எங்கோ மறைந்துபோனார்கள்.

பின்புறச் சுற்றுப் படிக்கட்டு நம்மைத் தாழ்வாரத்தின் இடதுபுறக் கீழ் முகப்புக்கு அழைத்துவருகிறது. அங்கே அதுவரை கவனித்திராத நிலைக்கண்ணாடி ஒன்று சுவரில் பொருத்தப்பட்டிருந்தது. பிரவுன் நிற தடித்த சட்டமிட்ட அக்கண்ணாடி ஒரு சுவரைப் போலவே நீளமும் அகலமும் கொண்டிருந்தது. அதை நெருங்க நெருங்க அதன் முன் இருக்கும் அனைத்துக் காட்சிகளும் அதனுள் விரிவடைந்துகொண்டிருந்தன. என் உருவம் பார்த்தேன். கண்ணாடியைக் கண்டுபிடித்தவன் இவ்வுலகின் ஆகச்சிறந்த உன்னதத்தைக் கண்டுபிடித்தவன்தான் என்பதில் என்ன சந்தேகம் இருக்க முடியும்? நான் அம்மாளிகைக்குச் சிறிதும் பொருத்தமற்றவனாகத் தெரிந்தேன். சிகையை ஒதுக்கி, சட்டையைச் சரிசெய்து, முகம் துடைத்து, அம்மாளிகைக்குத் தகுதியுள்ள உருவத்தைத் தர முயற்சித்துப் பார்த்தேன். நான் எனது தோல்வியை ஒப்புக்கொள்ள அதிக நேரம் எடுத்துக்கொள்ளவில்லை.

நான் ஏன் அக்கண்ணாடி முன்பு அவ்வாறு நடந்து கொண்டேன்? அபத்தங்கள் நிறைந்த மனித வாழ்வின் சில தருணங்களில் அதுவும் ஒன்றுதான். பல வருடங்களுக்கு முன்பு ஆரம்பகட்ட நகர வாழ்க்கையின்போது பணி நிமித்தமாக நட்சத்திர ஓட்டல்களுக்குச் சென்றபோதெல்லாம் இவ்வாறு நடந்துகொள்ள முயற்சித்திருக்கிறேன். எப்படிக் கழுவினாலும் ஏழ்மைமறைந்துவிடாதமுகம் கொண்ட என்னை அந்த ஓட்டல்கள் ஏற்றுக்கொண்டதே இல்லை. நகரத்தின் பிரம்மாண்டத்தோடு பொருத்திக்கொள்ள விரும்பிய – அறியாமையுடன் நடந்துகொண்ட – நாட்கள் அவை. பின்னாட்களில் எனக்கும் அந்தப் பகட்டான

இடங்களுக்குமான உறவைத் தெளிவாக்கிக்கொண்டபோது அவ்விஷயங்களிலிருந்து மிக இயல்பாக விலகியிருக்க முடிந்தது.

ஓரிடத்தில் நன்றாக உறங்க முடிந்தாலே அவ்விடத்திற்கும் எனக்கும் ஒத்திசைவு சரியாக இருப்பதாக உணர்ந்துவிடுவேன். எந்தச் சிரமும் இன்றி முற்றிலும் புதியதோர் இடத்தில் நிறைவுகொள்ளும் அளவுக்குப் பகலுறக்கம். ஆழ்ந்து நீராடியதுபோல் புத்துணர்வைப் பெற்றிருந்தேன். கண்டிருந்த உவப்பான கனவை நினைவுகொள்ள முடியவில்லை.

திரைப்படத்தின் தயாரிப்பாளரும் அவரது சகோதரரும் பிற்பகலில் வெள்ளை நிற லேண்ட்ரோவர் காரில் அங்கு வந்தார்கள். காரை விட்டிறங்கியதும் மாளிகையை ஒரு சிறிய வீட்டைப் பார்ப்பது போல் பார்க்க முயன்று மிகவும் அண்ணாந்து பார்த்தார்கள். தயாரிப்பாளர் குளிர் கண்ணாடியைக் கழற்றிவிட்டு முகச் சுருக்கத்துடன் ஊஞ்சலில் வந்து அமர்ந்தார். எனது சௌகர்யங்கள் குறித்து சிறிது உரையாடினார். தயாரிப்பாளரின் சகோதரர் மாளிகையை வியந்து நோக்கிக்கொண்டிருந்தார். அவருக்கும் சொந்தமாக அப்படியொரு மாளிகை என்ற கனவு உற்பத்தியாகியிருக்கலாம். அவர் அந்தக் கண்ணாடியால் கவரப்பட்டவர்போல் அங்கே சென்று தன்னைப் பார்த்துக் கொண்டார். தலையைக் கோதினார். கால் சொக்காய்ப் பைகளில் இரண்டு கைகளையும் நுழைத்துக் குல்லாயைச் சரி செய்து நாவை ஈரப்படுத்திக்கொண்டார். ஒரு கதாநாயகனுக்கு இணையாகத் தன்னை முன்னும் பின்னும் பக்கவாட்டிலும் நின்று பார்த்துக்கொண்டார். பின்பு தயாரிப்பாளருடன் வந்து ஊஞ்சலில் அமர்ந்தார்.

தயாரிப்பாளர் எழுந்து மாளிகையின் சுற்றுக்கூடத்தை நோக்கிக் கம்பீரமாகச் சென்றார். செல்லும்போது இருந்த உற்சாகம் திரும்பியபோது இல்லை. கண்ணாடியில் சட்டையைச் சரிசெய்து காலரை இழுத்துவிட்டுத் தங்கச் செயின் புரள அப்படியும் இப்படியும் அசைந்து பார்த்தார். நிஜத்தையும் பிம்பத்தையும் ஒருசேர நான் கண்ணாடியில் பார்த்துக்கொண்டிருந்தேன். அவர்கள் தங்களைக் கட்டிடத்தின் உரிமையாளராகக் காட்டிக் கொள்வதற்கு அல்லது மாளிகைக்குப் பொருத்தமான நபர்களாகத் தங்களை தாங்களே நம்பிக்கொள்வதற்கு என்னென்னவோ செய்துகொண்டிருந்தார்கள். தயாரிப்பாளர் பல நூறு கோடி ரூபாய் சொத்துக்கள் கொண்டவர்தான். அவர் நிச்சயம் அந்த மாளிகைக்குப் பொருத்தமாகத்தான் இருப்பார் என்ற எனது எண்ணம் உண்மையாகவில்லை. ஆனாலும் தன்னுடைய செல்வத்திற்குப் பொருத்தமான ஒரு மாளிகையில்தான்

பெருமைக்குரிய கடிகாரம்

இருக்கிறோம் என்பதை இறுதிவரை பொருத்திவிட முயன்று தோற்றுப்போனார்.

இல்லாததைக் காட்டுவதற்குக் கண்ணாடி இன்னும் கற்றுக்கொள்ளவில்லைதான்.

இம்மாளிகைக்கு வருபவர்களுக்கு ஒரு சம்பிரதாயமான தொடக்கத்தையும் முடிவையும் மாளிகையே வழங்கும்படி இக்கட்டடத்தின் உரிமையாளர் செய்திருந்தார். வருபவர்கள் மாளிகையின் தோற்றத்தில் உருவாகும் வசீகரத்தில் வீழ்ந்து சுற்றிப் பார்க்க ஆரம்பித்து உற்சாகமாகி பின்பு களைப்படைந்துவிடுதல். கடைசியாக வாழ்க்கையிலிருந்து வெளியேறுவதுபோல மாளிகையிலிருந்து வெளியேறிவிடுவது ஒரு தற்காலிகமான முடிவுரை. இந்த வெளியேறுதலுக்கு மாபெரும் உதவி செய்வது அந்தச் சுவர்க் கண்ணாடிதான் என நான் அனுமானித்திருந்தேன்.

சாயங்காலம் யாருமற்ற கடற்கரை ஓரமாகத் தெற்குத் திசை நோக்கிக் கிழவருடன் நீண்ட நடை. அவர் சாம்பல் நிற வேட்டியும் வெள்ளை நிற ஜிப்பாவும் அணிந்திருந்தார். எதுவும் பேசிக்கொள்ள வேண்டிய தேவை இருக்கவில்லை. மணலில் புதையும் கால்களை எடுத்து எடுத்து நடந்தபடி காற்றில் புடைக்கும் ஆடைகளை அவற்றின் போக்கில் விட்டபடி கடலைப் பார்த்துக்கொண்டும் செல்லவேண்டிய இலக்கு ஏதோ ஒன்று இருப்பதான கற்பனையிலும் நடந்து சென்றோம். மலையடிவாரத்தில் நடந்தபோது மேகங்கள் ஆகாயத்தை மறைப்பதுபோல மலைகளின் நிழல்கள் கடலில் பரவியிருந்தன. ஒரு சுழற்சியாக மீண்டும் கடற்கரைக்கே வந்தோம். இந்தச் சுழற்சியின் மத்தியில் இருக்கும் பொருளாக மாளிகை எனக்குத் தோன்றியது.

இருளில் மறைந்த கடலில் அலைகளின் சத்தமும் கட்டுக்கடங்காத காற்றும் கடலின் இருப்பாக மாறியிருந்தன. கிழவர் பெரிய பெரிய விறகுகளைக் கொண்டுவந்து காற்று மட்டுப்பட்டிருந்த வெள்ளத் தடுப்புக்கு முன்பு மணலில் போட்டு நெருப்பூட்டினார். நானும் அவருக்கு உதவி செய்வதை அவர் தடுக்கவில்லை. ஏற்கனவே 'கேம்ப் ஃபயர்' போடப்பட்டதற்கான அடையாளங்கள் அங்கே இருந்தன. இது முற்றிலும் நான் எதிர்பாராதது. அவர் 'பிளாக் டீ' தயாரித்தார். எனக்கு இது பிடிக்குமென்று செய்தாரா அல்லது தனக்காகச் செய்தாரா என்பதைப் பற்றி நான் அதிகம் சிந்திக்கவில்லை. அவரின் செயல்களில் இருவருக்குமான தேவைகள் நிறைவுடன் இருந்தன. நட்சத்திரங்களின் கீழே நெருப்பொளியில் அமர்ந்தபடி கடற்காற்றை அனுபவித்துக்கொண்டு நாங்கள் அமைதியாகத் துவர்ப்பும்

இனிப்புமான சூடான தேனீரைப் பருகினோம். இன்னொருவர் அருகில் இருந்தும் நான் எனது தனிமையில் ஆழ்ந்திருக்க முடிந்தது. இது அவருக்கும் நேர்ந்திருக்கலாம். அம்மாளிகையின் தனிமையும் எங்களது தனிமையும் இணைந்திருந்த அச்சமயம் பற்றியெரிந்துகொண்டிருக்கும் நெருப்பைப்போல நான் தன்னெழுச்சி கொண்டிருந்தேன்.

இரவு குறைவான ஒளியில் மாளிகை மர்மமான ஒன்றாக மாறியிருந்தது. காத்திருக்கும் அனைத்து அறைகளும் ஏதோ ஒரு கட்டாயத்தில் யாருமற்று மூடப்பட்டு எல்லாமும் அடங்கி விட்டதான உணர்வு இருந்தது. பச்சரிசி சாதத்தில் தேங்காயும் சிறிய வெங்காயமும் மசாலா பொருட்களும் சேர்த்து அவர் ஒரு சாதம் தயாரித்தார். எனது நாவிற்கு அது புதிய ருசியாக இருந்தது. வராந்தாவில் தொடர்ந்தோடிய காற்றலை இதமூட்டிக்கொண்டிருந்தது. இருவரும் அங்கேயே அகலமான நாடா கட்டில்களில் படுத்துக்கொண்டோம். நிலவின் மென்நீல இருட்டு அடர்த்தியற்ற மேக மூட்டத்தைப்போல எங்கள்மீது படர்ந்திருந்தது. தூரத்தில் ஒலிக்கும் அலைகளின் சத்தம் பிரபஞ்சத்தின் ஓய்வின்மையைச் சொல்லிக்கொண்டிருந்தது. அவர் அதை எனக்குச் சொன்னார். அந்த இரவில் அவரது குரல் மிக அழகாக, பண்பட்டதாக என்னைக் கவர்ந்தது.

நாளை இந்த மாளிகையின் உரிமையாளர் வருகிறார் என்று தயாரிப்பாளர் கூறியிருந்தார். மாளிகையின் உரிமையாளர் பெயர் அர்விந்த் தியாகராஜன். இப்படி ஒரு மாளிகையை உருவாக்க வேண்டுமென்று திட்டமிட்ட மனிதர்; இது வேண்டாமென்று தள்ளிவிட்டு வேறிடத்திற்குச் சென்றுவிட்ட மனிதர்; அவரை நேரில் பார்க்க ஆர்வம் கொண்டேன்.

அர்விந்த் தியாகராஜன் புகைப்படத்தை மாளிகையின் உள்ளே பார்த்தபோது அவரை ஏற்கனவே போஸ்டர்களில் பார்த்திருப்பதைக் கிழவரிடம் சொன்னேன். அவர் அதைப் பற்றி எதுவும் கூறவில்லை. சமீபமாக வெளிநாட்டு வங்கி ஒன்றின் ஆண்டு விழாவை முன்னிட்டு முதல்வரைச் சந்தித்திருந்த அந்தச் செய்தியை தினசரியில் படித்திருந்தேன். இதன் பின்னர் நகரின் மிகப் பிரதானமான இடங்களில் அவரது கட்டடங்களில் பல்வேறு தொழில்துறை நிறுவனங்கள் இயங்கிக்கொண்டிருப்பதைத் தெரிந்துகொள்ள முடிந்தது. இதில் எனக்கு சுவாரஸ்யமாக இருந்தது இந்தக் கட்டடங்கள் பலவற்றை நான் ஒரு பாதசாரியாக வேடிக்கை பார்த்தபடியே கடந்திருக்கிறேன்.

அர்விந்த் தியாகராஜன் வருவதற்கான முன்னேற்பாடுகள் ஏதாவது இருக்குமென்று எதிர்பார்த்தேன். ஊஞ்சலில் கிழவரின்

வெற்றிலைப் பாக்குப் பைகூட அகற்றப்படவில்லை. கேட்டில் கார் ஹாரன் அடித்த பின்புதான் கிழவர் நடந்து சென்று கேட்டைத் திறந்து சிரித்தார். வணக்கமும் வைக்கவில்லை. வெறும் சிரிப்புதான். தியாகராஜனே ஓட்டிக்கொண்டு வந்திருந்தார். அது கறுப்பு வண்ண ஜெர்மன் போர்ஷ் கார். ஷோரூமிலிருந்து வீட்டுக்கு வரும் பளபளப்புடன் இருந்தது. தியாகராஜன் தங்க பிரேமிட்ட பவர் கண்ணாடியும், லினன் சட்டையும் ஜீன்ஸ் பேண்ட்டும் எளிமையான தோற்றம் கொண்ட ஆனால் விலையுயர்ந்த தோல் செருப்பும் அணிந்திருந்தார். தோல் சீவப்பட்ட உருளைக்கிழங்கிற்குச் சற்றே நிறமேற்றப்பட்டதுபோல இருந்தார். வாழ்க்கையை எதிர்கொண்ட அனுபவக் களையும் எதைக் குறித்தும் அச்சமற்ற தன்மையும் அதே சமயம் விருப்பமான ஒன்றை இழந்துகொண்டிருக்கும் மெல்லிய சோகமும் அவரிடம் இருந்தன. நிச்சயம் புகார்கள் நிறைந்த முகமாக இல்லை.

அர்விந்த் தியாகராஜன் காரிலிருந்து இறங்கிப் படிக்கட்டில் மேலேறினார். கீழ் வாசலில் நின்ற நான் என்னை அவரிடம் அறிமுகப்படுத்திக்கொண்டேன். மரியாதை நிமித்தமான சம்பிரதாயமான உரையாடலுக்குப் பிறகு உள் படிக்கட்டை நோக்கிச் சென்றார். அம்மாளிகையினுள் அவர் செல்வதை நான் அக்கண்ணாடியில் கிட்டத்தட்ட நெருக்கமாகப் பார்த்தேன். அவர் ஒரு பணக்கார விருந்தாளியைப் போலக் கண்ணாடி வழியே தோன்றி மறைந்தார். இந்த மாளிகையை உருவாக்கிய எஜமானன். எப்படி இந்த மாளிகையுடன் பொருத்தமற்றுப் போக முடியும்? அவரோ கண்ணாடிப் பக்கமே திரும்பவில்லை. நான் உண்மையிலேயே ஏமாற்றப்பட்டேன். அல்லது குழம்பிப் போயிருந்தேன். உருவாக்கியவரை விஞ்சிவிடும் இதன் கம்பீரத்துடன் யார் போட்டியிட முடியும்?

இம்முறை கேம்ப் ஃபயா கடலுக்குச் சற்று நெருக்கமாகத் தடுப்புக்குப் அப்பால் போடப்பட்டது. நம்பவியலாதபடி அர்விந்த் தியாகராஜனும் விறகுகளைக் கொண்டுவந்து போட்டு முழுமையாகப் பங்கெடுத்துக்கொண்டார். நெருப்பொளியின் முன்பு மடக்கு நாற்காலியில் அமர்ந்து ஸ்காட்ச் அருந்தினார். மதுவருந்துவதற்கு என்னை வற்புறுத்தவில்லை. கிழவர் அதன் பிறகு அங்கு வரவில்லை.

தியாகராஜன் என்னைப் பற்றிக் கேட்டு என்னைப் பேசத் தூண்டினார். நான் முடிந்தவரை என்னைப் பற்றிச் சுருக்கமாகச் சொல்லிக்கொண்டதைக் கண்டுகொண்டு சிரித்தார். நான் தயக்கமின்றிக் கேட்டேன். 'ஏன் இத்தனை பெரிய மாளிகையைக் கட்டிவிட்டு வெளியேறிவிட்டீர்கள்?' என்றேன்.

அவர் சொன்னார்: 'இது ஒரு சொத்தாக மட்டுமே பராமரிக்கப்படுகிறது. சில நண்பர்களின் விருப்பத்தில் தவிர்க்க முடியாதபடி அவ்வப்போது விருந்தினர் மாளிகையாகவும் செயல்படுகிறது. இக்கட்டடங்கள் கூடிய விரைவில் ஆதரவற்றோருக்கான கல்வி நிறுவனமாக மாறிவிடும் வேலைகள் நடந்துகொண்டிருக்கின்றன. எந்த ஒன்றுக்கும் பணம் வசூலிக்கப்படுவதில்லை.'

"அது மிகவும் நல்ல விஷயமாக இருக்கும். நீங்கள் இனி இந்த மாளிகை என்னவாகப்போகிறது என்று சொல்கிறீர்கள். நான் ஏன் இவ்வாறு இருக்கிறது என்று கேட்கிறேன்" என்று அவருக்கு விளக்கினேன்.

அவர் சில வினாடிகள் என்னை ஆழ்ந்து பார்த்து சிரித்தார். அவர் நிறம் மேலும் சிவப்பாக, நெருப்பொளியில் அர்த்தம் பொதிந்ததாக மாறிக்கொண்டிருந்தது. அனேகமாக இந்தக் கதையை அவர் நிறையப் பேருக்குச் சொல்லிக் களைத்திருக்கலாம்.

அவர் அமைதியாக இருந்தார். பின்பு அவர் கேட்டார். 'நீங்கள் அவசியம் தெரிந்துகொள்ள விரும்புகிறீர்களா?'

'ஆமாம்.'

இந்த முறை அவர் அமைதி காத்தது எதையோ சொல்வதற்கான முன்தயாரிப்பாக இருக்குமென்று நான் நினைத்தது பொய்யாகவில்லை. அவருக்கு என்மீது குறைந்தபட்ச அபிப்ராயம் ஏற்பட்டிருக்கலாம். பின்பு அவர் பேசச் செய்தார். அவர் சொன்ன கதை இதுதான்:

'நான் மிகவும் சுருக்கமாகச் சொல்கிறேன். இந்த வீட்டை என் தந்தையார்தான் உருவாக்கினார். அவர் பெயர்தான் தியாகராஜன். 1960களில் அவர் ஜெர்மனியிலிருந்து வந்த பிறகு கட்டிய அவரது கனவு மாளிகை இது. இதைக் கட்டி முடிக்க அவருக்கு ஏழு வருடங்கள் ஆயின. இவ்வீட்டிற்கான சமையல் பாத்திரங்களிலிருந்து புத்தர் சிலைவரை அனைத்துப் பொருட்களும் ஜெர்மனியிலிருந்தே கப்பலில் கொண்டுவரப்பட்டன. அப்பா இரண்டு வருடங்கள் மட்டுமே இங்கே வசித்தார். பிறகு இந்த வாழ்க்கையின் போக்கிலிருந்து வெகுவாக விலகிப்போனார்.

எல்லா மனிதர்களுக்கும் வீடு என்பது ஒரு அடிப்படை ஆசை. இல்லாதவர்களுக்கு அது ஒரு கனவு. பணம் வைத்திருப்பவர்களுக்கு அந்தஸ்தின் அடையாளம். பல சமயங்களில் பெரிய விஷயங்களுக்கான திறப்பு மிகவும் சிறிய விஷயங்களில்தான் தொடங்குகிறது என்பதை நீங்கள் அறிந்திருப்பீர்கள். அவ்வாறுதான் அவருடைய வாழ்க்கையிலும் அது நிகழ்ந்தது.

அப்போது அவர் ஒரு முறை கர்நாடகாவிலுள்ள ஹம்பிக்குச் சுற்றுலா போயிருந்தார். அங்கே கிருஷ்ண தேவராயர் ஆட்சி செய்த அந்த இடங்கள் எத்தனையோ மைல்களின் அளவுக்குப் பரந்து விரிந்து இருந்ததைப் பார்த்தார். எல்லாம் பாழடைந்து போயிருந்தன. கட்டடக் கலைமேல் அவருக்கு ஆர்வம் இருந்ததால் ஒன்பது நாட்கள் தங்கிச் சுற்றிப் பார்த்தார். கடைசி நாள் அவர் அங்கே இருந்த மலைக்கோயிலை அடைந்தார். அங்கிருந்து அவர் ஒட்டுமொத்தமாகக் கிருஷ்ண தேவராயர் அரசாட்சி செய்த இடத்தைப் பார்த்தபோது அவர் மனம் அடைந்ததெல்லாம் பிரமிப்பும் வெறுமையும்தான். அன்று மதியம் அங்கே இருக்கும் சிவன் கோயிலில் வரிசையில் நின்று அன்னதானம் வாங்கிச் சாப்பிட்டார். சாப்பிடும்போது அவருக்கு அழுகை வந்துகொண்டிருந்தது. அது என்ன வகையான கண்ணீர் என்று அவரால் கண்டுபிடிக்க முடியவில்லை. அதற்கு அடுத்த நாளிலிருந்து துங்கபத்ரா நதியில் தினமும் நீராடுவதும் புரந்தரதாஸர் கீர்த்தனைகளைப் பாடுபவர்களோடு ஊர் சுற்றுவதுமாக அவரின் போக்கு மாறிவிட்டிருந்தது.

ஹம்பியிலேர்ந்து அவர் வீட்டுக்குத் திரும்பியபோது கடுமையான காய்ச்சலில் விழுந்தார். உடல் இளைத்துக்கொண்டே வந்து வேறொருவராக மாறினார். அவருடைய நிறம் மாறியது; குரல் மாறியது, உடைகள் மாறின.

அப்பா தன்னுடைய தோட்டக்காரருக்காகச் சிறியதாக ஒரு வீடு கட்டிக் கொடுத்திருந்தார். மாடியிலிருந்து தோட்டக்காரரின் வீடு தெளிவாகத் தெரியும். அப்பா ஒருநாள், தோட்டக்காரரின் வீடுதான் தன்னுடைய வீடென்றும், இந்த மாளிகை ஏதோ ஒரு பிசாசு வந்து தன்னை ஆட்டிவைத்துக் கட்டவைத்துவிட்டது என்றும் சொல்ல ஆரம்பித்தார்.'

அர்விந்த் தியாகராஜன் சிறிதுநேரம் அமைதியாக இருந்தார். நான் மீதிக் கதையில் ஆர்வமாகி 'பிறகு?' என்றேன்.

'பிறகென்ன, அந்தத் தோட்டக்காரருக்கு தன்னுடைய நிறுவனத்தில நல்ல வேலையைக் கொடுத்து அனுப்பிவிட்டு அவர் இங்கேயே நிரந்தரமாகத் தங்கிவிட்டார்' என்றார். நான் கடக்க முடியாத அமைதியில் உறைந்திருந்தேன். காற்று ஊழியிடுவதுபோல் அலைந்தது. ஏற்றுக்கொள்ள வேண்டிய ஒரு நிஜத்திற்கு நான் தள்ளப்பட்டிருந்தேன். அவர்தான் என்று ஊர்ஜிதம் செய்துகொள்ள இருளில் பார்த்தேன். அவர் கிழவரின் வீட்டுப் பக்கம் திரும்பிப் புருவங்களை உயர்த்திப் புன்னகைத்தார். நம்ப முடியாத அந்த வினோதத்தை நான் நேரில் அனுபவிப்பதற்காகவே அங்கு வந்திருப்பேன் என்று நினைத்தேன்.

கிழவர் அங்கே இருளுருவமாக அந்தச் சிறிய வீட்டு வாசலில் கோரைப்பாய் போட்டுக் கால்மேல் கால்போட்டுப் படுத்திருந்தார். தன்னையே பிறராகப் பார்த்துக்கொண்டிருக்கும் அவரை நான் அந்த இருளில் சற்றே அச்சத்துடன் உணர்ந்தேன்.

மறுநாள் அதிகாலையிலே நான் அந்த விசித்திரத்தையும் பார்த்தேன். அல்லது தரிசித்தேன். தோட்டத்திலிருந்து நான் மாளிகையைச் சுற்றிக்கொண்டு அவரை நினைத்தபடி முன்பக்கம் வந்தேன். இப்பிரபஞ்சத்தின் நிலையாமையை அறிந்துகொண்ட இம்மாளிகையின் நாயகன் கம்பீரமான மீசையுடனும் மடித்துக்கட்டிய வேட்டியுடனும் வார் செருப்பு பளிங்கு தரையில் சத்தமிட நடந்து வந்துகொண்டிருந்தார். அவரது நடை கண்ணாடியில் தெரிந்துகொண்டிருக்க முன்பக்கம் என்னை நோக்கி வந்துகொண்டிருந்தார். ஆனால் தூணருகே நான் நிற்பதை அவர் கவனித்திருக்கவில்லை. அவர் மிக நிதானத்துடனும் கம்பீரத்துடனும் ஊஞ்சலில் அமர்ந்து லகுவாக உந்தி ஆடினார். ஊஞ்சலே விரும்பி அவரைத் தாலாட்டுவதுபோல லயத்துடன் ஆடினார். இதனூடாக மடியிலிருந்து வெற்றிலைப் பையை எடுத்துப் போடலானார். அம்மாளிகையும் எதிரில் இருந்த காடும் மலைகளும் கண்ணாடியில் அவருடன், அவருடைய லயத்தில் ஆடிக்கொண்டிருந்தன.

தடம் – ஆகஸ்ட், 2016

எதிரொலிப்பது உங்கள் குரல்தான்

பிரபஞ்சத்தின் விதிகள் மனிதனுக்குப் புரிவதில்லை. கடவுளே அழைத்தாலும் திரும்பமுடியாத இருளுக்குள் செல்வதற்குள் அவன் தன்னைப் புரிந்துகொள்ளுதல் நல்லது.

– பாபூஜி மஹராஜ்*

அந்த ஞாயிற்றுக்கிழமை கால்நடை மருத்துவர் பால்ராஜ் என்னைத் தன்னுடைய வீட்டுக்குக் கூப்பிட்டிருந்தார். (அவர் ஒரு கதை எழுதியிருப்பதாகவும் அதை வாசித்துச் சொல்லவேண்டும் என்றும் என்னைக் கேட்டுக் கொண்டிருந்தார்.) பால்ராஜுக்குள் கதை எழுதும் விருப்பம் எப்படிப் புகுந்தது என்பதை நான் தெரிந்துகொள்ள முயலவில்லை. ஆனால் பைத்தியம் பிடித்ததுபோல் ‘கதை எழுத வேண்டும்!, கதை எழுத வேண்டும்!’ எனப் பினாத்துவதைச் சற்றுக் கவனிக்கத்தான் வேண்டும்!

கேட்டில் கை வைத்ததும் அவரது நாய்தான் என்னை முதலில் விசாரித்தது. உள்ளூர நான் நாட்டு நாய்களை விரும்பினேன். ஆனால் தோற்றத்திலேயே பயமுறுத்தக்கூடிய கலப்பின நாய்களைப் பார்த்ததும் கிலிபிடிக்கத்தான் செய்கிறது. யூகித்திராத உயரமும் பருமனும் கொண்ட, பயத்தை உருவாக்குவதினூடாகவே ஆர்வமூட்டும் இவ்வகை நாய்கள், காட்டில் இருக்க வேண்டியவை! எதிரொலிப்புடன் கூடிய அழுத்தமான குரைப்பு

ஒழுங்குபடுத்தப்பட்ட பாஷையைப்போல இருந்தது. கேட்டிலிருந்து கையை எடுத்துவிட்ட பிறகு நியாயம் செய்வதுபோல குரைப்பதை நிறுத்திக்கொண்டது. (என்ன ஒரு வளர்ப்பு!)

பால்ராஜ் சத்தமான குரலில், 'வாங்க சார்' என்றார் என்னைப் பார்த்து. கேட்டின் சாவியை எடுத்தபடி அவர் என்னைத் தனது நாயிடம் அறிமுகப்படுத்தினார்: 'ஜாக்கி. . ., சார் நம்ம ஃப்ரெண்டுடா. . . ரைட்டர்ரா. எழுத்தாளர். . . ம். . .!' என்று அழுத்திச் சொன்னார். ஜாக்கி முன்னைவிடச் சத்தமாக என்னைப் பார்த்துக் குரைத்தது. அவரின் இடுப்பில் ஏற முயற்சிக்கும் குழந்தையைப் போல் முன்கால்களைத் தூக்கி வைத்துக்கொண்டு குழறி முனகியபடி வாலை ஆட்டியபடி அவரை கேட்டின் பக்கம் வரவிடாமல் மறித்தது.

அவர் கோபம் வந்தவரைப் போல், 'ஏய். . . கோ இன்சைட்' என்று அதட்டி அதன் கால்களைப் பிடித்துக் கீழிறக்கினார். ஜாக்கி எஜமானின் குரலுக்குச் செவிமடுத்தபடி முன்னைவிட லேசாகக் குரைத்தபடி என்னை வகைமைப்படுத்திவிட முயன்றுகொண்டிருந்தது.

'சார் கொஞ்சம் கட்டிப் போட்டிர்றீங்களா?' என்றேன்.

'ஒண்ணும் பண்ண மாட்டான் சார். சும்மா வாய் ஜம்பம்தான். அவனை விட்டுட்டு நான் உங்ககிட்ட பேசிட்ருந்திருவனோன்னு பயம்.' என்றபடி பூட்டும் கேட்டும் உரசிக்கொள்ளும் உலோகச் சத்தத்துடன் கேட்டைத் திறந்தார். நாய் வளர்ப்பவர்களுக்கு எப்போதுமே மற்றவர்களின் பயம் தெரிவதில்லை.

'ப்ளீஸ் சார்' என்றேன்.

அவர் என்னை நிமிர்ந்து பார்த்துப் புன்னகைத்தார். கேட்டைத் திறக்காமல் உள்ளே சென்றதும் அவர் என்ன செய்யப்போகிறார் என்பதை ஜாக்கி தெரிந்துகொண்டது. அவரைப் பார்த்து உரிமையுடன் வேக வேகமாகக் குரைத்தபடி பின்வாங்கியது. நியாயம்தான். நாம் சக மனிதனை இவ்வாறு அடுத்த அறையில் கட்டிப்போடுவதில்லை.

'அவனுக்குத் தெரிஞ்சிபோச்சி' என்று என்னைப் பார்த்து மெதுவான குரலில் சொன்னார். வேப்பமரத்தடியில் கிடந்த சங்கிலியை எடுத்துக்கொண்டு 'ஜாக்கி, கமான்' என்றபடி வீட்டுக்குள் சென்றார். ஜாக்கி, அவரைப் பார்த்துக் கெட்டவார்த்தையில் திட்டிவிட்டு ஓடும் சிறுவனைப் போல் குரைத்துக்கொண்டே வீட்டுக்குள் ஓடியது. 'டேய் கமான். . .'

என்று சிறு அதட்டலுடன் அவர் உள்ளே சென்றார். அவரது அதட்டலும் ஜாக்கியின் குழைவான முறையிடலும் கேட்டன. அதன் மன்றாடல்களை மறுத்துத் தரதரவென இழுத்துவந்து வேப்பமரத்தடியில் கட்டிப்போட்டார். என்னால் அதன் சுதந்திரம் கெட்டது குறித்து எனக்குச் சங்கடமாகத்தான் இருந்தது.

நாங்கள் சோஃபாவில் அமர்ந்தோம். வீடு, பெண்கள் புழங்கும் வீடாகத் தெரிந்தும் வெறுமையாக இருந்தது. செயல்பாடற்ற சமையலறை, யாரோ ரகசியமாக எட்டிப் பார்ப்பதுபோல ஒருக்களித்த கதவுடன் திறந்திருந்தது. படுக்கையறைத் திரைச் சீலைகள் ரகசியங்களற்று சன்னல்களின் விளிம்புகளுக்கு ஒதுக்கப்பட்டிருந்தன. வேப்பமரத்தில் அணில்கள் கத்திக்கொண்டு ஓடும் சத்தம் உள்ளே நன்றாகக் கேட்டது.

ஜாக்கி எங்களைப் பேசவே விடவில்லை. ஏற்ற இறக்கத்துடன் விடாமல் பேசிக்கொண்டிருக்கும் குடிகாரரின் உளறலைப் போலத் தொடர்ந்து குரைத்துக்கொண்டிருந்தது. பால்ராஜ் அவ்வப்போது அதைச் சமாதானப்படுத்தியபடி என்னிடம் பேசிக்கொண்டிருந்தார். ஒரு கட்டத்திற்குமேல் ஜாக்கி ஓலமிட்டுக் கத்தத் தொடங்கியது. அவர் அதட்டலாக, ‘முக்கியமான விஷயம் பேசிட்ருக்கேன்ல?’ என்றார். எஜமானின் நியாயத்தைச் சகித்துக்கொள்வதுபோல் சற்று நேரம் பேசாமலிருந்தது. நாங்கள் ஏதாவது பேசிச் சிரித்தால் குரைக்க ஆரம்பித்தது. சிரிப்பு முக்கியமான பேச்சில் சேர்த்தியில்லைதான். அவர் கெஞ்சலாக என்னிடம் ‘அவன் ஒண்ணும் செய்யமாட்டான். அவுத்து வுட்டா கம்முன்னு கெடப்பான்’ என்றார். எனது தயக்கமான முகத்தை பால்ராஜ் தனது நம்பிக்கையான சிரிப்பால் கடந்தார்.

ஜாக்கி அவிழ்த்து விடப்பட்டதும் என்னை நோக்கித்தான் பாய்ந்து ஓடி வந்தது. ஆர்வமும் ஆவேசமும் இணைந்த மிருகத்தின் பாய்ச்சல். (மன்னிக்கவும்; என்னுடைய பயத்தை நான் விவரிக்க விரும்பவில்லை.) பால்ராஜ் சாவகாசமாக வந்தார். ஜாக்கி, பரபரப்பாக என்மீது ஏறி விழுந்து பரிசோதனை செய்தது. இடுப்புப் பகுதி, கால்கள், பாதம் என ஆவேசமாக மூச்சிரைத்தபடி முகர்ந்தது. நாயின் உயிர்த் துடிப்பான ஈரமான மூக்கையும் அழுத்தமான பற்சக்கரத்தைப் போன்ற வெண்பற்களையும் நான் அச்சத்துடன் பார்த்துக்கொண்டிருந்தேன். பின்பு செய்வதற்கு வேலையற்றதுபோல் சட்டென நாக்கைத் தொங்கப்போட்டுக்கொண்டு என்னை நிமிர்ந்து பார்த்தது.

அவர் சகஜமாகச் சிரித்த முகத்துடன், ‘சொன்னேன்ல சார்’ என்றபடி சோஃபாவில் உட்கார்ந்தார். ஜாக்கியிடம் திரும்பி,

‘ஜாக்கி, நாங்க முக்கியமான விஷயம் பேசப்போறோம். டோண்ட் டிஸ்ட்ரப். கோ சிட்டவுன்’ என்றார். ஜாக்கி பதிலுக்கு அவரைப் பார்த்துக் குரைத்தது. அவர் அதே லயத்துடன், ‘என்னே….?’ என்று சற்றே இழுத்தவாறு கேட்டார். அது என்னைப் பார்த்துக் குரைத்தது. அவர் புரிந்துகொண்டவராக, ‘ஓ… சரி… சரி…, சார் நீங்க இந்த சோஃபால உக்காருங்க’ என்றார். நான் எழுந்து பக்கத்து சோஃபாவில் அமர்ந்தேன். ஜாக்கி, நான் அமர்ந்திருந்த சோபாவில் தாவி ஏறி அமர்ந்தது. அது ஏறியதும் உடலைச் சுழற்றி அமர்ந்ததும் அருமையாக இருந்தன. ‘இது, அதோட எடம் சார்! யாரும் உக்கார முடியாது!’ என்றார் கடகடவெனச் சத்தமாகச் சிரித்தபடி. அது முன்னங்கால்கள் இரண்டையும் தரையில் ஊன்றி மீதி உடல் சோஃபாவில் இருக்க எங்களில் ஒருவராக ஆகிவிட்ட திருப்தியில் சௌகர்யமாக வாலை அசைத்துக்கொண்டிருந்தது.

அவரது படுக்கை அறையில்தான் கம்ப்யூட்டர் இருந்தது. அதிகமாக பயன்படுத்தப்பட்ட நிலையில் இல்லை. அப்போதுதான் கழுவித் துடைக்கப்பட்டதுபோல தரை சில்லென்றிருந்தது. ஜாக்கியும் எங்களுடன் வந்து தம்பதியினரின் மெத்தையில் ஒயிலாக முன்கால்களை நீட்டிப் படுத்துக்கொண்டது. எங்கள் வீட்டிலும் நாங்கள் நாட்டு நாய்களை வளர்த்திருந்தோம். அவற்றோடு இவ்வாறு பழகியிருக்கவில்லை என்பதைச் சொன்னேன். ‘என்ன பண்றது? சில சமயம் இவன விட்டுட்டு எதுவுமே செய்ய முடியாது. எங்க ரெண்டு பேருக்கும் நடுவுல வந்து படுத்துக்குவான். அடுத்த ரூமுக்குள்ள அனுப்பி கதவை சாத்துறதுக்குள்ள போதும்போதும்னு ஆயிடும்’ என்று சிரித்தார். நானும் சிரிப்பில் சேர்ந்துகொண்டேன்.

அவர் கம்ப்யூட்டரை உயிர்ப்பித்துக் கதையை எனக்குப் படிக்க கொடுப்பதற்குள் ஜாக்கி எங்களின் கால்களை உரசியபடி – எங்களின் பேச்சில் குறுக்கிட்டுத் தன்னை முன்னிலைப் படுத்தியபடி – சுற்றிச் சுற்றி வருவதும் அவர் அதட்டும்போது கட்டிலில் தாவிச்சென்று படுத்துக்கொள்வதுமாக இருந்தது. குழந்தைகள் பெற்றோர்களைப் படுத்துவதற்கு நிகரான ஜாக்கியின் பொறுமையின்மையை என்னால் உணர முடிந்தது. ஒருசமயத்தில் அவரே கடுப்பாகி ஜாக்கியைப் பார்த்துக் கத்தினார், ‘உங்கூடவே இருக்க முடியுமா? சார் வந்துருக்காருல்லே! அவருகிட்ட பேச வேணாம்?’ என்றார். ஜாக்கி டாக்டரிடம் காட்டுவதைப்போல் நாக்கைத் தொங்கபோட்டுக்கொண்டு சிரித்த முகத்துடன் அவரை உற்சாகமாகப் பார்த்துக்கொண்டிருந்தது. பால்ராஜ் திரும்பி என்னைப் பார்த்து, ‘ரொம்ப அதட்டுனா கோச்சிக்குவான் சார். நாம சாரி கேட்கணும். அவ வந்தான்னா கம்ளெய்ன்ட் வேற? என்ன செஞ்சீங்க புள்ளையன்னு கேள்வியா கேட்டுக்

கொல்வா!' என்றார். அவரது கடுப்பில் ஜாக்கி சிறிது உற்சாகம் அடைந்ததுபோல் என்னிடம் திரும்பிச் சிரித்துக்கொண்டிருந்தது. எனக்கு சுவாரஸ்யமாகத்தான் இருந்தது.

நான் அவர் எழுதிய கதையைப் படிக்கத் தொடங்கியபோது காலிங் பெல் அடித்தது. ஜாக்கிக்கு அடுத்த வேலை என்பதுபோல மெத்தையிலிருந்து ஆர்வமாக குதித்து வாசலுக்கு ஓடியது. பால்ராஜும் யோசனையுடன் எழுந்து போனார்.

ஜாக்கியின் நட்பான குரைப்பொலியுடன் பெண்குரல் கேட்டது. அக்குரல் பால்ராஜுக்கு வணக்கம் வைத்தபின்பு ஜாக்கியை இயல்பாக விசாரித்தது. தாமதமாகத்தான் யூகித்தேன். வந்தது எங்கள் தெருவிலிருக்கும் டெய்சி அக்காதான். பிரம்புக் கூடையில் அல்சேஷன் நாயைப் பூனைக்குட்டியைப்போல எடுத்துக்கொண்டு வந்திருந்தாள். ஜாக்கியின் குரலுக்கு எதிர்வினையாக, அடக்க முடியாத பெரிய பெரிய விக்கல்கள் எடுப்பதுபோல, சுய பாதுகாப்புடன் ஜாக்கியுடன் அது உரையாடியது. அவளுடைய நாய்க்கு அலர்ஜி வந்திருப்பதாகச் சொன்னாள். பால்ராஜ் அவளை ஹாலில் அமரவைத்துவிட்டு கிளினிக் அறையைத் திறக்கப்போனார். நான் டெய்சியைப் பார்க்க எழுந்து வெளியே வந்தேன்.

அவள் வீட்டுக்கும் மூன்று வீடுகள் கிழக்காகத் தள்ளி மாடியில்தான் எனது அறை இருந்தது. குடிவந்த இந்த நான்கு வருடங்களில் அவளுடன் எனக்கு நல்ல பழக்கம் உண்டு. தனியன் என்பதால் உண்மையான அக்கறையுடன் எனது சாப்பாட்டு விபரங்களை விசாரிப்பாள். பால்ராஜ் சில மருந்துகளை எடுத்துவந்து கொடுத்தார். சில சோப்புகளைப் பரிந்துரை செய்தார். அவள் சிறிதுநேரம் பொதுவாகப் பேசிக்கொண்டிருந்துவிட்டு அவர் மனைவி ஊருக்குப் போனதையும் வரும் நாளையும் விசாரித்துவிட்டுக் கிளம்பிப் போனாள்.

❍

டெய்ஸி நல்ல உயரம். தடிமன். கிராப் வெட்டியிருப்பாள். நாற்பத்தைந்தைத் தாண்டியபோதே பால் நரைக்குள் விழுந்திருந்தாள். (அவள் அம்மா ஜூலிக்குகூட இன்னும் முழுதாய் நரைக்கவில்லை.) டெய்ஸி தன் கிராப்பினாலும் அதீத வெளுப்பினாலும் பேண்ட் சட்டை பனியன்களாலும் வேற்று நாட்டுக்காரியைப் போலவும் ஆணைப் போலவும் தோற்றமளிப்பாள். அவள் தமிழ் பேசியபோது நான் வியந்து பார்த்திருக்கிறேன். எளிதில் அணுக முடியாத கண்டிப்பான முகம். முன்கணிப்பும் அந்தரங்க வாழ்வின் தோல்வியும் பிள்ளைகளின்

விதியும் ஆழ்ந்த வடுக்களைப்போல அவள் முகத்தில் கவலைகளாக இறுகியிருந்தன.

எங்களது தெருவின் நவீனமான அடுக்குமாடி வீடுகளுக்கு மத்தியில் அவள் வீடு மட்டும்தான் பழங்காலத்து ஓட்டு வீடு. எண்திசைகளிலும் சாய்ந்திருக்கும் அவள் வீட்டுத் தென்னைமரங்கள் அருகில் உள்ள அடுக்குமாடி வீடுகளை எட்டிப் பார்த்துக்கொண்டிருக்கும். கறுத்துப்போன ஓடுகளின்மேல் மட்கிய தென்னம்பாளைகளும் தென்னையோலைகளும் காய்ந்த குறும்பிகளும் சைக்கிள் டயர்களும் கட்டை விளக்குமாறுகளும் அலங்கோலமாக கிடப்பது குப்பை மேட்டைப் போல் காட்சியளிக்கும். நீள் செவ்வகமான கனமற்ற கம்பி கேட், கார் நுழையும் அளவுக்கு அகலமானது. வெள்ளை செம்பருத்தியும் அடுக்குச் செம்பருத்தியும் கட்டியணைக்க முடியாத பூங்கொத்தைப் போலச் சுற்றுச்சுவரைத் தாண்டி அடம்பாக வெளியே நீண்டிருக்கும்.

நகரம் இப்பகுதியில் பிதுங்கி வழியுமுன் அவளுக்கான வயல்கள் இருந்ததாக பால்ராஜ் என்னிடம் சொல்லியிருந்தார். (அவள் எல்லோரிடமும் இதைச் சொல்லிக்கொண்டிருந்தாள். அவளுக்கான உண்மையான பெருமைகளில் ஒன்றாக அது இருந்தது.) ஜூலி பாட்டியின் இரும்பு மடக்கு நாற்காலி, திறக்கப்படாத ஒற்றைக் கேட்டின் பின்னே மழை வெயில் எனப் பாராமல் எப்போதும் தெருவைப் பார்த்திருக்கும். சாயங்காலங்களிலும் காலை நேரத்திலும் அவளை அந்நாற்காலியில் பார்க்கலாம். அப்போது அவள் தெருவை நிர்வகிப்பவள்போல் கால்மேல் கால் போட்டுக்கொண்டு வீதியின் உயிரோட்டத்தில் லயித்திருப்பாள்.

பால்ராஜ் வந்து அமர்ந்ததுமே, 'இந்த டெய்ஸி ஏன் இவ்ளோ நாய்ங்களை வளர்க்குறா?' என்றார். அலுத்துக்கொண்டவரைப் போலவும் தனக்குத் தானே சொல்லிக்கொள்வதுபோலவும் இருந்தது. டெய்ஸியின் வீட்டைப் புதிதாகப் பார்ப்பவர்கள் யாருக்குமே இந்தக் கேள்வி தோன்றிவிடும். குட்டிபோடும் நாய்களை அவள் விற்பதுமில்லை. பெரும்பாலும் பெண் நாய்கள். எனக்கும் இந்தக் கேள்வி வந்த புதிதில் தோன்றியிருக்கிறது. அவர்களது தனிமையும் நாய்களின் பெருக்கமும் ஒன்றை ஒன்று சமன்படுத்தும் அம்சமாக இருக்குமென்று நினைத்தேன்.

அவள் வீட்டின் உள் வராந்தா கம்பிகளிலும் முருங்கை மரத்திலும் எலுமிச்சை மரத்திலும் விதவிதமான நாய்ச் சங்கிலிகளும் கழுத்துப் பட்டிகளும் அவிழ்த்துவிடப்பட்ட நிலைகளில் கிடக்கும். அவள் எல்லா நாய்களுக்கும் லைசென்ஸ் வைத்திருந்தாள்.

டெய்ஸி காலையில் பால் வாங்கக் கிளம்பினால் படைகளைப் போல பின்னாலே நாய்களும் கேட்டை விட்டு வெளியே வரும். அவள் அவற்றின் பெயர்களைச் சொல்லிப் பிள்ளைகளை உள்ளே அனுப்புவதுபோல் சொல்வாள். சில நாய்கள் கட்டுப்படும்; சில நாய்கள் அவளோடு விளையாட ஆரம்பித்துவிடும். பின்பு அவளும் அவற்றைக் கட்டிக்கொண்டு வாசலிலேயே கொஞ்சிப் புரளுவாள். நாய்கள் அப்போது அவளுடன் போட்டிபோட்டுக்கொண்டு விளையாடும். மற்ற நாய்கள் உள்ளிருந்து குரைத்தால் 'திருட்டுப் பயலுக்கு பொறாமை பாரு' என்பாள். அடக்க முடியாமல் விழுந்து விழுந்து சிரிப்பாள்.

'உங்களுக்குத் தெரியுமா டெய்ஸி இளமையில் மிகவும் அழகாக இருந்தாள்' என்றார் பால்ராஜ். அவளின் இன்றைய தோற்றத்திற்கு இது புதிய தகவல்தான்.

மேலும் பால்ராஜ் நினைவுகூர்ந்தபடி பேசினார்:

'இப்படி ஒரு தோற்றத்துடன் அவள் மாறுவாள் என்று நாங்கள் யாருமே எதிர்பார்த்திருக்கவில்லை. பதினொன்றாவது செக்டாரில் நானும் எஞ்சினியர் ஒருவரும்தான் முதன்முதலாக இடம் வாங்கினோம். அப்போதே அவள் நாய்களை வளர்த்துக் கொண்டிருந்தாள். நீங்கள் அப்போது அவளைப் பார்க்க வேண்டுமே!' என்று ரசானுபவத்துடன் சொன்னார்.

'அவளுடைய பெரியப்பாதான் பதினேழு வயதில் அவளுக்குத் திருமணம் செய்துவைத்தார். தொடர்ச்சியாக மூன்று வருடங்களில் மூன்று பெண் குழந்தைகள்.

அவளது பெரியப்பா அவளிடம் தவறாக நடந்துகொள்ள முயற்சித்ததாக ஒருமுறை என்னிடம் சொன்னாள். அப்போதுதான் அவள் வயதுக்கு வந்திருந்தாள். பொதுவாக இதுபோன்ற விஷயங்களை கௌரவம் கருதி மறைக்கவே நினைப்பார்கள். ஆனால் அவள் அதை மீறி ஏன் என்னிடம் சொன்னாள் என்று இன்றுவரை என்னால் புரிந்துகொள்ள முடியவில்லை. அவள் பெரியப்பாவை நீங்கள் பார்த்திருக்கலாம். அவர் இன்னும் அந்தப் பழைய கரும்பச்சை அம்பாசிடர் கார் ஒன்று வைத்திருக்கிறார். எங்கோ புறநகரில் தங்கியிருக்கிறார்.

டெய்ஸி திருமணமாகிக் கணவனுடன் இங்கேயேதான் இருந்தாள். ஒருநாள் அவனுக்கும் அவள் பெரியப்பாவுக்கும் கைகலப்பு நடந்தது. அவன் வீட்டைவிட்டுப் போய்விட்டான். பெரியப்பாவையும் அவள் இங்கே வரக் கூடாது என்று சொல்லி விட்டாள். ஆனாலும் அவர் அகஸ்மாத்தாக எப்போதாவது

ஜே.பி. சாணக்யா

வருவார். அப்படி வரும் நாட்களில் அவர் உள்ளேயிருக்கும்போது அவள் வெளியேயும் அவர் வெளியே இருக்கும்போது டெய்ஸி உள்ளேயும் இருப்பாள். (இதை நானும் அவ்வப்போது கவனித்திருக்கிறேன். ஆனால் அது ஏதோ இயல்பாக நிகழ்வதாக எண்ணிக்கொண்டிருந்தேன்.)

டெய்ஸிதான் வேலைக்குப் போய் மூன்று பெண் பிள்ளைகளையும் படிக்கவைத்தாள். விடுதியுடன் இணைந்த பெண்கள் கல்லூரியில் படித்த டெய்ஸியின் முதல் மகள் மிகவும் கருத்தாகத்தான் படித்துவந்தாள். ஆனால் டெய்ஸியால் புரிந்துகொள்ள முடியாதபடி ஒரு பழக்கடைக்காரனைத் காதலித்துத் திருமணம் செய்துகொண்டாள். இளையவள் இதே தெருவிலுள்ள ஒருமெக்கானிக்எஞ்சினியரைக் காதலித்தாள்.நீங்கள் கவனித்திருக்கலாம்; ஆண்டாள் டிபார்ட்மெண்ட் ஸ்டோருக்கு அருகிலுள்ள கார் சர்வீஸ் சென்டர் அவருடையதுதான். இந்தத் திருமணத்தை டெய்ஸி முழுமனதுடன் செய்துவைத்தாள். கடைக்குட்டி அவள் வீட்டுக்கும் பக்கத்தில் ஹிந்தி டியூஷனுக்கு வந்திருந்த வாத்தியார் ஒருவரைக் காதலித்துத் திருமணம் செய்துகொண்டாள். அவருக்கும் அவளுக்கும் இருபத்தியிரண்டு வயது வித்தியாசம்.

இவர்கள் மூவருக்குமே ஒரே பிரச்சினைதான். இன்றுவரை யாருக்குமே குழந்தைகள் இல்லை.

நகர வாழ்க்கை என்பதால் இதை இவர்கள் ஆரம்பத்தில் பெரிதாக எடுத்துக்கொள்ளவில்லை. சில வருடங்கள் சர்ச்சுக்குப் போகாமல் இருந்தார்கள். ஜோதிடர்கள் அவர்களுக்குச் சொன்ன – அவர்களால் முடிந்த – எல்லா விதமான பரிகாரங்களையும் செய்தார்கள். பின்பு மீண்டும் சர்ச்சுக்குப் போகத் தொடங்கி மருத்துவர்களை அணுகிப் பரிசோதித்துக்கொண்டார்கள். குழந்தைகளைத் தத்து எடுப்பதை டெய்ஸியும் விரும்பவில்லை. தொடர்ந்த நாட்களின் ஒரு நாளில் ஏதோ ஒரு சமயத்தில் அசரீரி வாக்கைப் போல் அவள் அதை உள்ளூரக் கேட்டிருப்பாள். ஒருநாள் டெய்ஸி, ஜூலிப் பாட்டியைப் போல, ‘தலையெழுத்து இருந்தாத்தான் கொழந்தை பொறக்கும். இல்லியா’ என்றாள் என்னிடம்.’

பால்ராஜ் குனிந்து கம்ப்யூட்டருக்கு வரும் ஸ்பீக்கர் ஒயர்களைப் பார்த்தார். அதிர்ச்சியடைந்த அவர் ஜாக்கியைக் கெட்ட வார்த்தை சொல்லித் திட்டத் தொடங்கினார். ஜாக்கி ஒயர்களை துண்டு துண்டாகக் கடித்துப் போட்டிருந்தது. அவரின் வசைகள் அதிகரிக்க அதிகரிக்க அது எழுந்து அறையின்

வாசற்படியில் ஓடி நின்றுகொண்டு கெஞ்சலாக குழறியது. 'ஒரு சமாதான மயிரும் சொல்ல வேணாம். எனக்குக் கோவம் தலைக்கு ஏற்றதுக்குள்ள ஓடிப்போயிடு' என்று இரண்டடி இரும்பு ஸ்கேலை எடுத்தார். அது ஹால் பக்கம் ஓடியது. 'இங்க பாருங்க சார்... சனியன் என்ன பண்ணி வச்சிருக்கான்னு. கொஞ்ச நேரம் அடுத்தவங்ககிட்ட பேச முடியாது. அவ்ளோ சென்சிட்டிவ். நாம நெனைக்கிறோம் நாய்தானேன்னு. ஆனா எல்லா எழவும் ஒண்ணுதான் சார்' என்றார்.

பின்பு சமனப்பட்டவர்போல அவர் யோசனையுடன் என்னைப் பார்த்தார். ரகசியத்தை வெளிப்படையாகப் பேசும் குரலில், 'எந்த நாயாவது டெய்ஸி வீட்டு நாய்ங்க பின்னாடி சுத்திகிட்ருக்கிறதை பார்த்திருக்கீங்களா?' என்றார். இதுவரை நான் அவ்வாறு கவனித்திருக்கவில்லை. கால்நடை மருத்துவர் என்பதால் தன்னிடம் சிகிச்சைக்கு வரும் நாய்களை அவர் அடையாளம் தெரிந்துவைத்திருக்கலாம். 'பசங்க பொண்ணுங்க பின்னாடி சுத்துற மாதிரிதான் சார் நாய்ங்களும். என்ன... மனுஷங்களுக்கு மறைவிடம் வேண்டி இருக்கு! அதுங்களுக்கு தேவைப்படல!' என்றார்

அவர் உற்சாகமாகச் சொல்லத் தொடங்கினார் : 'அப்போது அவள் பிள்ளைகளெல்லாம் ஹயர் செகண்டரி அளவில் ஏதோ வரிசையாகப் படித்துக்கொண்டிருந்தார்கள். ஒருநாள் இரவு நான் அவள் வீட்டு வழியாக வந்துகொண்டிருந்தேன். டெய்ஸி அவள் வீட்டு நாய் ஒன்றை முருங்கை மரத்தில் கட்டிப்போட்டு மோசமாக அடித்துக்கொண்டிருந்தாள். பாவம் அந்த நாய்! அடி தாங்க முடியாமல் கதறிக்கொண்டிருந்தது. 'டெய்ஸி... இப்பிடிப்போட்டு அடிச்சா அதுக்கு வெறி புடிச்சிரும்'னு சொன்னேன். அதுக்கு அவ, 'ஆமா வெறி புடிச்சிதான் திரியுது!'ன்னு சொல்லிவிட்டு வீட்டுக்குள் போய்விட்டாள்.

அடுத்த நாள் நான் அவளை குப்பைகளெல்லாம் கொட்டிப் பிரிக்கும் நகராட்சி இடத்தில் பார்த்தேன். அவள் தன் தோற்றத்தைப் பற்றிய அக்கறை இல்லாமல் நைட்டியோடும் கலைந்த தலையோடும் தூங்கியெழுந்த தோற்றத்துடன் நின்றுகொண்டிருந்தாள். நானாக அவளை விசாரித்தேன். அவளுடைய நாயைக் காணவில்லை என்று சொன்னாள். இதுகூடவா தெரியாமலிருக்கும்! அது நாய்கள் கூடும் காலம். 'வீட்டுக்கு வந்துவிடும் நீ போ' என்று சொன்னேன். அவள் அருவருப்பாக என்னைப் பார்த்து முகம் சுளித்தாள். அன்றைய இரவும் அந்த நாயை அவள் கட்டிப்போட்டு அடித்ததை நான் பார்த்தேன்.

அடுத்தடுத்த நாட்கள் அவள் வன்மம் பிடித்தவள்போல் கையில் ரீப்பர் சட்டத்துடன் தெருவில் தன் நாயை விரட்டிக்கொண்டிருந்தாள். அது திறந்து கிடந்த எல்லா வீட்டுக் கேட்டின் வழியாகவும் தோட்டத்தின் வழியாகவும் சந்துகளில் புகுந்தும் காம்பவுண்டு சுவர்களில் ஏறிக் குதித்தும் அவளிடமிருந்து தப்பித்துக்கொண்டிருந்தது. அவளின் இறுக்கத்துடன் கூடிய கடுமையான முகத்தை நாங்களனைவரும் பார்த்தோம்.

அடுத்த பருவத்தில் வேறொரு சம்பவம். டெய்ஸி வீட்டு நாயும் மற்ற சில ஆண் நாய்களும் ஒரு பெண் நாயை அமைப்பதற்கு அலைந்துகொண்டிருந்தன. தெருவில் பார்த்த பலர் அவற்றை விரட்டினார்கள். இந்த நாய்கள் போட்டிபோட்டுக்கொண்டும் சண்டையிட்டுக்கொண்டும் கோரமாக ஒன்றை ஒன்று கடித்துக்கொண்டும் கிடந்ததை அவள் வாசலிலேயே பார்த்தாள். கூப்பிட்டவுடன் தன்னுடன் வந்துவிடுமென்று அவள் நினைத்தது பலிக்கவில்லை. குறிப்பாகத் தன்னைத் தெரியாததுபோல நடந்துகொண்டதை அவளால் தாங்க முடியவில்லை.

எல்லா நாய்களையும் டெய்ஸி வீட்டு நாய் நன்றாகக் கடித்தும் குரைத்தும் விரட்டி அடித்த பின்பு அது தன் இணையோடு கூடியது. பின்பக்கத்துத் தெருவில் இருந்த சிறுவர்கள் அந்த நாய்கள் கூடிக்கொண்டிருக்கும்போதே துரத்த ஆரம்பிக்க அவை வழக்கம்போல சிக்கிக்கொண்டன. அவை மெல்ல மெல்ல நகர்ந்தும் இழுத்துக்கொண்டும் ஆவின் பால்பூத்தின் முன்பு வந்து நின்றன. டெய்சி வீட்டின் முன்பு வந்த சிறுவர்கள், ‘அக்கா உங்க நாயைத் தேடிட்ருந்தீங்கல்ல, தா நிக்கிது பாரு’ என்று சொல்லிவிட்டு சிரித்துக்கொண்டே ஓடினார்கள். டெய்ஸி வாசலுக்கு வந்து பார்த்துவிட்டுப்போய் கதவைச் சாத்திக்கொண்டாள்.

அடுத்த நாள் அவள் அந்த நாயுடன் என்னுடைய க்ளீனிக்கிற்கு வந்தாள். அவள் முகம் மோசமான அமைதியுடன் இருந்தது.

“இந்த நாய்க்கி விதைநீக்கம் செய்ய முடியுமா?” என்று கேட்டாள். அந்த நாய்க்கு மட்டுமல்ல. அவளுடைய எல்லா நாய்களுக்கும் செய்ய வேண்டுமென்று சொன்னாள்.

பின்பு அவள் தொடர்ச்சியாகப் புதிய நாய்கள் பருவத்திற்கு வருவதைக் கண்டுகொண்ட பிறகு அவற்றுக்கு விதைநீக்கம் செய்யத் தொடங்கினாள். இன்று அவளிடம் இருக்கும் எல்லா நாய்களும் விதைநீக்கம் செய்யப்பட்டவைதாம் என்றார்.

நாங்கள் சிறிது நேரம் அமைதியாக அமர்ந்திருந்தோம். பின்பு அவரே ஏதோ முடிவுக்கு வந்தவரைப் போல் பேசினார்.

'இதை எதற்குக் கூறுகிறேன் என்றால் வெகு நாட்களாக என் மனதில் அச்சமும் மர்மமுமாக ஒரு சிந்தனை ஓடிக்கொண்டிருக்கிறது. எங்களுக்கும் இந்தப் பிரச்சினை இருக்கிறது. குழந்தை பிறக்கவில்லையென்றால் இதெல்லாம் ஒரு நீளமான பிராஸஸ் ஸார். என்னென்னவோ நினைக்கத் தோணுது. எனக்கு இந்த பாவ புண்ணியத்தின் மீதெல்லாம் நம்பிக்கையில்லை. ஆனால் என் மனைவிக்கு இருக்கிறது. அவள் இப்போதெல்லாம் அடிக்கடி கோபித்துக்கொண்டு வீட்டைவிட்டுப் போவதே இதனால்தான்' என்று சொல்லிவிட்டு என்னை ஆழ்ந்து பார்த்தார். 'மொட்டைத் தலைக்கும் முழங்காலுக்கும் முடிச்சிபோட்டமாதிரி இருக்கா?' என்று கடகடவெனச் சிரித்தார். பின்பு என்னைக் கேட்டார்: 'நீங்க என்ன நினைக்கிறீங்க?'

நான் என்ன சொல்வது என்று யோசித்தபடி சிரித்தேன். நான் எங்கள் தெருவிலேயே இருக்கும், நாய்களை மிகவும் நேசிக்கும் சில கிழவிகளையும் பணக்காரப் பெண்களையும் சொல்லிக் கேட்டேன். அவர்களுடைய நாய்களுக்கும் நான்தான் விதைநீக்கம் செய்தேன் என்றார் பால்ராஜ்.

நகரத்து வீடுகளுக்குள் விதைநீக்கம் செய்யப்பட்டு மலடாக்கப் பட்ட அடிமையைப் போல விசுவாசித்துக் கிடக்கும் அவை ஒரு பெருங்கூட்டமாக இருக்கும் என்று நினைத்தேன்.

'இதை கவர்மெண்ட்டே செய்யுது இல்லியா?' என்றேன். 'ஆமாமா. சிட்டியில உள்ள லைசென்ஸ் இல்லாத நாய்ங்களை கார்ப்பரேஷன் மூலமா பிடிச்சிட்டு வந்து கவர்மெண்ட் டாக்டர்ஸ் வச்சி விதைநீக்கம் பண்ணிடுவாங்க' என்றார்.

'நாய்ங்களோட விசுவாசம் மக்களுக்குப் பிடிக்கிது. அதுங்களோட வாழ்க்கைமுறை பிடிக்கல!' என்றேன்.

அவர் புன்னகைத்து ஆமோதித்தார்.

'விதைநீக்கம் செய்யறதால அதால இனப்பெருக்கம் செய்ய முடியாம போகலாம். ஆனா அதுங்களோட மனசைக் கொல்ல முடியாது இல்லியா?'

அவர் நான் சொல்ல வருவதை யூகிப்பவரைப்போல என்னைப் பார்த்தார்.

'பாவம் புண்ணியம்னுல்லாம் நானும் யோசிக்கலே... நல்லதோ கெட்டதோ நாம செஞ்ச எல்லாமும் நமக்கேதான் திருப்பி வருதுங்கிறதை என் அனுபவத்துல உணர்ந்திருக்கேன். நீங்க நாய்ங்களுக்கு விதைநீக்கம் செய்றதாலதான் உங்களுக்கு குழந்தை

பிறக்கலேன்னு சொல்ல மாட்டேன். ஆனா எல்லாத்துக்கும் 'இங்கே' காரணம் இருக்கு. ஒரு உயிரினத்தோட வாழ்க்கையில மற்றொரு இனம் சுயநலத்தோட ஈடுபடறதை சரின்னு சொல்ல மாட்டேன்.'

பால்ராஜ் ஆமோதிப்பதுபோலத் தலையாட்டினார்.

'நம்மளை இப்பிடி யாராச்சும் பண்ணா என்ன பண்ணுவோம்?' என்றேன். அவர் கேள்வியும் யோசனையுமாக என்னைப் பார்த்தார். பின் சமாதானமாகச் சிரித்தார்.

பிறகு நாங்கள் தேநீர் தயாரித்து அருந்தினோம். நான் அவரது கதையை கம்ப்யூட்டரிலேயே அமர்ந்து படித்தேன். கதையின் கருவாக அவர் எடுத்துக்கொண்டிருந்த விஷயம் மதிக்கத்தக்கதாக இருந்ததைச் சொன்னேன். ஆனால், நீங்கள் எழுதிய கதையைவிட டெய்ஸியைப்பற்றி சொன்ன கதை நன்றாக இருக்கிறது. இதன் எஸன்ஸை ஒரு கதையாக எழுதிப்பாருங்கள் என்றேன். அவர், 'அப்படியா சொல்கிறீர்கள்!?' என வியந்தார்.

கிளம்பும்போது ஜாக்கி ஓடி வந்து என் இடுப்பில் முன்னங்கால்கள் இரண்டையும் தூக்கிவைத்தது. கடிப்பதற்குதான் அவ்வாறு செய்கிறது என்று பயந்துபோனேன். ஆனால் பால்ராஜ் சிரித்தபடியே, 'குட் பை சொல்லுங்க சார்' என்றார். பின்புதான் நான் ஜாக்கியை உற்றுப் பார்த்தேன். அதன் கண்களில் வெளிப்படையான சினேகம் இருந்தது. 'குட் பை' என்றேன். அது இனிமையாக என்னைப் பார்த்துக் குரைத்தது. கால்களைக் கீழிறக்கவில்லை.

'டேய்... அவரு போய்ட்டு நாளைக்கு காலைல வந்துடுவார். விட்றா' என்றார். அவர் கூறும் உணர்ச்சிகளோடு ஜாக்கியின் முகம் பொருந்தியிருப்பதை நான் வியந்து பார்த்தேன். 'நீங்க சொல்லுங்க சார் அப்பதான் அவன் நம்புவான்' என்றார். எனக்கு வினோதமாக இருந்தது. எந்த ஒரு நாயிடமும் நான் இவ்வாறு சொன்னதில்லை. இருந்த சொற்ப நேரத்தில் தன் எஜமானன் பழகிய விதத்தைக் கண்டுகொண்டு நட்பை உருவாக்கிக்கொள்ளும் அவற்றுக்கு நிகர் எதுவுமே இல்லை என்று தோன்றியது.

நாய்கள் கடவுளின் அற்புதங்களில் ஒன்றுதான்.

என்னை அறியாமல் அதன் நெற்றியையும் கழுத்தையும் தடவிக்கொடுத்தேன். அதன் உயிரின் ஓட்டம் எனது உள்ளங்கை வழியே எனக்குள் ஓடியது. அதை அது விரும்புவதாகக் கண்களை மூடிக் குழறி முனகியது. மீண்டும் மீண்டும் அதைச் செய்ய வேண்டும்போல் எதனாலோ என்னைத் தூண்டியது. அது ஒரு

நீரோட்டத்தைப்போல் எனக்குள் இறங்கத் தொடங்கியது. நான் சொன்னேன்: 'போய்ட்டு நாளைக்கு வரேன். குட்பை' அது சட்டென மந்திரம்போல் கால்களைக் கீழிறக்கி வழியனுப்பும் மனிதனைப் போல் கேட்டை நோக்கி எனக்கு முன்னால் ஓடியது.

நான் தயங்கியபடி பால்ராஜிடம் கேட்டேன்: 'ஜாக்கிக்கு விதைநீக்கம் செய்யப்பட்டிருக்கா?'

அவர் சிக்கிக்கொண்டவரைப்போல மழுப்பலாக புன்னகைத்தார். 'என் வொய்ஃப் கம்பெல் பண்ணா. பண்ணிட்டோம்' என்றார்.

மனிதர்கள் தங்களுக்கு ஏற்றாற்போல் மட்டுமே சிந்திக்கத் தெரிந்த அற்புதப் பிறவிகள்.

நான் வெறுமனே புன்னகைத்தேன். விடைபெற்று கேட்டை மூடிவிட்டு நடந்தேன்.

* பாபூஜி மகராஜ் உத்திரபிரதேசம் ஷாஜஹான்பூரில் பிறந்த மகான்.

தமிழ் இந்து – தீபாவளி சிறப்பிதழ், 2014

ரோஜாவின் கண்களும் வார்த்தைகளும்

ரவை மில்லின் சத்தம் தொழிற்சாலையின் இரைச்சலைப்போல் ஒலித்துக்கொண்டிருந்தது. சிறுமி ரம்யாவுக்கு அது ஒரு அரக்கனின் அலறலைப் போலிருந்தது. புழுதி படிந்த கால்களுடன் அவியல் நெல் போட்டிருந்த வெளிப்புறப் பகுதியைத் தாண்டி அரிசி ஆலைக்குள் அவள் தயக்கத்துடன் நுழைந்தாள். யாரோ வேர்க்கடலை உடைக்கும் எந்திரத்தின் முன்னே நின்று தொண்டை கிழியக் கத்திப் பேசிக்கொண்டிருந்தார்கள். அவள் கண்கள் முதலாளி ரகோத்தமன் மணியாரைத் தேடின. கூடத்தின் நுழைவாயிலின் இடதுபக்கம், கருமை கூடிய வழவழப்பான மரமேசையின் மேல் மில்லின் கணக்குப் புத்தகம் கோணலாக மூடிக் கிடந்தது. நன்கு பருத்த உடல் அமர்ந்து தொய்ந்துபோன ஒயர்கூடை நாற்காலி காலியாக இருந்தது. அவள் சுற்றுமுற்றும் பார்த்தாள். அவர் வேட்டியை மடித்துக் கட்டிக்கொண்டு நெல் அரவையில் நின்றுகொண்டிருந்தார்.

மணியாரின் வேட்டியைத் தாண்டி வெளியே நீட்டிக்கொண்டிருந்த கால்சட்டை சொக்காய்கள் சுருட்டை மயிர் நிரம்பிய இரண்டு தொடைகளிலும் ரூபாய் நோட்டுக்களின் கனத்துடன் தலைகீழாய்த் தொங்கும் வெள்ளைப் பறவையின் தலையைப் போல் நீட்டிக்கொண்டிருந்தன. சதைப்பற்றான துடுப்பைப் போன்ற அவரது கைகளின் கெண்டையில் வெள்ளை முழுக்கைச் சட்டை சுருட்டிவிடப்பட்டிருந்தது.

அவருக்குப் பக்கவாட்டில் ஆண்களும் பெண்களும் நெல் மூட்டைகளுடனும் கூடை நெல்லுடனும் கலைந்த வரிசையாக மில்லின் சத்தத்தால் வீழ்த்தப்பட்டு நின்றுகொண்டிருந்தார்கள். ரகோத்தமன் மணியார் இரைச்சலையே அமைதியின் வெளிப்பாடாக எடுத்துக்கொண்டவர்போல அல்லது முழுமையாகக் காதுகேளாத மனிதரைப் போல அங்கே நின்றுகொண்டிருந்தார்.

அவரைப் பார்த்ததும் ரம்யாவின் நாக்கு ஈரப்பதத்தை இழந்துவிட்டிருந்தது. அவள் இதுவரை ஒரே ஒரு முறைகூட ரகோத்தமன் மணியாரின் முன்பு நின்றதே இல்லை. அவரின் உருவம் அவளுக்குக் கொடுமைகள் செய்யும் ஒரு மனிதனாகத்தான் பதிவாகியிருக்கிறது. மில் ஓடிக்கொண்டிருந்தாலும் அவர் வாயை மூடிக்கொண்டிருந்தாலும் அவரது தடித்த குரல் விரும்பத்தகாத அதிகாரத்துடன் அவளுக்குக் கேட்டுக்கொண்டுதானிருக்கும். (மில்லின் எந்திரச் சத்தத்தைத் தாண்டிப் பேசிப் பேசி அவர் சாதாரணமாகவே சத்தமாக பேசுபவராக ஆகிவிட்டிருந்தார். பேருந்துகளிலோ பொது இடங்களிலோ தேவையற்று சத்தமாகப் பேசும் அவர் குரலுக்காகவே எல்லோரும் அவரைத் திரும்பிப் பார்த்தார்கள்.) வக்கிரம் பிடித்த கண்கள்; கோணலான, தடித்த கொடாரம் மூக்கு; டாலடிக்கும் வழுக்கைத் தலை; அகன்ற தாடை; பென்சில் மீசை; தங்கச் சங்கிலி புரளும் சதை மடிப்புகளுடன் கூடிய கழுத்து; பெரிய பானையைக் கவிழ்த்தது போல் கெட்டியான தொந்தி. அவரை அவள் பயங்கரமாக வெறுத்தாள்.

விடுமுறை என்றால் என்னவென்று அறியாத அஞ்சம்மாள் நேற்று மதியப் பகலில் தலைசுற்றிக் கீழே விழுந்தாள். ரகோத்தமன் மணியாரின் கண்முன்னே நடந்ததால் அவளுக்குக் கொஞ்சம் அதிர்ஷ்டம் இருந்தது. வேறு வழியின்றி அவர் மில்லின் டிரைவர் யூசுப்பின் மனைவியைத் தவிடு அள்ளச் சொல்லிவிட்டு விடுமுறை கொடுத்தார். அஞ்சம்மாள் நேற்று அருகிலுள்ள கம்பவுண்டரிடம் ஜுர ஊசி போட்டுக்கொண்டாள். ஆனால் இன்று காலை டவுன் ஆஸ்பத்திரிக்குப் போகச் சொல்லியிருந்தார்.

ரம்யா ரகோத்தமன் மணியாரை பயத்துடன் பார்த்துக் கொண்டிருந்தாள். அவள் வெறுமனே வீட்டுக்குச் செல்ல முடியாது. அவள் அம்மா காய்ச்சலின் அனலைப் பொறுக்க முடியாமல் மட்கிக் கிழிந்த போர்வைக்குள் அனத்திக்கொண்டு கிடக்கிறாள். இன்று தண்ணீர் சேகரிப்பை ரம்யாதான் செய்தாள். கண்களைக் கசக்கிக்கொண்டு புகைந்து எரியும் அடுப்பின் முன் அமர்ந்து கஞ்சி காய்ச்சினாள். அவள் கொஞ்சம் வளர்ந்திருந்தால் அஞ்சம்மாள் இதற்காக அழுதிருக்க மாட்டாள்.

ரகோத்தமனின் முரட்டுத்தனமான தாடை எதையோ மெல்லுவதுபோல அசைந்துகொண்டிருந்தது. பின்பு அவர் கண்ணில் படும்படி, மெதுவாக நடந்து சென்று முன்னே நின்றாள். ஆனால் அவர் அவளை மில்லினுள் நுழையும்போதே கவனித்துவிட்டிருந்தார். அவள் வருகையின் காரணம் அவருக்குத் தெரியும். கூலிக்கு மாரடிக்கும் அவர்கள் பணத்துக்குத்தான் வந்திருப்பார்கள் என்பது அவருக்குத் தெரியாதா என்ன? அவளை இப்போதுதான் பார்ப்பதுபோல் பார்த்தார். அதேசமயம் வேலையின் கவனத்தில் இருப்பதுபோலச் சாதாரணமாகத் திரும்பிக்கொண்டார். ஏனென்றால் அவரை தூரத்தில் பார்த்தாலே பயந்து ஓடிவிடும் ஒரு சிறுமி, அதுவும், அவரின் ஒரு நாள் அதட்டலில் கூடியிருந்த எல்லோரின் முன்பும் சிறுநீர் கழித்துவிட்டிருந்த ஒரு சிறுமி, அவர் முன்னே எப்படி நிற்க முடியும்?

ஆனால், இன்று ரம்யா, அவரைப் பார்த்தபடியே அதுவும் அவர் முன்னே. அஞ்சம்மாள் பார்த்தாளென்றால் ஆண்பிள்ளையைப் பெற்றதுபோல சந்தோஷப்படுவாள். ரம்யாவின் பூனைமயிர் படர்ந்த முதுகில் அவளது செம்பட்டை ஒற்றைச் சடை முடிச்சிடாமல் தொங்கிக்கொண்டிருந்தது. அவளது சின்னஞ் சிறிய கழுத்து அவ்வப்போது மில்லின் எந்திர கதியான செயல்களைப் பார்த்து மீண்டது. வேடிக்கை பார்ப்பது ஒரு சாக்குதான். மணியாரை அவள் தொந்தரவு செய்யாமல் காத்திருந்து பெற்றுக்கொண்டு செல்வதற்கு நின்றதை அவள் ஒருவாறு அவருக்கு விளக்கினாள். அல்லது அவளுக்கு வேறு வழியும் இருக்கவில்லை.

மீண்டும் அவர் அவளைப் பார்த்தும் பார்க்காததுமாகத் திரும்பியபோது, 'ஒட்டாரம்! உதை வாங்க அலையிது' என்று முணுமுணுத்தார். ரகோத்தமன் மணியாரின் முகம் இறுகித் தாடைகள் கெட்டிப்பட்டதை அவள் பார்த்தாள். இந்த ஆரம்பமே அவளை அங்கிருந்து துரத்தக்கூடியதுதான். ஆனால் அவர் மீண்டும் திரும்பியபோது அவர் அதிசயக்கும்படி இரைச்சலை மீறி அவள் முதன்முறையாக அவரிடம் கத்திப் பேசினாள்.

'எங்கம்மா நூர் ரூவா பணம் வாங்கிட்டு வரச்சொன்னாங்க'

அவள் உருவேற்றிக்கொண்டு வந்த வேகத்திற்கும் கேட்ட தொனிக்கும் மிகுந்த இடைவெளி இருந்தது. இருப்புக் குவளைகளின் மோதல்களும் பணியாளர்களின் இரைச்சல்களும் கலந்த சத்தங்களினூடாகத்தான் அவள் கேட்க முடிந்தது. சிலர் அவளைத் திரும்பிப் பார்த்தார்கள். என்ன சொல்கிறாள் என்று அவருக்கு நன்றாகவே கேட்டது. இருப்பினும் அரவை மெஷினின் சத்தத்தில் காதில் விழாதவர்போல், 'ஆங்?' என்றார். ரம்யா

சத்தமாகத் திருப்பிச் சொன்னாள். அவர் அவளை எதிரியைப் போல முறைத்தார். பின்பு அலட்சியமாகச் சொன்னார்: 'இந்த மாசம் சம்பளத்தில வாங்கிக்கச் சொல்லு. சும்மாச் சும்மா காசு குடுக்க முடியாது.'

ரம்யா முற்றிலுமாகக் காது கேட்காதவரிடம் பேசுவதுபோல மேலும் கத்திப் பேசினாள். 'ரொம்ப ஜொரம் அடிக்கிது. ஆஸ்பத்திரிக்கிப் போவுணுங்க.'

அவருக்கு மேலும் ஆச்சரியம். அவளது தன்னம்பிக்கையைக் கண்டுகொள்ளாமல் இருக்க முயன்றார். ஆனால் ஆத்திரம் பீறிட்டுக்கொண்டு வந்தது. ரகோத்தமன் மணியார் கடுப்பாகி கத்தினார். 'ஏய்... போடி... வந்துட்டா வேலை நேரத்துல!' என்றுவிட்டு அரிசி கொட்டும் வழியில் உள்ள இரும்புப் பட்டையை நகர்த்திப் பிடித்தார். காலிக் குவளையை ஆத்திரத்துடன் உதைத்து நகர்த்தியபடி வேறு பக்கம் திரும்பிக்கொண்டார். குழாயிலிருந்து நீர் இறைப்பதுபோல் இரும்புக் குவளையில் அரிசி கொட்டிக்கொண்டிருந்தது. நெல்காரர்கள் அவர் முகத்தைப் பார்த்தபடி அரிசி நிரம்பிய இரும்புக் குவளையை இழுத்துவிட்டு காலிக்குவளையை பணிவுடன் நகர்த்தி வைத்தார்கள்.

'ஏய்... தவுடு...' என்று எந்திரத்தின் பின்பக்கம் பார்த்துக் கத்தினார் ரகோத்தமன். சிமிண்டு தரையில் இரும்பு முறம் உரசும், பல் கூசும் சத்தத்துடன் சூடான தவிட்டை அள்ளி, நெல் செல்லும் தலைப்பில் கொட்டியபடி முகத்தைத் திருப்பிக்கொண்டாள் யூசுப்பின் மனைவி. ரம்யா அவளைப் பார்த்தாள். முக்காடு போட்டுக்கொண்டு வேலை செய்யும் அவள் உருவமே தவிட்டு நிறமாக இருந்தது. தன் அம்மாவின் ஞாபகம் வந்தது. வேலை தொடங்கிய பத்து நிமிடங்களுக்குள்ளாக அஞ்சம்மாளின் மேல் எழுதினால் கோடுகள் தெரியும் அளவுக்கு தவிட்டால் மூடப்பட்டிருக்கும். இமைகள் உட்பட தவிடு படிந்திருக்க விழிகள் மட்டும் கறுப்பாக உள்ளிருந்து பயத்துடன் மினுங்கிக்கொண்டிருக்கும். அவள் கண்களே அப்படித்தான். மன தைரியமும் உடல் வனப்பும் இல்லாத, கணவனற்ற நேர்மையான பெண்களைப்போல அவள் எப்போதும் இருந்தாள்.

இந்தமுறை ரகோத்தமன் பின்பக்கத்து வாழைத்தோட்டத்தைப் பார்த்ததும் வாழைக்கட்டைகள் பறிக்க வேண்டியது குறித்து சிந்தித்தார். செவ்வாழையையும் பேயம் பழத்தையும் பிரித்து நட வேண்டும் என்று அவர் வேலையாட்களுக்குச் சொல்ல வேண்டும். தன்னை மறந்து பசியை நினைத்தவர் திரும்பிக் கணக்கு மேசையைப் பார்த்தார். இன்னும் கேரியர் வரவில்லை. ரம்யாவின் உருவம் அவருக்கு அருவருப்பாகத் தோன்றியது. அவருக்கு மேலும்

ஆத்திரம் வந்தது. புரிந்துகொள்ளாத ஜென்மங்கள். யூசுப் இன்னும் என்ன செய்கிறான் என்று தோட்டத்து வாசற்படியைப் பார்த்தார். நெல் மூட்டையை கம்பி கிரில்லில் கொட்டுபவனைப் பார்த்து 'ஏய்... ஒழுங்காக் கொட்டு' என்று கத்தினார்.

வாசலில் ஒரு மாட்டுவண்டி நெல் மூட்டைகளுடன் வந்து நின்றபோது ரம்யா திரும்பிப் பார்த்தாள். உயரமான அடுக்குகளில் நெல் மூட்டைகள் கட்டப்பட்டிருந்தன. அதன்மீது ஒரு இளம்பெண் மஞ்சள் தாவணி போட்டுக்கொண்டு உட்கார்ந்திருந்தாள். ரம்யா மேலும் படபடப்பாக ஆனாள். வண்டி நெல் அரவையில் ஓட ஆரம்பித்தது என்றால் நிறுத்த முடியாது. ஒன்று இயந்திரம் பழுதாகி நிற்க வேண்டும்; அல்லது மின்சாரம் இல்லாமல்போக வேண்டும். மணியார் சீக்கிரம் பணத்தைக் கொடுத்துவிட்டால் போதும். கடவுளே! இல்லையென்றால் இந்தப் பொழுதே போனாலும் அவர் தர மாட்டார்.

ஏதோ ஒரு வைராக்கியத்தில் அவள் அங்கு நின்று கொண்டிருப்பது அவருக்குக் கட்டுப்படுத்த முடியாத எரிச்சலாக இருந்தது. அவர் திடீரென யாரும் எதிர்பார்க்காதபடி அங்கிருந்தே கத்தினார். 'ஏய்... உன்னத்தாண்டி.. உன்னை எப்போ போச்சொன்னேன்?' என்றார். ரம்யா அவரது அதட்டலில் திடுக்கிட்டாள். மில்லில் இருந்த எல்லோரின் கவனமும் இப்போது அவர்கள்மீதுதான் இருந்தது. அவர் அடிக்க வந்தால் ஓடிவிடலாம்தான். ஆனால் அம்மா ஜுரத்தில் செத்துக்கூடப்போவாள். முத்துலட்சுமியின் அம்மா இப்படித்தான் ஜுரத்தில் செத்துப்போனாள். நன்றாக நடமாடிக்கொண்டிருந்த கார்வார் பாட்டியும்கூட ஜுரத்தில் படுத்து மூன்றாம் நாளே செத்துப்போனாள். ரம்யா பிசுபிசுத்த கைகளைப் பாவாடையில் துடைத்துக்கொண்டாள். பயமும் குழப்பமும் பதற்றமுமாக அவரைப் பார்த்தாள்.

'இங்கியே நின்னா காசு குடுத்திருவேன்னு நெனைப்பா?' என்றார். 'ஒத்த ரூவா கெடையாது ஓடு.'

ரம்யா அழுதுவிடும் நிலைக்கு ஆளாகிக்கொண்டிருப்பதை அவர் உணரவே செய்தார். அது அவருக்கு இன்னும் சௌகரியம். அவளே நின்று நின்று பார்த்துவிட்டுப் போய்விடுவாள். அல்லது அடிப்பதற்கு நெருங்கினால் ஓடிவிடுவாள். தெருவிலும் சாயுபு கடையிலும் அவரைப் பார்க்க நேர்ந்தபோதெல்லாம் அவள் கண்மண் தெரியாமல் தப்பித்து ஓடியிருக்கிறாள். அப்படித்தான் இன்றும் அவள் ஓடப்போகிறாள்.

ரகோத்தமனுக்குச் சட்டெனத் தனது கோபத்தை அங்கிருக்கும் அனைவரிடமும் காட்ட வேண்டுமென்று தோன்றியது. அவள்

பயந்து ஓடுவதை அங்குள்ளவர்களுக்கான சிரிப்புக் காட்சியாக மாற்றும் குரூரமும் பிறந்தது. அவர் அரவையை நிறுத்திவிட்டு விலகிச் சென்று எஞ்சினின் மறுபக்கத்தில் சாய்த்து வைத்திருந்த மட்டப் பலகையை எடுத்தார். ஓடிக்கொண்டிருந்த கன்வேயர் பெல்ட்டின் குறுக்கே விட்டு நெம்பி பெல்ட்டை ஓட்டத்திலிருந்து விலக்கினார். மில்லின் கடைகோடிக்கு வேகவேகமாகச் சென்று பிராதான லீவரைக் கீழே இழுத்து மில்லின் இயக்கத்தை நிறுத்தினார். எஞ்சின் பெருமூச்சு விட்டபடி, சப்தம் அடங்கிய அரக்கனைப் போல ஆலை உயிரற்றுப் போனது. காதுகள் அடைத்துக்கொண்டதுபோலத் தாங்க முடியாத அமைதி.

ஓடிக்கொண்டிருந்த மில்லை ரகோத்தமன் அவளுக்காகத்தான் நிறுத்தினார் என்பதை அனைவருக்கும் தெரிவிக்கும் விதமாக அவளை முறைத்துக்கொண்டே வந்தார். ரம்யாவுக்கு மில்லில் உருவான சத்தமின்மை நடுக்கத்தைத் தந்தது. அவர் நிதானமாக இருப்பு மாவு டின்னிலிருந்த நீண்ட மரச்சட்டத்தை எடுத்தார். அது மில்லின் கூடத்தில் எதிரொலிப்புடன் கேட்டது. மக்கள் ரம்யாவைப் பார்த்து ஓடிப்போய்விடும்படி கிசுகிசுப்புடன் சைகை செய்தார்கள். ஒருத்தி, ‘ஓடிப்போ புள்ளே! என்று வாய்விட்டுக் கத்தினாள். மணியாரைத் தடுத்து நிறுத்த உண்மையிலேயே அங்கு யாருமே இல்லை. ‘எட்டியா! என்னா இப்பிடி நிக்கிறவ’ என்று ஒரு கிழவி பதறியபடி முன்னே வந்தாள். ரம்யாவின் உடல் உதற ஆரம்பித்தது. சட்டென வெப்பம் எழுந்து பரவிக் காதுகளைச் சூடாக்கியது.

ரம்யா அவரின் அதட்டலில் சிறுநீர் கழித்தவள்தான். நெல்லிக்காய் பறித்ததற்காக உள்ளாடையற்ற பின்பக்கத்தில் இதே மரச்சட்டத்தால் அவள் அம்மா முன்னிருக்கவே அடிவாங்கி அழுதவள்தான். அது இருவருக்குமே நினைவிருந்திருக்கும். அவள் இன்னும் அந்த வயதைத் கடந்திருக்கவில்லை.

கிழவி தனது நெல் கூடையை இறக்கி வைத்தபடி மணியாரைப் பார்த்துக் கத்தினாள்: ‘அய்யா சாமி, சின்னபுள்ள ஒண்ணும் செய்யாதீங்க!’ அவர் இரக்கப்படுவதற்கு பதில் உத்வேகமடைந்தார். மெயின் போர்டிலிருந்து வேர்கடலை எந்திரத்தைத் தாண்டி வேட்டியைத் தொடை தெரிய தூக்கிக் கட்டிக்கொண்டு மிளகாய் மிஷினைச் சுற்றிக்கொண்டு வந்தார். இந்த அவகாசத்திற்குள்ளாவது அவள் ஓடிவிட்டிருக்கலாம்.

ஆனால், பயந்த முகத்துடன், கண்ணீர் திரண்டு அவள் அப்படியே நின்றுகொண்டிருந்தாள்.

‘என்ன கேட்டே?’ என்றபடி ரகோத்தமன் கோபத்துடன் அவளை நெருங்கினார். ஆனால் அவள் ஒன்றே ஒன்றை செய்தாள்.

அதை எப்படிச் செய்தாள் என்பது அவளே விளங்கிக்கொள்ள முடியாத ஒன்றுதான். ரகோத்தமன் மணியார் அவளை நெருங்கிப் பிடிக்கு முன்பே இரண்டு எட்டுகள் முன்னே வைத்து முன்னேறி அவரைப் பார்த்துக் கத்திப் பேசினாள்.

‘நாங்க ஒண்ணும் கடன் கேட்கல! வேலை செஞ்ச காசத்தான் கேட்குறோம். எங்க காசைக் குடுங்க.!’

அவள் குரல் மில்லின் கூடத்தில் நாலாபக்கத்திலிருந்தும் பலமாக எதிரொலித்தது. கூடியிருந்தவர்கள் உண்மையிலேயே பிரமித்தார்கள். என்ன ஒரு துணிச்சல்! அவள் கண்ணீர் உறைந்து விட்டிருந்தது. அவள் முகத்தில் யாரோ இருந்தார்கள். அவர் அதைத்தான் தேடினார். எங்கிருந்து பிறந்தது இந்த எதிர்ப்பின் ஊற்று? நிச்சயம் அதை அவரால் கண்டுபிடிக்க முடியாது. ரகோத்தமன் மணியார் அவள் தலைமயிரைக் கொத்தாகப் பிடித்தார். அவளை நன்றாக, மிக மோசமாக, கோபம் தீரும்வரை அடித்துத் துவைக்க வேண்டும் என்று நினைத்தார். அவர் இனிமேல் ஏதாவது ஈடுசெய்து மானத்தை மீட்டுக்கொண்டதாக நினைத்தாலும் இனி ஒருபோதும் மீட்க முடியாது. விவசாயிகளும் அவருடைய பணியாளர்களும் அவரது தாத்தா காலத்திலிருந்து கேட்க வேண்டுமென ஏங்கிக்கொண்டிருந்த ஒரு கேள்வி; மூன்று தலைமுறை தாண்டியும் கேட்க முடியாதிருந்த அந்தக் கேள்வி. நொடியில் அவர் அதைத்தான் அச்சத்துடன் தேடியிருந்தார்.

அவருக்கு எத்தனை பெரிய அவமானம்.

பிறர் வயல்களை அபகரித்த வழக்கில் உயர் போலீஸ் அதிகாரியையே அடித்த அவரை, தன் மூதாதையரைவிடக் குரூரமாகச் சொத்து சேர்த்த ‘புத்திசாலி’யை, மோசமான நடத்தை கொண்ட பணக்காரர்களே துஷ்டன் என்று கூறும் ரகோத்தமன் மணியாரை, முழங்கைபோன்ற முழங்கால்கள் கொண்ட ஒருத்தி, மேசையைவிட அரையடி உயரமே இருந்த ஒரு சின்னஞ்சிறிய சிறுமி, கிழிந்த குட்டைப் பாவாடையும் வெளுத்துப்போன மேல்சட்டையின் பின்புறம் பொத்தான்கள் இல்லாமல் ஊக்கைப் பிணைத்து முதுகைக் காட்டிக்கொண்டிருந்த தகப்பனற்ற பெண் குழந்தை, எதிர்த்துப் பேசிவிட்டது என்பது எத்தனை அசிங்கம்.

யாரோ பின்னால் தொட்டதைப் போலவோ அல்லது யாரையோ எதையோ தேடுவதைப் போலவோ அவர் திரும்பிப் பார்த்தார். எவருமில்லை. அவள் கண்கள் பரிசுத்தமான மலர்களைப்போலக் களங்கமற்று புதிதாய்த் திரண்ட கண்ணீருடன் அவரைப் பார்த்துக்கொண்டிருந்தன. அதில் அழுகை, அச்சம், உக்கிரம் எல்லாமும் இருந்தன. அந்த மாசற்ற கண்கள் சொல்லும்

நியாயத்தை, சட்டம் படித்த அறிவாளிகள் நிரம்பிய நீதிமன்றத்தில், அன்று உண்மையைப் பேசுவது போன்ற துணிச்சலுடன் பொய்களைப் பேசிய அவரால் எப்படிப் புறக்கணிக்க முடியாமல் போனது என்பது ஆச்சரியம்தான்.

அவர் மரச்சட்டத்தைத் தூக்கிச் சன்னல் பக்கம் எறிந்தார். யாரும் எதிர்பார்த்திராத முடிவுதான். அவர் எப்போது அவள் முன்னே தோற்றுப்போனார் என்பது அவரும் மற்றவர்களும் அறியாதது. அவள் அவர் முன்னே அமைதியாக முதன்முறையாக நின்றபோதே அல்லது வீட்டிலிருந்து அம்மாவிடம் மணியாரிடம் போய் பணம் வாங்கி வருவதாக பயத்துடன் கிளம்பியபோதே அவர் தோற்றுப்போயிருந்தார்.

அவர் கால்சட்டையிலிருந்து கத்தையாகப் பணத்தை வெளியே எடுத்து ஐம்பது ரூபாய் நோட்டை உருவித் தரையில் வீசிவிட்டு இயந்திரத்தை நோக்கிச் சென்றார். அவள் கேட்டதில் பாதிப் பணம்தான். ஆனால், இரையைக் கொத்திய பறவையைப் போல பணத்தை எடுத்துக்கொண்டு அவள் வேகவேகமாக வெளியே ஓடினாள்.

திணை – காலாண்டிதழ்

அன்று முதல் கடையடைப்பு

காம்பவுண்டுக்குள் பாந்தமாக வீற்றிருக்கும் வசதியான வீடுகளும் சாலையின் இருமங்கும் விசாலமான நிழல் குகையைப் போன்று எழும்பி நிற்கும் தூங்குமூஞ்சி மரங்களும் கொண்ட அப்பகுதியில்தான் சூழலுக்குப் பொருந்தாத தோற்றத்துடன் தனது இட்லிக்கடையைக் கிழவர் பல வருடங்களுக்கு மேலாக நடத்திவந்தார். வெளுத்த நீலத்துடன் காற்றற்ற தள்ளுவண்டி, நாளின் நண்பகலுக்கு முன்புவரை இட்லிக்கடையாகப் பருத்த மரத்தின் ஓரம் அண்டி நிற்பது அவ்விடத்தின் அன்றாடங்களில் ஒன்று. பல நாட்கள் கடையைக் கட்டிவிட்டு, வீட்டுக்குச் செல்வதற்குக் கிழவரின் அனுமதிக்காகக் கிருஷ்ணம்மாள் காத்திருப்பாள். மூடப்பட்ட குண்டானில் கிடக்கும் சில மெதுவடைகளையும் இட்லிகளையும் விற்பதற்காக அவர்கள் நண்பகல்வரைகூட காத்திருப்பார்கள்.

வெவ்வேறு நகரங்களில் சுற்றிக் கடைசியாக இங்கு வந்துவிட்டது குறித்து அவர்களுக்குச் சொல்வதற்கு எதுவுமில்லை. இளமையில் அவர் திடகாத்திரமாகவும் அழகாகவும் இருந்தார். வெள்ளையும் மென்சாம்பலுமாக நரைத்துவிட்ட கேசத்தை மிக அதிகமாக வளர்த்திருந்தார். அது நெளிநெளியாகச் சுருண்டு தனி கவனத்தைக் கொடுத்தது. கம்பீரமான பன்னீர் கெண்டை மீசை நீளமான மூக்கிற்குப் பொருத்தமாக இருந்தது. வறுமையில் வாடியும் வெயிலால் கறுத்தும்கூட வெளுப்பாய்த் தெரியும் சிவப்பு முகம். இஸ்திரி போடாத நூல் பிரிந்த பாலியெஸ்டர் முழுக்கை

சட்டைகளை அரைக்கை அளவுக்குச் சுருட்டிவிட்டிருப்பார். பல நாட்கள் காலரில் அழுக்குள்ள சட்டைகளைத்தான் காண முடியும். அபூர்வமான சிரிப்பு. நல்ல உணவும் அரவணைப்பும் இருந்தால் ஓய்வுபெற்ற வயதான போலீஸ் கான்ஸ்டபிள் என்றோ உடற்பயிற்சி ஆசிரியர் என்றோ அவரைச் சொல்ல முடியும்.

அவர் மனைவி, அவருக்கு மாறாக மிகவும் குள்ளம். பழைய பெருமையைப் பேச முடியாத – மன அழுத்தத்தால் குன்றிப்போன – வதங்கிய இலைச் சுருக்கமான முகம். நோயுற்ற தன்மையுடன் இவ்வேலைகளுக்கு உதவிக்கொண்டிருப்பாள். இரக்க சுபாவமுள்ள மனிதர்கள் யாராவது அக்கறையாக விசாரிக்க ஆரம்பித்தால், உறவாக மாற்றிக்கொள்ளும் எளிய மனுஷியாக இருந்தாள். கடையில் பிளாஸ்டிக் உறைகளில் சாம்பார் சட்னியைக் கட்டவோ அவசரத்திற்கு ஏற்றாற்போல் பரிமாறவோ அவளுக்குப் பழக்கமிருக்கவில்லை. பாதுகாப்பான வீடுகளில், ஆணின் கனிவான நிழலில் வாழ்ந்து பழக்கப்பட்டவள் என்பதை அவளுடைய கூச்சத்திலும் பதற்றத்திலுமே தெரிந்துகொள்ள முடியும். அது உண்மைதான். பெரும்பான்மையாக ஆண்கள் விரும்பக்கூடிய பெண்ணாகத்தான் இதுவரை அவள் இருந்துவந்தாள்.

2

ஏப்ரல் 5ஆம் தேதி நாடு தழுவிய பந்த் நடைபெறுமென்று அரசே அறிவிப்பு செய்ததில் அவர் மகிழ்ச்சி அடைந்திருந்தார். ஓட்டல்கள் திறக்கப்படாத அன்று, வழக்கத்தைவிட அதிகமாகச் சம்பாதிக்க முடியும் என்று எதிர்பார்த்திருந்தார். இதற்காக அவர் தனது சின்னஞ்சிறிய சேமிப்பிலிருந்து முன்தினமே பணத்தை எடுத்திருந்தார். அதிகாலையிலேயே எழுந்திருக்க வேண்டுமென்று நினைத்திருந்தபடியே எழுந்திருந்த அவருக்கு நல்ல தூக்கமில்லாமல் இருந்தும் கிடைக்கவிருக்கும் வியாபாரத்தை நினைத்து உற்சாகமடைந்திருந்தார்.

நிச்சயம் அன்று அவர்களுக்கு வழக்கமான நாட்களைவிட கடினமான வேலை நாள்தான். கிருஷ்ணம்மாளுக்குக் கிழவரிடம் திட்டுவாங்காமல் வேலைகளை செய்தாலே பெரிய விஷயம். குறுக்கும் நெடுக்குமாகத் தன்னைச் சுருட்டியிருக்கும் புடவைகளிலிருந்து விடுவித்துக்கொண்டபடி அவள் அன்று அதிகாலையில் எழுந்ததுமே அன்றைய வேலையின் பதற்றம் தொற்றிக்கொண்டது. படுக்கை மெத்தென்று இருப்பதற்காக ஒன்றன்மேல் ஒன்றாகப் புடவைகளை மடித்துப்போடும் அவள், தூக்கத்தின் உச்சியில் போர்த்திக்கொண்டது எது, விரிக்கப்பட்டது எது என்றறிய முடியாதபடி புடவைகளை வாரிச்

ஜே.பி. சாணக்யா

சுருட்டிக்கொண்டிருப்பாள். கனவில் அலைக்கழியும் சிறுமியைப் போல் முதிர்ச்சி கூடாத படுக்கையாகவே இதுவரை அவளது உறக்கம் இருந்துவந்திருப்பதைக் கிழவர் தன் மனநிலையைப் பொருத்து எப்போதாவது ரசிக்கவே செய்தார்.

தள்ளுவண்டியைக் கொண்டுவந்ததும் வண்டி அசையாமலிருக்க நான்கு சக்கரங்களுக்கும் உடைந்த கற்களை முட்டுக் கொடுத்த கிருஷ்ணம்மாள் வண்டியைச் சுற்றிலும் பெருக்கித் தண்ணீர் தெளிக்கத் தொடங்கினாள். அன்றாடம் இதை விஸ்தாரமாகச் செய்வதற்கு அவளுக்கு அவகாசம் இருந்தது. மோட்டார் வாகனங்கள் அங்கொன்றும் இங்கொன்றுமாய் ஓடிக்கொண்டிருந்தது தவிர்த்து, அகன்ற தார்சாலை தனிமை பெற்றிருந்தது. கிழவரின் முகத்தில் கடை முடிந்து செல்லும்போது வரும் திருப்தி இன்று முன்னமே ஒட்டிக்கொண்டிருந்தது. நீரின் குளிர்ச்சியை நினைத்தபடி அவள் தண்ணீர்க் குடங்களைத் தூங்குமூஞ்சி மரத்தடியில் வரிசையாக இறக்கிவைத்தாள். தனக்குள் புழுங்கும் பழைய பாடலுடன் அவர் பாத்திரங்களை எடுத்து நடைபாதையில் வைத்துவிட்டு ஸ்டவ்வைப் பற்றவைத்தார். இட்லிக் குண்டானில் நீர் சாய்த்து அடுப்பில் ஏற்றினார். பார்சலுக்கான காகிதங்களைச் சாக்கிலிருந்து பிரித்துக் கம்பிக் கொக்கியில் தொங்கவிட்டார். சாம்பாரையும் குருமாவையும் எளிதாக வழங்குவதற்கேற்பப் பெரிய பாத்திரத்திலிருந்து சிறிய குண்டான்களில் ஊற்றிக் கரண்டிகளைப் போட்டு மூடிவிட்ட பிறகு தெருவை வேடிக்கை பார்த்தபடி பார்சலுக்கான சிறு சிறு பொட்டலங்களாகக் கட்டத் தொடங்கினார்.

தோசைப் பிரியர்களை அவருக்குத் தெரியும். அவர்கள் வரும் நேரத்திற்குக் கச்சிதமாக அடுப்பைப் பற்றவைப்பார். இட்லியைவிட தோசை அதிக விலை என்பதால் தோசை சாப்பிடுபவர்களுக்குக் கொஞ்சம் கூடுதல் மரியாதை கொடுப்பார். அவரிடம் உள்ள மற்றொரு கெட்ட பழக்கம், பெரிய ரூபாய்த் தாள்களோடு செல்லும் தினசரிக்காரர்களிடம் சில்லறைகளைக் கண்டிப்பாகக் கேட்டாலொழியத் திரும்பத் தர மாட்டார். ‘நாளைக்கி வாங்கிக்கீங்க’ என்பார். மறுநாள் கேட்டாலும் சனீஸ்வரனைப் பிள்ளையார் அலைக்கழித்த கதைதான். அவருக்கு இதில் இரண்டு சௌகரியங்கள் இருந்தன. எப்போது வந்தாலும் அந்தத் தொகையை அந்த நபர் சாப்பிட்டுத்தான் கழிக்க வேண்டும். இரண்டாவது, அந்தப் பணம் கிழவரின் சேமிப்பிற்குள் சென்றுவிடும். வாடிக்கையாளர் அல்லாத நபரிடம் அவர் மனமே இல்லாமல் சில்லறைகளைத் திருப்பிக் கொடுப்பதைக் கிருஷ்ணம்மாள் நமுட்டுச் சிரிப்புடன் எதிர்நோக்குவாள். அவர்

அப்போது கிழவியைப் பார்த்தாரென்றால் 'வேடிக்கை பார்க்காதே, வேலையைப் பார்' என்று விரட்டுவார். அதே சமயம் அவர் கணக்கில் நியாயமாக இருப்பதால், அவரைத் தெரிந்த பலரும் ஒன்று, பெரிய நோட்டுக்களை அவரிடம் நீட்டுவதில்லை. அல்லது: கணக்காகச் சாப்பிட்டுக் கழித்துவிடுவார்கள். இவர்களுக்கும் கடையில் அதிக மரியாதை உண்டு. சட்னி இல்லாமலோ சாம்பார் இல்லாமலோ விரல்களைக் காயவைத்திருக்க வேண்டியதில்லை. சிறிதும் பொக்கை இல்லாத சூடான இட்லிகள் கிடைக்கும். தோசையில் எண்ணையைத் தோண ஊத்துவார். இந்த அதிகபட்ச சலுகைகளை வாடிக்கையாளர்கள் கவனிக்காமல் விட்டாலும் தொடர்ந்து செய்வார். அமுதம் பேருந்து நிறுத்தத்தின் சற்று தூரத்தில், அனேகமாக அவரைப் பார்க்காமல் கடக்க முடியாது எனும்படி கடைகட்டும்வரை அவரது தள்ளுவண்டியைச் சுற்றிச் சிறிது கூட்டம் இருந்துகொண்டுதான் இருக்கும்.

3

இன்று பந்த்தை முன்னிட்டு வியாபாரம் காலையிலேயே இலவசத்தைப் பெறுவதற்கான கூட்டத்தைப் போல் நெருக்கியடித்துக்கொண்டிருந்தது. தட்டுக்கள் உணவைக் கேட்டு அவர் முன்பு அந்தரத்தில் நீந்திக்கொண்டிருந்தன. இன்று அவர் மூன்று தோசைக்கற்களைக் கொண்டுவந்திருந்தார். ஒரே சமயத்தில் அந்தக் கற்களை அடுப்பிலேற்றிவிட்டு மாவை ஊற்றிச் சரியான பதத்தைக் கவனித்துக்கொண்டும் சாப்பிடுபவர்களுக்கு எடுத்துக் கொடுத்துக்கொண்டும் அங்கு நின்று சாப்பிட முடியாதவர்களுக்கு பார்சலைக் கட்டிக் கொடுத்துக்கொண்டும் இத்தனை குழப்படியில் யார் யார், என்னென்ன, எத்தனை எத்தனை சாப்பிட்டார்கள் என்று ஞாபகம் வைத்துக்கொண்டும் ஒரு ஆள் கவனிப்பது என்பது உண்மையிலேயே சிரமம்தான். (கிருஷ்ணம்மாளுக்குக் கணக்கு தெரியாது; மறதியும் அதிகம்.) சில்லறைகளை வாங்கியும் மீதியைக் கொடுத்தும் செயல்பட்ட அவரின் சுறுசுறுப்பு தவறான ஒரு பொருளை ஏமாற்றி விற்பதுபோல இருந்தது. சாலையில் கடந்துசென்ற எவரும் காணாமல் போக முடியாததாய் இருந்த இக்காட்சி நகரத்தின் அன்றாடத்தின் மிகைப்படுத்தப்பட்ட சித்திரத்தைப் போலிருந்தது.

அவர் தரும் சில்லறைகள் அடுப்பின் வெப்பத்தால் சூடாக இருக்கும். இன்று அவர் தள்ளுவண்டியிலேயே ஓரத்தில் ரூபாய்களைப் போட்டுக்கொண்டு வேலைசெய்தார். கிருஷ்ணம்மாள் ரூபாய் நோட்டுக்களை மட்டும் பொறுக்கி அவ்வப்போது அவரது சொக்காயில் வைத்துக்கொண்டிருந்தாள்.

எட்டு மணியைத் தாண்டியபோது அவர் எதிர்பார்த்ததைவிடக் கூட்டம் சேர்ந்துகொண்டிருந்தது. வேண்டிய அளவுக்குப் பொருட்களைத் திட்டமிட்டிருந்தது குறித்து அவர் திருப்தியாக உணர்ந்தார். அதிகமும் புதிய முகங்கள். பசி எல்லோரையும் வீழ்த்தும் என்பது அவருக்கு அனுபவம். சிலரை ஞாபகம் வைத்துக்கொள்ள நினைத்தார். தனது கடையில் இதுநாள்வரை சாப்பிடாத ஆட்கள்கூடப் பார்சலுக்காக வந்திருப்பதைப் பார்த்தபோது தனது நடவடிக்கைகளை மேலும் பணிவாக மாற்றிக்கொண்டார்.

அப்போது அப்பகுதிக்கான பந்த் பாதுகாப்பு போலீஸ்காரர்கள் இரண்டுபேர் மோட்டார் பைக்கில் வந்து நடைமேடையோரம் நிறுத்தினார்கள். வழக்கமாக வரும் இப்பகுதியின் போலீஸ்காரர்களை அவருக்குத் தெரியும். அவர்கள் இட்லிகளையும் வடைகளையும் சாப்பிட்டுவிட்டுக் குறைந்தது ஐம்பது ரூபாயாவது பெறாமல் போக மாட்டார்கள். இவர்கள் பந்திற்கான புதிய போலீஸ்காரர்களாக இருந்தார்கள். இதை அவர் எதிர்பார்த்திருக்கவில்லை.

இருவரில் நெட்டையாகவும் சிகரெட் பிடித்துக் கறுத்துப்போன உதடுகளும் சிவந்த கண்களும் கொண்ட போலீஸ்காரர் கிழவரை எடைபோட்டபடி பார்த்தார். கிழவர் அவருக்கு ஒரு சலாம் வைத்தார். போலீஸ்காரர் கண்டுகொள்ளாமல், 'இட்லி இருக்கா?' என்றார். 'ம்... இருக்கு சார்' என்றார் கிழவர். கிழவரின் சங்கடம் தீர்ந்துபோனது. தட்டுக்களில் இட்லிகளை நிரப்பி சாம்பார் சட்னிகளை அதிகமாக ஊற்றினார். கிழவி வலிய சிநேகமாக போலீஸ்காரர்களைப் பார்த்துச் சிரித்தபடி தட்டை எடுத்துச் சென்று கொடுத்தாள்.

அவர்கள் கடையிலிருந்து சிறிது விலகியபடி நின்றுகொண்டு சாலைக்கு முதுகைக் காட்டியபடி சாப்பிட்டார்கள். போலீஸ்காரர்களுக்குத் தனது சமையல் பிடித்திருக்கிறதா என்று அவர்கள் முதல் வாய் சாப்பிட்டவுடன் யதேச்சையாகப் பார்ப்பதுபோல் பார்த்தார் கிழவர். அவரது வாடிக்கையாளர்களின் ஆதாரமே அவரது கைப்பக்குவம்தான். தன்னைக் கவனிப்பதைப் பார்த்த மற்றொரு போலீஸ், கிழவரைப் பார்த்தார். அடுத்த போலீஸும் திரும்பிக் கிழவரைப் பார்த்தபோது கிழவர் திரும்பிக்கொண்டார்.

அவர்களுக்கு நல்ல பசியாக இருக்க வேண்டும். மேலும் மேலும் வடைகளையும் இட்லிகளையும் கேட்டு வாங்கிச் சாப்பிட்டார்கள். இடையிடையே அவர்களுக்கான சாம்பார் சட்னிகளைப் பார்த்து ஊற்றும்படி கிழவர் கிருஷ்ணம்மாளை

ஏவிக்கொண்டிருந்தார். பழையபடி வியாபாரம் எந்த சிரமும் இல்லாமல் சென்றுகொண்டிருந்ததில் கிழவர் நிம்மதியடைந்தார்.

கை கழுவுவதற்குக் கிழவி பிளாஸ்டிக் கூஜாவிலிருந்து தண்ணீரைக் கொண்டுசென்று குனிந்து ஊற்றினாள். இரண்டு போலீஸ்காரர்களும் நின்ற நிலையிலிருந்து சிறிது சாய்ந்து கை கழுவிக்கொண்டனர். அவர்கள் கைக்குட்டை எடுக்கு முன் கிழவர் தனது வேலையினூடே பார்சலுக்கான செய்தித்தாள் துண்டை எடுத்துச் சென்று கொடுத்தார். இருவரும் பேப்பரில் கையைத் துடைத்துக்கொண்டனர். பின்பு அந்த நெட்டைப் போலீஸ் கைக்குட்டை எடுத்து வாயைத்துடைத்தபடி கிழவரிடம் வந்தார். 'இன்னிக்கி பந்த்துன்னு உனக்குத் தெரியாதா?'என்றார்.

கிழவர் லேசாக அதிர்ந்து தயவுடன் சிரித்தபடி, 'தெரியும் சார். வயித்துப் பொழப்புக்குக் கடை நடத்துறோம். நமக்கு என்ன சார் பந்து?' என்றார்.

போலீஸ்காரர், 'கடையை மூடு சீக்கிரம்' என்றுவிட்டு பைக்கில் ஏறினார். அது எப்போதும்போல் அவர்களது கடமையை நிறைவேற்றிவிட்டதான பாவனைக்கான வார்த்தைகள் என்று கிழவர் நினைத்தார். விடுதலையுணர்வுடன் அவர்களுக்கு ஒரு 'மிலிட்டரி சலாம்' வைத்தார். அவர்கள் அதைப் பொருட்படுத்தாமல் தெருவையும் எதிர்ப்புறக் கட்டடங்களையும் வேடிக்கை பார்த்துக்கொண்டு கிளம்பிப்போனார்கள்.

4

ஒன்பது மணிக்குமேல் யாருமே எதிர்பாராதபடி கூட்டம் முண்டியடித்தது. கிழவர் நிதானமிழந்து கிருஷ்ணம்மாளைக் கத்த ஆரம்பித்தார். அவள் எதிர்பார்த்ததுதான். பிழைப்பிற்கான வெளி வாழ்க்கையில் இவற்றை அவள் எப்போதும் பொறுத்துக்கொண்டாள். அவருக்குத் தெரிந்த சில இளைஞர்கள் அவர்களுக்கு நேரம் இருக்கும்வரை பார்சல்கள் கட்டுவதற்கு உதவினார்கள். சாப்பிட்டவர்களிடம் கணக்குக் கேட்டு விலை சொன்னார்கள். இந்நிலையில் அவரின் வழக்கமான வாடிக்கையாளர்கள் புதிய கூட்டத்தைப் பார்த்து தேங்கி நின்றபோது அவர்களைக் கூப்பிட்டு இட்லிகளைக் கொடுத்தார் கிழவர். புதிதாய் வந்தவர்கள் சண்டை போட ஆரம்பித்தார்கள். 'தெனம் இங்க சாப்பிட்றாங்க சார். இன்னிக்கு பந்த்துன்ன ஒடனே வர்றீங்க? நாளைக்கி சரவண பவனுக்கும் டாட்டா உடுப்பிக்கும் போவீங்க. நான் இவங்களை கவனிக்கிறதா உங்களைக் கவனிக்கிறதா?' என்றார் சத்தமாக. சிலர் கோபித்துகொண்டு

கிளம்பிச் சென்றார்கள். 'அவசரக் குடுக்கைங்க' என்றார் கிழவர் முணுமுணுப்பாக.

இன்றைய வியாபாரத் திட்டத்தை மீறி அவருக்கு இப்போது எரிச்சல்தான் வந்தது. சிலரை வாய்யா போய்யா என்று கத்த ஆரம்பித்தார். மூன்று அடுப்புகளிலும் தோசைப் பதம் மாறிப்போனது. இவற்றுக்கிடையில் சாப்பிட்ட கணக்குக் குழப்படிகள் வேறு அவரை ஆத்திரமூட்டின. கிருஷ்ணம்மாள் ஒரு பக்கமாக நின்றுகொண்டு சாம்பார் சட்னிகளை ஊற்றிக்கொண்டு தோசைகளையும் கருகி எடுத்தாள். தட்டுக்களை வாளியில் முக்கி அலம்பி இலைகளை வைத்துக் கிழவரிடம் தந்தாள். இன்று அவளது வயதுக்கும் சுபாவத்திற்கும் மீறிய வேகமும் கவனமும் இருந்ததை அவர் கவனிக்கவே செய்தார். ஆனாலும் அவர் கிழவியைத் திட்டியபோதெல்லாம் அவள் சாப்பிடுபவர்களைச் சமாதானப்படுத்தினாள். 'ஆளில்ல பாருங்க. வயசானவரு. பறக்காதீங்க. கொஞ்ச நேரம் நின்னு சாப்பிட்டுப் போங்க' என்றாள். சாலையில் இது ஒரு வேடிக்கையைப் போல் ஆகிவிட்டிருந்தது.

சிறிது நேரத்தில் தெருவில் மீண்டும் போலீஸ்காரர்களின் மோட்டார் பைக்கைப் பார்த்தபோது அவர் மனம் துணுக்குற்றது. கிழவர் வெளிக்காட்டாத எரிச்சலுடன் பார்த்தார். சட்டெனக் கவனப்பிசகு கொண்டவரைப்போல் நடந்துகொண்டார். அவர்களுக்கும் தனக்குமான பேச்சுவார்த்தை முடிந்துவிட்டதாக இயல்பாக இருக்க முயற்சித்தார். ஆனால் அவர்கள் அவர் கலவரமடையுமளவுக்கு கடைக்கு நேரே வந்து வண்டியை நிறுத்தி ஹாரனை அடித்து அவரைத் தன் பக்கம் திருப்பினார்கள். அவர் தைரியமாக இருக்க முயன்றபடி அவர்களை நிமிர்ந்து பார்த்துச் சிரித்தார்.

நெட்டை போலீஸ்காரர், 'யோவ் நான் என்ன சொல்லிட்டுப் போனேன். இன்னும் கடை நடத்தினு இருக்கே?' என்றார். 'யாரும் கடை நடத்தக் கூடாதுன்னு நேத்து நியூஸ்ல பேப்பர்லல்லாம் போட்டாங்களே பாக்கலியா?'

கிழவர் முகம் கறுத்தது. பெரிய ரூபாய்க்கு அடிபோடும் வேலை நடக்கிறது என்று நினைத்தார்.

கிழவர் எதிர்பார்த்திராதவராக அதிர்ந்தார். பின்பு கடையை விட்டு விலகி அவரிடம் நெருங்கி வந்தார். கிழவர் சொக்காயிலிருந்து நூறு ரூபாயை மனமின்றி எடுத்து போலீஸ்காரரிடம் ரகசியமாக சுருட்டி நீட்டினார். போலீஸ்காரர் ஆத்திரமாக வண்டியை விட்டு இறங்கியபடி, 'த்தா கடைய மூடுயா' என்று கிழவரை பளாரென்று அறைந்தார். 'கேனக்கூதி... என்னை என்ன லஞ்சம் வாங்குற

தேவிடியாப்பயன்னு நெனச்சியா? கடையை நீ மூட்றியா இல்ல நான் மூடவா?' என்றார்.

கிழவருக்கு சகலமும் ஒடுங்கிவிட்டிருந்தது. கிழவி விடுவிடுவென வந்து போலீஸ்காரரைப் பார்த்துக் கையெடுத்துக் கும்பிட்டாள், 'ஐயா அவர ஒண்ணும் பண்ணிடாதீங்க. நாங்க கடையை மூடிர்றோம்' என்றாள். கிழவர் உள்ளுக்குள் நடுங்கிக்கொண்டிருந்தார். இந்த வயதில் இப்படி ஒரு சம்பவம்; அவருக்குச் சாகும்வரை அவமானம்தான். சாப்பிட்ட கூட்டமும் வேடிக்கை பார்த்தவர்களும் அதிர்ச்சியில் நின்றுகொண்டிருந்தார்கள்.

போலீஸ்காரர் கத்தினார்: 'மூடு'

கிழவரின் முகம் நிமிர்ந்திருந்தாலும் கண்கள் தாழ்ந்திருந்தன. அவர் தள்ளுவண்டிக்கு வந்து இட்லி வைத்திருந்த பாத்திரத்தை எடுத்துப் பிடித்துக்கொண்டு ஆவேசமாகச் சாலையில் விசிறினார். இட்லிகள் சாலையில் இறைந்து உருண்டோடின. போலீஸ்காரர்கள் இதை எதிர்பார்த்திருக்கவில்லை. கிழவர் வடைகளை எடுத்துச் சாலையில் விசிறினார். காத்திருந்ததுபோல் காகங்கள் சத்தமிட்டுக் கரைந்தபடி சாலையில் இறங்கத் தொடங்கின. அதற்குள் பாதி சாப்பிட்டு நின்றவர்கள் கை கழுவத் தொடங்கினார்கள். கிழவர் சாம்பாரைத் தூக்கிச் சாக்கடையில் விசிறினார். போலீஸ்காரர்கள் தங்கள் அதிர்ச்சியை வெளிக்காட்டாமல் மோட்டார் பைக்கை உதைத்துக் கிளப்பினார்கள். கிளம்பிச் செல்லும் முன் பழிவாங்கும் வேகத்தோடு பார்சலுக்கான துண்டு பேப்பர்களைக் கொக்கியிலிருந்து இழுத்துப் பிய்த்து வானத்தை நோக்கி விசிறியடித்தார் கிழவர். அவர்களை நேருக்கு நேராக முறைக்க வேண்டுமென்று கிழவருக்குத் தோன்றியது. ஆனால், அருவறுப்பான ஒன்றிலிருந்து விலகிக்கொள்வதுபோல முகத்தைத் திருப்பிக்கொண்டார்.

கிழவி அத்தனை நபர்களுக்கு முன்னால் அவரிடம் அடிவாங்க விரும்பவில்லை. விழுந்த குடங்களைத் தூக்கி வண்டியில் வைத்தாள். அவர் முன்னால் பயந்து நடுங்கிய பொம்மையைப் போல் நடந்துகொண்டாள். பரபரப்புடன் குப்பைகளை அள்ளிப்போடுவதுபோல் சாமான்களை வண்டியில் வாரிப்போடத் தொடங்கினாள். அவ்விடத்திலிருந்து அவரை அழைத்துச் சென்றுவிடுவதே அவரை அவமானத்திலிருந்து காக்கும் உண்மையான செயல் என்று நம்பினாள். கண்ணுக்கெட்டிய தூரம்வரை இக்காட்சியைப் பார்த்தவர்கள் இரக்கம் கவிய உறைந்திருந்தார்கள். கிருஷ்ணம்மாள் புலம்பியபடி குறுக்கும் நெடுக்குமாக அலைவதைப் பார்த்தபோதுதான் வீட்டுக்குக் கிளம்ப வேண்டும் என்பதையே அவர் உணர்ந்தார்.

அவர் தளர்ந்தார். முட்டுக்கொடுத்த கற்களைக் கால்களால் நிதானமாகத் தள்ளினார். இழப்புடனும் அவமானத்துடனும் வண்டியை எப்போதும்போல் தள்ள ஆரம்பித்தார். கிருஷ்ணம்மாள் இளம்பெண்ணைபோல் சுறுசுறுப்பாக வண்டியைச் சுற்றிக்கொண்டு ஓடிவந்து அவருடன் சேர்ந்து தள்ள ஆரம்பித்தாள். அவள் அவரை அப்போது பார்க்க விரும்பவில்லை என்றாலும் பயத்துடன் பார்த்து மீண்டாள். அவர் சமாதானம் பெற இருக்கும் காலத்தையும் இனிமேலுக்கான பிழைப்பையும் நினைத்தாள். தள்ளுவண்டியின் காற்றில்லாத சக்கரங்கள் சாலையில் ஊனமான ஒன்றைப் போல் மந்தமாக நெளிந்து உருண்டபடி சென்றுகொண்டிருந்தன.

திணை – காலாண்டிதழ்

இறை வணக்கம்

அன்றைய மதியப் பொழுதில் கல்கத்தாவில் பிரபலமான துணி மில் ஒன்றில் பணிபுரியும் சரவணன் எழுதிய கடிதம் கிடைத்தது. அவன் எனக்குக் கடிதம் எழுதுவான் என்று நான் நினைத்திருக்கவில்லை. கிளம்பிச் சென்ற இந்த மூன்று மாதங்களில் எனக்கு ஒரு கடிதம் எழுதியிருக்கிறான். ஒருவேளை அவன் கல்கத்தா சென்ற பிறகு எழுதிய முதல் கடிதமே இதுவாக இருக்கலாம். அவனுக்குக் கல்கத்தாவில் பிடித்த இடம் காளிகோயில் மட்டுமே என்று குறிப்பிட்டிருந்தான். அவனைப் போன்ற தனிமை விரும்பிகளுக்கு தனது தனிமையைக் காப்பாற்றிக்கொள்ளும் இடமாக அது இருந்திருக்கக்கூடும். இங்கு அவ்வப்போது மதுவருந்திக்கொண்டிருந்த அவனுக்கு 'பாங்கு' உருண்டைகள் கோயிலிலேயே கிடைப்பதாக குறிப்பிட்டிருந்தான். விவேகாநந்தர், பரமஹம்சர் பற்றிச் சில பத்திகள் எழுதியிருந்தான். என்னுடைய நலம், எங்களது நண்பர்கள் நலம் குறித்தும் கேட்டிருந்தான்.

கடிதத்தில் குறிப்பாக ஒன்றை எதிர்பார்த்திருந்தேன். அதற்காகவே அவன் இக்கடிதத்தை எழுதியிருப்பான் என்பது எனது நம்பிக்கை. எதிர்பார்த்தபடியே கடிதத்தின் முடிவில் சூசகமாக 'அந்த விஷயத்தை விசாரித்தீர்களா? கண்டிப்பாக இந்த விஷயத்தில் உங்களுக்குத் தோல்விதான் கிடைக்கும்!' என்று ஆசீர்வதித்திருந்தான். கண்டிப்பாகப் பதில் கடிதம் எழுத வேண்டும் என்றும் குறிப்பிட்டிருந்தான். கடிதத்தை மேசை இழுப்பறையில் போட்டுவிட்டு வெளியே கிளம்பினேன்.

௸ 88 ௵ ஜே.பி. சாணக்யா

நிச்சயம் அவனுக்குப் பதில் எழுத முடியாது. அவன் எதிர்பார்க்கும் பதிலில் உண்மை எதுவுமில்லை என்பது அவனுக்கே தெரியும். மேலும் அவனால் முழுமுற்றாக முடிவு செய்துவிட்ட 'அந்த' விஷயம் குறித்து இனி கடிதத்திலோ அல்லது நேரிலோகூட விவாதிக்க நான் தயாராக இல்லை. அதைக் காலமே அவனுக்கு புகட்டுவது தவிர வேறு வழி எதுவும் இருப்பதாக எனக்குத் தெரியவில்லை. தூங்குபவனை எழுப்பிவிடலாம். தூங்குவதுபோல் நடிப்பவனை எழுப்பவே முடியாது.

2

சரவணனை ஒரு மாலைப்பொழுதில் இருவருக்கும் பொதுவான நண்பரின் அறையில்தான் முதன்முதலில் சந்தித்தேன். வெளுப்பான முகத்தில் கறுப்பு நிற தாடி மென்மையாகப் படிந்திருப்பது அவனுடைய நீள்வட்ட முகத்திற்கு அழகு சேர்க்கக் கூடியதாக இருந்தது. கறுப்பினத்தவர்களுக்கு இருப்பதுபோன்ற மிக அடர்த்தியான சுருட்டைக் கேசம். ஆணின் நேர்த்தியான கட்டுடல் அவன் சட்டையை மீறித் தெரிந்தது. சிறந்த குரல்வளமும் முதல் அறிமுகத்திலேயே எல்லோருடனும் சகஜமாக இணைந்துவிடும் நபராகவும் இருந்ததால் என்னுடனும் நெருங்கியிருந்தான்.

அறை நண்பர் என்னைக் கர்னாடக சங்கீதப் பயிற்சி பெற்றவர் என்று அறிமுகப்படுத்தியவுடன் என்னிடம் அவனுடைய நாற்காலியை சற்று நெருக்கமாகத் தள்ளிப்போட்டு அமர்ந்துகொண்டான். உடனே அவன் அனைவரிடமும் பணிவுடன் அனுமதி கேட்டுக்கொண்டு என்னை ஏதாவது ஒரு 'வர்ணம்' பாடச் சொன்னான். நண்பர்களும், அவனுடன் சேர்ந்து கொள்ளவே நான் 'ஆரபி' ராகத்தில் ஒரு வர்ணம் பாடினேன். அவனுக்கு என்னை மிகவும் பிடித்திருக்க வேண்டும். என்னிடம் நெருக்கமான நட்பினை வளர்த்துக்கொள்ள விரும்புவதாகவும் சாட்சாத் அந்த பராசக்திதான் என்னை இந்நேரத்தில் சந்திக்கத் தன்னை அனுப்பியிருக்கிறாள் என்றும் நெஞ்சுருகச் சொன்னான். அதில் நாடகப் பாங்கு இருந்ததேயொழிய பொய் இருக்கவில்லை.

அடுத்து அவனைப் பாடச்சொன்னார்கள். தயக்கமான வெட்கம் கலந்த மறுப்பு வார்த்தைகளுக்குப் பிறகு அவன் ஹிந்தோளத்தில் அமைந்த இளையராஜாவின் சினிமா பாடலொன்றைப் பாடினான். அவனது குரல் மென்மையாகவும் சில சமயம் ஜேசுதாஸ் போன்றும் சில கணங்கள் எஸ்.பி.பி. போலவும் இருந்தது. அபூர்வமாகச் சில கணங்களில் சொந்தக்

குரலும் வெளிப்பட்டது. சினிமாப் பாடல்களில் நல்ல ராகங்களில் அமைந்த பாடல்களை தேர்ந்தெடுத்துப் பாடினான். உச்சஸ்தாயி வரும் வேளைகளில் உடல் ரீதியாக அவன் காட்டிய சிரமங்கள் குரலில் இல்லை. நாங்கள் இருவரும் பாடல்களை மாறி மாறிப் பாடிக்கொண்டிருந்தோம். ஒவ்வொரு பாடலைப் பாடும்போதும் அவன் மிகப் பணிவுடன் என்னைப் பார்த்து 'குறைகளை மன்னிக்கணும்' என்றபடி துவங்கினான். அது எனக்கு மிகுந்த அசௌகரியத்தைத் தந்தது. எவ்வளவு சொல்லியும் அவன் அப்படிச் சொல்வதை நிறுத்தவில்லை. அவன் பாடி முடித்தபோது அவனது தாடியும் புன்னகையும் பாடகர்களுக்கு உண்டான அல்லது கலைஞர்களுக்கு உண்டான கவர்ச்சிகரமான தோற்றம் பெற்றிருந்ததைப் பார்க்க முடிந்தது.

பிறகு மூன்று மாதங்கள் அவனைப் பார்க்க முடிய வில்லை. ஒருநாள் ஒரு உணவு விடுதியில் யதேச்சையாகச் சந்தித்துக்கொண்டோம். நான் வேறு நண்பர்களோடு செல்லும் அவசரத்தில் இருந்தேன். அவனே தன்னை அவர்களிடம் அறிமுகப்படுத்திக்கொண்டான். நாங்கள் செல்லும்வரை கைகளைப் பிடித்தபடி வந்து ரயிலேற்றிவிட்டுச் சென்றான். அவனுடைய இதயம் இத்தனை லகுவாக இருப்பது குறித்து எனக்கு முன்பைவிட அவன்மீது அன்பு ஏற்பட்டது. அந்த சந்திப்பில் அவனிடம் சரியாக நின்று பேசமுடியாமல் வந்தது குறித்து எனக்கு வருத்தம் இருந்தது. அன்றிரவு தொலைபேசியில் அவனை அழைத்து என் வருத்தத்தைத் தெரிவித்தேன்.

3

எங்களுக்கு இடையேயான மூன்றாவது சந்திப்பு சற்று அதிர்ஷ்டவசமற்றதாக அமைந்தது. தேசிய நெடுஞ்சாலையில் உள்ள சுமாரான மதுவிடுதி ஒன்றில் நாங்கள் திட்டமிட்டுச் சந்தித்துக்கொண்டோம். உடுத்திப் பழகிய வெள்ளை வேட்டியும் கறுப்பில் சாம்பல் நிறக் கட்டம் போட்ட பாலியெஸ்டர் சட்டையும் போட்டிருந்தான். அந்த வயதிலேயே உருவாகியிருந்த வெற்றிலைப் பழக்கம் உதடுகளிலும் பற்களிலும் லேசான காவி அடிக்கத் துவங்கியிருந்தது.

மிகவும் சம்பிரதாயமான பேச்சிற்குப் பிறகு தன்னுடைய குடும்ப வாழ்க்கை பற்றிப் பேசத் தொடங்கினான். குடும்பத்தில் அவனுக்கு யாரும் திருமணம் செய்து வைக்காதது குறித்த புகார்கள், பெண்களின் இன்றைய எதிர்பார்ப்புகள், இன்றைய தொழில் உலகத்தின் ஏமாற்றுத்தனங்கள் ஆகியவை குறித்து கலவையாக

பேசிக்கொண்டிருந்தான். சிறிய இடைவெளி விட்டு அவனது பலவீனங்களையும் சில இயல்புகளையும் அவனே குறிப்பிட்டுப் பேசினான்.

பின்பு அமைதியாக அமர்ந்திருந்தான். அவன் பேசட்டும் என்றுதான் நான் காத்திருந்தேன். அவன் மிக இயல்பாக, ‘பெண்களின் உறவுக்கு என்ன செய்கிறீர்கள்?’ என்று கேட்டான். அவனது வெளிப்படையான பேச்சு அவன்மேல் மதிப்புக் கூட்டியது. நான் சிரித்தபடியே, ‘எல்லா ஆண்களுக்கும் என்ன வழி முறைகளோ அதுதான் எனக்கும்’ என்றேன். அவன் எதிர்பார்த்த பதிலாக அது இல்லை என்று மட்டும் என்னால் உணரமுடிந்தது. ஆனால் அவன் இக்கேள்வியினூடாக எதை எதிர்பார்த்தான் என்று என்னால் புரிந்துகொள்ள முடியவில்லை.

மதுபானக்கூடத்தில் பேச்சின் இரைச்சல் ஏற்கனவே உச்சத்தைத் தொட்டுக்கொண்டிருந்தன. ஒருவித அலுப்புடன் புதிதாக மது விடுதிக்குள் வருபவர்களை நான் எதிர்பார்த்துக் கொண்டிருந்தேன். (அவர்கள் மதுவிற்குள் ஆழ்ந்து செல்லும்வரை சிறிது அமைதி கிடைக்கும்.) எதிர்பார்க்காத இந்த பதிலாலும் இடைப்பட்ட சில புறக் கவனிப்புகள் தந்த இடைவெளியிலும் அவனுக்கு ஒரு எச்சரிக்கை உணர்வு தோன்றியிருக்க வேண்டும். எனக்கான எதிர் நடவடிக்கையைப்போல் அவன் பியரை பாட்டிலோடு தூக்கி வேகவேகமாக வேண்டுமென்றே குடித்தான். சகஜமாகக் கேட்கப்பட்ட அவனது கேள்வி இவ்வாறு கேட்கப்படுவதற்காகவே பலமுறை ஒத்திகை பார்க்கப்பட்டிருக்கும் என்று நான் நினைத்தது பொய்யில்லை. பியரோடு அவன் சொல்லவந்ததையும் அன்று சேர்த்து விழுங்கியிருந்தான்.

அவனிடம் மறைக்கத் தகுந்த ஏதாவது ஒன்று இருக்குமென்று என்னால் அப்போது நினைத்துப்பார்க்க முடியவில்லை. மிகச் சாதாரணமான பிரச்சினைகளையே பூதாகரமாக ஆக்கிக்கொள்பவர்களின் வரிசையில் இவனும் சேர்ந்திருக்கலாமென்றுதான் தவறாக நினைத்தேன். ஆனால் எனது அடுத்தடுத்த சந்திப்பில்தான் அவனது பிரச்சினையைத் தெரிந்துகொள்ள முடிந்தது.

4

ஒருமுறை ஒரு மனிதரின் ரகசியத்தை அவரின் மூலமாகவே அறிந்துகொள்ளும்போது, அதை அறிந்துகொண்டதாலேயே முழு சுதந்திரத்தோடு எல்லையற்று அவ்விஷயத்தை விவாதிக்கும்

துரதிஷ்டவசமான சுதந்திரத்தையும் எதிராளிக்குத் தந்துவிடுவது தவிர்க்க முடியாததுதான்.

நான் அன்று என்னுடைய அறையில் தூங்கிக் கொண்டிருந்த போது அந்தக் காலை வேளையில் அவன் என்னைத் தேடிக் கொண்டு சொல்லிக்கொள்ளாமல் வந்திருந்தான். (வெட்டிப் பேச்சுக்குத் தினவெடுத்து வருவது; தத்துவங்களை ஏற்றுக்கொள்ள ஆள் பிடிப்பது போன்ற சகிக்க முடியாத விஷயங்களைத் தவிர்த்து அந்த சுதந்திரத்தை ஒருவர் எடுத்துக்கொள்வதில் எனக்கு ஆட்சேபணை எதுவும் இல்லை.)

கதவு தட்டப்பட்டபோது இன்று ஞாயிற்றுக்கிழமை இல்லையோ என்று நினைத்தேன். அவன், 'என்ன இன்னும் தூக்கம்?' என்று உற்சாகமாகக் கேட்டபடி உள்ளே வந்தான். அவன் என் முகத்தை வேண்டுமென்றே பார்க்கவில்லை. தெரிந்தே வரும் சங்கடங்களைத் தவிர்ப்பதற்காக அவன் அப்படி நடந்துகொண்டான். முந்தைய இரவு அவனுக்கு முழுதாய்ப் பாழாய்ப்போயிருந்திருக்க வேண்டும். அந்த அதிகாலை சிறிது பதற்றத்திற்குள்ளானது குறித்து தூக்க புத்தியுடன் நான் கதவைப் பிடித்துக்கொண்டு நின்றுகொண்டிருந்தேன். உள்ளே நுழைந்தவன் நாற்காலியை இழுத்துப்போட்டு அமர்ந்தபடி, 'காலையிலே தொந்தரவுக்கு மன்னிக்கணும்' என்றான். இது அவனுடைய வழக்கமான உற்சாகம்தான். நான் புன்னகைத்தபடி அவனுக்கு இணையான இந்த உற்சாகத்தைப் பெற குறைந்தபட்சம் குளிக்க வேண்டும் என்றேன். அவன் சத்தமிட்டுச் சிரித்தபடி என்னைக் குளிப்பதற்கு அனுமதித்தான். அதுவரை புத்தகங்கள் ஏதாவது புரட்டிகொண்டிருக்கும்படி சொல்லிவிட்டுக் குளியலறைக்குச் சென்றேன்.

குளியலறைக்குள் இருக்கும்போதே என்னுடைய நேற்றைய நிகழ்ச்சிகளைப் பற்றிக் கேட்டுக்கொண்டிருந்தான். அது வழக்கமான நாள்தான் என்று கூறினேன். அவன் விடாமல் அலுவலகம் போனீர்களா, என்ன சாப்பிட்டீர்கள் என்றெல்லாம் கேட்டுக்கொண்டிருந்தான். அதற்கெல்லாம் பதில் கூறி முடித்த பிறகும்கூடக் கடைசியாக, நேற்று என்ன விசேஷம் என்று திரும்பவும் கேட்டான். மிகவும் சம்பிரதாயமாகக் கேட்கப்பட்ட அக்கேள்விகளின் அலுப்பிலிருந்து என்னைத் தற்காத்துக்கொள்ள, 'நேற்றும் என்னை யாரும் காதலிப்பதாக சொல்லவில்லை' என்றேன். அவன் சத்தமிட்டுச் சிரித்தான். சிரிக்கும் முகத்தை எனக்கு யூகிக்க முடிந்தது. நானும் அவன் சிரிப்பிற்காகப் புன்னகைத்தேன்.

அடுத்தடுத்தும் பிரயோசனமற்ற கேள்விகளை அவனால் கேட்காமல் இருக்க முடியவில்லை. எந்த ஒரு வசதியான குளியலறையும் மூடப்பட்டுவிட்ட பிறகு பேசினால் எதிரொலிக்கத் தொடங்கிவிடுவதற்கு என்ன செய்ய முடியும்? இந்தக் காலை நேரத்தில் ஒரு மனிதனிடம் கத்திப் பேசித் தீர்க்க வேண்டிய பிரச்சினைகள் எதுவும் இல்லாமலேயே நான் கத்திப் பேசிக்கொண்டிருப்பது என்னுடைய துரதிஷ்டமில்லாமல் வேறென்னவென்பது!? 'வாழ்க அவனது உற்சாகம்' என்றுதான் நினைத்தேன்.

குளித்துவிட்டு வந்தபோது வாயில் பூட்டுப் போட்டுக் கொண்டவன்போல அமைதியாகப் புத்தகம் ஒன்றைப் படித்துக் கொண்டிருந்தான். அது அவனுக்குச் சிறிதும் சம்மந்தமில்லாத புத்தகம். எனக்கு ஓரளவுக்கு யூகிக்க முடிந்தது. அவன் பேசுவதற்காக முடிவுசெய்துவிட்டு வந்திருக்கும் விஷயத்தை ஆரம்பிப்பதற்கான போலி விசாரிப்புகள்தாம் இவை. ஆனால் இது அவனுடைய அறியாமையிலிருந்து உருவாகிக்கொண்டிருந்தது. அல்லது அவனுடைய தன்னியல்பான, அக்கணத்திலேயே தோன்றும் திட்டமிடலாகவும் இருக்கலாம். சிலருக்குச் சில திறமைகள் பிறப்பிலேயே உண்டு.

நாங்கள் ஓட்டலுக்குச் சென்று காலை உணவு சாப்பிட்டோம். சிறிது நேரம், வழியில் உள்ள நூலகத்தில் அவன் தினசரியைப் பார்ப்பதற்காக நான் காத்துக்கொண்டிருந்தேன். அவன் என்னை சும்மா பார்த்துவிட்டுப் போகலாம் என்று வந்ததாகச் சொன்னான். இருக்கலாம்! ஒரு விடுமுறை நாளில் ஒருவனைக் காலையிலேயே எழுப்பி குளிக்கவைத்து 'சும்மா' பார்த்துவிட்டுப் போகலாம்தான். இதிலென்ன தவறு இருக்கிறது?

அறைக்குத் திரும்பும் வரையில் அவனுக்குள் குமுறிக் கொண்டிருக்கும் மௌனத்தைச் சமநிலைப்படுத்த அவன் பெரும்பாடுபட்டிருக்க வேண்டும். கதவைத் திறந்தவுடன் காத்திருந்ததுபோல் 'பெண்களைப் பற்றி நீங்கள் என்ன நினைக்கிறீர்கள்?' என்று கேட்டான். கடந்த சந்திப்பில் நான் சொல்லிய பதிலுக்கு அடுத்ததாக அவன் கேட்ட கேள்வி இதுதான். இதை அன்றே அந்த மது விடுதியில் கேட்டுத் தொலைத்திருக்கலாம்.

'எந்தப் பெண்களைப் பற்றி?'

'பொதுவாகப் பெண்களைப் பற்றி' என்றான்.

நான் பொதுவாகச் சொன்னேன்: 'ஆண்கள் எப்படியோ அப்படியே பெண்களும்'.

'புரியவில்லை' என்றான்.

பெருமைக்குரிய கடிகாரம்

'ஆண்களில் நல்லவர்கள், கெட்டவர்கள், புனிதமானவர்கள், புனிதமற்றவர்கள், அழகானவர்கள், அழகற்றவர்கள் இருப்பதைப் போலப் பெண்களும் அவ்வாறே இருப்பார்கள்'.

'வேறு ஏதாவது?'

'உங்களுக்கு என்ன தெரிய வேண்டும்?'

அவன் பேச்சற்று சில வினாடிகள் அமர்ந்திருந்தான். எழுந்து சென்றுவிடும் உந்துதலைத் தவிர்த்து – பொதுவில் விவாதிக்க முடியாதபடி மனிதர்களை அவன் பெற்றிருந்ததாலோ என்னவோ – அவன் அங்கேயே அமர்ந்திருந்தான். நான் அவனுக்கு சௌகரியமான ஆளாகவும் தோன்றியிருக்க வேண்டும். அவனை நெருக்கடிக்குள் தள்ளிவிடாதபடி புன்னகைத்தேன்.

ஆனால் இறுதியாக அன்றைய திட்டமிடலின்படி அதைக் கேட்டான்: 'பெண்களுக்கு முதன்முதலில் யாருடன் செக்ஸ் நடக்கிறது?'

இது அபத்தமான கேள்வி என்று ஏன் அவனுக்குத் தெரியாமல் போனது என்று எனக்குத் தெரியவில்லை. நான் அவனைப் பார்த்துப் புன்னகைத்தேன். அவன் எதிர்கொள்ளத் தயங்கும் மிரட்சியுடன் பார்த்தான். நான் சகஜமாகக் கூறினேன். 'இது எல்லோருக்கும் பொதுவான விஷயம் இல்லை. அவரவர்களுக்கு யாருடன் நேர்கிறதோ அவரவர்களோடு நடக்கும்.'

'அதுதான் இல்லை' என்று பாய்ந்து குறுக்கிடுபவனைப்போல சடாரென்று வெட்டிப் பேசினான். என் பதில் என்னவாக இருந்தாலும் அவனது பதிலைச் சொல்வதற்காகவே கேட்கப்பட்ட கேள்வி அது. அவன் கடைவாயில் அலட்சியப் புன்னகை தோன்ற என்னைப் பார்த்தான். பிறகு அதன் தன்மையை உணர்ந்துகொண்டவனைப் போல் நட்புடன் புன்னகைத்தான். அவனுடைய புன்னகைக்கான எதிர்வினைகளை நான் தன்னியல்பாக நிகழ்த்தியிருக்கலாம் என்று நினைத்தேன். அவனுக்கு மட்டுமே தெரிந்துகொண்டிருக்கிற ரகசியம்போல் பற்கள் தெரியச் சிரித்தான். என்னை உலகம் அறியாத முட்டாளாக 'இதுகூடத் தெரியவில்லை' என்பதாக நொடிகளில் அவனுக்குள் என்னை வீழ்த்த முயன்றுகொண்டிருந்தான்.

நான் என்னுடைய இன்றைய நாள் அவ்வளவுதான் என்று அவனைப் பார்த்துக்கொண்டிருந்தேன்.

தோற்றுப்போனவர்களுக்கு வழங்கும் இரண்டாம் வாய்ப்பைப்போல், 'சரி பரவாயில்லை. உங்களுக்குத் தெரியவில்லை. ஆண்களுக்கு முதன்முதலில் யாருடன் செக்ஸ் நடக்கிறது?' என்றான்.

எனக்குச் சிரிப்பு வந்தது. 'நீ ஏதோ ஒரு முடிவோடு வந்திருக்கிறாய். எனக்கு கொஞ்சம் வேலை இருக்கிறது. உனக்கு ஏதாவது சொல்ல வேண்டி இருந்தால் கொஞ்சம் விரைவாகச் சொல்லிவிட்டுப் போ!' என்றேன். நான் விரைவாகவும் கொஞ்சம் சத்தமாகவும் சொன்னேன்.

பெருந்தன்மையாக விட்டுக்கொடுப்பதுபோல், 'இதை மட்டும் சொல்லுங்கள்' என்றான்.

நான் சொன்னேன்: 'என்ன கேள்வி இது? இதுவும் அப்படித்தான். யாருடன் நேர்கிறதோ அவர்களோடுதான்.'

மீண்டும் அலட்சியமான எரிச்சலூட்டும் அந்தக் கடைவாய்ப் புன்னகையை என்மீது எறிந்தான். 'உங்களுக்கு ஒன்றுமே தெரியவில்லை' என்றான். உண்மையிலேயே அவன் முகம் அலுப்பிற்குள் மூழ்கிப்போனது.

நான் வகையாகத் தூண்டப்பட்டிருந்தேன். சரிக்குச் சரியாக வம்பளப்பவனைப் போல் நான் வலுவுடன் கேட்டேன்: சரி யாருடன் நடைபெறுகிறது?' என்றேன்.

அறையில் நாங்களிருவர் மட்டுமே இருந்தும் அவன் தன்னுடைய நாற்காலியை எனக்கருகில் இழுத்துப்போட்டு அமர்ந்து வேறு யாருக்கும் கேட்டுவிடாத ரகசியக் குரலில் சொன்னான்: 'பெண்களுக்கு முதல் உடலுறவு அவளுடைய தந்தையிடமும் ஆண்களுக்கு முதல் உடலுறவு அவள் அம்மாவிடமும் நடக்கிறது; உங்களுக்குத் தெரியுமா?' என்றான்.

எனக்கு அவனை அறைய வேண்டும் என்னும் ஆவல் பிறந்தது. அவனது கருத்தில் அவனுக்கு ஏற்பட்டிருக்கும் நம்பிக்கைக்கு முன்பு நான் தடுமாறிவிடக் கூடாது என்று நினைக்குமளவிற்கு அவன் நம்பிக்கையாக இருந்தான். நான் அவனை நிதானமாகப் பார்த்தேன். அதில் வலிவு இருந்திருக்க வேண்டும். அந்தப் பார்வையை அவன் எதிர்கொள்ள விரும்பவில்லை. மழுப்பலாகச் சிரித்தான். ஆனால் அவனது முடிவிற்குள் என்னைத் தள்ளிவிட்டுவிடும் ஆவல்: ஒரு சிரிப்பாக – நீர்க் கசிவைப்போல் – அவன் முகத்தில் தோன்றியிருந்தது.

அவன் என்னிடம் இந்த எதிர்ப்பை எதிர்பார்த்திருந்தான். வேறு சிலரிடமும் இதை அவன் அடைந்திருக்க வேண்டும். ஏனென்றால் அவன் கூறிய விஷயத்தின் அறியாமை – கறைபடியாத அப்பாவித்தனம் – அவன் கண்களில் இல்லை. தெரியாதவர்களுக்குத் தெரிந்ததைச் சொல்லிக்கொடுக்கும் நிதானத்துடன் கையாண்டான். 'கோபப்படாதீங்க! நானும் உங்களைப் போல உலகம் தெரியாமல்தான் இருந்தேன். இதைக்

பெருமைக்குரிய கடிகாரம்

கேள்விப்பட்டவுடன் நான் கேட்டது என்ன தெரியுமா? இது மகா பாவமில்லையான்னுதான். ஆனா அவுங்க விளக்கிச் சொன்னபிறகுதான் எனக்கே தெரிந்தது' என்றான்.

'அறிவில்லையா உனக்கு?' என்றேன்.

'என்ன சார் நீங்க ஒரு உண்மையை உங்ககிட்ட சொல்லலாம்னா உலகமே தெரியாத ஆளா இருக்கீங்க?' என்றான் உரையாடலை முடித்துக்கொள்ளும் பாவனையுடன்.

அவனைக் கையாள்வது சிரமமான வேலைதான். அவனை அனுப்பிவிட மனம் வரவில்லை. என்னிடம் கேட்ட இந்த விஷயத்தை வேறு யார் யாரிடமெல்லாம் கேட்டுத் தொலைத்தானோ? இப்படியொரு சிந்தனை அவனிடம் எப்படி வந்தடைந்தது என்பது எனக்கு ஆச்சரியமாக இருந்தது. ஒருவகையில் அவன் எங்கோ இதை ஆழ்ந்து நம்பியுமிருந்தான். அச்சமயத்தில் அவனது அபாயகரமான அறியாமையை நினைத்து நான் திகைத்திருந்தேன். இது 'உலகெங்கிலும் அனேகமான வாழ்வில் நிகழ்ந்துகொண்டிருக்கக்கூடியதுதான் என்ற அவனே நம்ப முடியாத அவனது கற்பனையை உறுதி செய்வதற்காகவோ; அல்லது அவனது பார்வையில் உலகம் முழுக்க நடந்துகொண்டிருப்பதாக நம்பிக்கொண்டிருப்பதை உறுதி செய்துகொள்வதற்காகவோ; அல்லது இவை குறித்த ஏதோ ஒன்றின் அங்கீகாரத்திற்காகவோ; எவரிடமும் 'மன்னிப்பைப் பெற முடியாமல் முழுதாகத் தோற்றுவிட்டதற்காகவோ, அவன் எங்கெங்கோ மோதிவிட்டு என்னிடமும் வந்திருக்கலாம்.

இறுக்கமான மௌனத்தை நான் அப்போது கடை பிடித்திருக்கக் கூடாதுதான். ஆனால் நான் அந்த அளவுக்குப் பண்பட்டிருக்கவில்லை. அவனது தோற்றம் என்னை இரக்கம் கொள்ளவைத்தது. இந்த விஷயத்தில் வெற்றிபெற்றிட வேண்டுமென்று கிளம்பி வந்த அவனின் இன்றைய பயணம் இன்றைக்குத் தொடங்கப்பட்டது அல்ல. இதன் தொடக்கத்தைக் கேட்டாலொழிய அவனை அணுகிப்பார்ப்பது முடியாத காரியம். இது தேவையற்று ஒருவரின் அந்தரங்கமான நாட்குறிப்புகளைப் படிப்பதுபோல. நான் சிறிது அச்சத்திற்குள்ளானேன்.

ஆனால் என் கைமீது தன் கையை வைத்து ஆறுதல் சொல்வதுபோல் கூறினான்: 'ஒன்றும் அவசரமில்லை நீங்கள் யாரிடமாவது கேட்டுப்பாருங்கள். ஆனால், உங்களை யாரும் உலகம் தெரியாத நபரென்று நினைத்துவிடப்போகிறார்கள்!' என்று சொல்லிவிட்டுச் சிரித்தான். கோரைப்பற்கள் தெரியச் சிரிக்கும் கூழைநரியின் ஆபாசமான சிரிப்பு என்று நான் அதைச் சொல்வதற்கு நீங்கள் என்னை மன்னிக்க வேண்டும். அந்தப்

புன்னகையால் நான் மிகவும் காயப்பட்டேன். இதனால் ஒருவாறு நான் அவனிடம் பேசுவதற்குத் தூண்டப்பட்டேன்.

'நீங்க ரொம்ப தப்பான சிந்தனைக்குள்ள போயிருக்கீங்க. தயவுசெஞ்சி வெளில வரணும். இல்லேன்னா இந்த உலகத்தில எதையுமே உங்களால சரியா பார்க்க முடியாது' என்றேன். எனது வார்த்தைகள் அவனது நம்பிக்கைக்கு முன்பு பலவீனமாக இருந்ததை நானே உணர்ந்தேன்.

பின்பு மிகவும் தாழ்மையுடன் அவனிடம் பேசத் தொடங்கினேன்:

'என்னிடம் கேட்டதுபோல மற்றவர்களிடம் கேட்டுப் பார்த்திருந்தால் மோசமாக உங்களைக் காயப்படுத்தியிருப்பார்கள். குறைந்தபட்சம் அவர்கள் உங்களை மோசமாகக் கருதுவார்கள். அல்லது சமயங்களில் கிண்டலடிப்பார்கள். யோசித்துப்பாருங்கள், உங்களைப் பார்க்கும்போதெல்லாம் அவர்கள் கிண்டலடித்தால் நீங்கள் மன ரீதியாக எந்த அளவுக்கு தாக்குதலுக்குள்ளாவீர்கள் என்று.'

என்னுடைய இந்த வார்த்தைகள் அவனிடம் மென்மையான ஒரு தொடுகையையை உருவாக்குவதை நான் உணர்ந்தேன்.

'சரி நாம் ஒரு டீ சாப்பிடலாமா?' என்றேன். தேநீர் தேவையாக இருந்திருந்தாலும் அவனுக்குச் சாதகமான விடை கிடைக்காத அந்த சூழலில் அவன் எனக்காகவே அதை ஒப்புக்கொண்டான். எனது அறையாக இருப்பினும் இந்தத் தனித்த அறை அவனுக்கு பலம் சேர்ப்பதுபோல் வெளி எனக்கு பலம் சேர்க்கும் என்று நான் நம்பியதில் தவறில்லை. எப்படியும் ஒரு அதிதியை வீட்டுக்குள் வைத்துக் கொலைசெய்யக் கூடாது என்பதில் எப்போதும்போல் உறுதியாக இருந்தேன்.

5

பகல் மந்தமாக மேகமூட்டத்துடன் இருந்தது. படிக்கட்டில் யாரும் இருக்கவில்லை. இருவரின் செருப்பு சத்தங்களும் எங்களின் உரையாடலைப் போல எதிரெதிராக ஒலித்தன. மோசமான முறையில் ஆக்ரோஷமாக வெளிப்படுத்திக்கொள்ள முடியாத எங்கள் எண்ணங்களின் சத்தங்கள் எங்களை நிரப்பியிருந்தன. பல சமயங்களில் இதுபோன்ற அசௌகரியமான சூழ்நிலைதான் வாழ்க்கையில் நிரம்பியிருக்கிறது என்று நான் அடிக்கடி நினைப்பதுண்டு. பிலிப்ஸ் மருத்துவமனையைத் தாண்டி வந்தபோது நகரப் போக்குவரத்து குறுக்கிட்டது. இந்தச் சிந்தனையை அவன்

எங்கிருந்து பெற்றிருக்கக்கூடுமென யோசித்தேன். இது அவனது உருவ வளர்ச்சிக்குத் தகுந்த அறியாமை அல்ல. இப்படி ஒரு மனிதனை அளவிடக் கூடாதுதான். ஆனால் நான் அன்று அவ்வாறு நினைக்கவில்லை. அவன் இது குறித்த தெளிவை மிக எளிதாக எப்போதோ பெற்றிருக்க முடியும் என்று எதிர்பார்த்திருந்தேன். இதே எண்ணத்தில்தான் இவன் மனிதர்கள் எல்லோரையும் நினைத்துக்கொண்டிருக்கக்கூடும் என்று நினைத்தபோது நான் மேலும் அமைதியிழந்தேன்.

ஆனால் அவன் பொய்யாகச் சிரித்தபடி என்னுடன் நடந்து வந்துகொண்டிருந்தான். தான் தோற்றுப்போய்விடக் கூடாது என்ற கவனமும் எந்த நேரத்திலும் என்னையும் அந்தப் பள்ளத்தாக்கில் தள்ளிவிட்டுப் பொறுப்பற்றுச் சென்றுவிடும் யத்தனமும் அவனுக்கு அதிகப்படியாக இருந்தன. குறிப்பாக அவன் என்னை நேருக்கு நேர் பார்ப்பதைத் தவிர்த்தான். வானத்தின் கீழிருக்கும் இந்த வெளிச்சம் அவனின் சிந்தனையை பலவீனமாக ஆக்குவதை அவன் உணரவில்லை. ஆனால் அவன் உள்ளுணர்வு நிச்சயமாக அதை அறிந்திருந்தது என்று இப்போது உங்களுக்குக் கூறுகிறேன். அதனால்தான் அவன் கடைத்தெருவுக்கு வந்ததும் அவன் தனது பிரத்யேகமான, கடைவாயில் தோன்றும் அலட்சியப் புன்னகை எனும் அந்த ஆயுதத்தை கையிலெடுத்திருந்தான்.

நாங்கள் தெருமுனை தேநீர்க் கடைவரை மௌனமாக வந்தோம். பிறகு நான் வேண்டுமென்றே திரைப்படங்கள் பற்றிப் பேசினேன். அதை ஒரு பொருட்டாகவே கருதாமல், 'நான் எல்லோரிடமும் கேட்டுவிட்டேன். அவர்கள் எல்லோரும் என்னிடம் இதை எப்படி இவ்வளவு சீக்கிரம் தெரிந்துகொண்டாய் என்றுதான் ஆச்சர்யப்பட்டார்கள்.' என்றான். விவாதப் பொருளை அவன் மாற்ற விரும்பவில்லை.

நான் உள்ளுக்குள் பெருமூச்செறிந்து அவனைப் பார்த்தேன். அவனுக்கு இதை எப்படிப் புரிய வைப்பது என்ற களைப்பு என்மேல் சரிந்திருந்தது. எனது களைப்பு அவனுக்கான ஊக்கமருந்தாக இருந்திருக்க வேண்டும். இதற்காக அவன் எனக்குக் கபடமற்ற ஒரு புன்னகையை வழங்க முயற்சிசெய்துகொண்டிருந்தான்.

பிறகு அவன், 'நீங்கள் இந்த விஷயத்தை இன்னும் நம்பவில்லை இல்லையா?' என்றான். நான் பொய்யாக ஒப்புக்கொண்டால்கூட சந்தோஷமாக போய்விடுவான் போலிருந்தது. இவ்விஷயத்தின் கருத்துக்கு வந்து சேர்ந்த அவனது பாதையைக் குறித்து – மிகவும் மட்டமாக – நான் அவனையே சந்தேகிக்க, அவனது நடத்தையே ஒரு தூண்டுகோலாக இருந்தது என்பதை நான் ஒப்புக்கொள்கிறேன். ஒருவேளை அவனுக்குச் சாதகமான பதிலை

நான் கூறியிருந்தால் இதற்கான அசல் காரணத்தை அவன் என்னிடம் சொல்லியிருந்திருக்கவும்கூடும்.

நான் நிதானமாகவும் தாழ்மையுடனும் தீர்க்கமாகவும் சொன்னேன்: 'எப்படி உண்மையில்லாத ஒன்றை நம்ப முடியும்?'

'எப்படி உண்மையில்லை என்று கூறுகிறீர்கள்?' என்றான். எனது நிதானத்திற்கு எதிராக அவன் வேகமடைந்திருந்தான்.

'விவாதத்தால் நிறுவும் முடிவுகள்மேல் எனக்கு நம்பிக்கைகள் எதுவுமில்லை. உண்மை எப்போதும் தன் இருப்பிடத்தை விவாதத்திற்கு அப்பாலும் விருப்பு வெறுப்புக்கு அப்பாலும் வைத்திருக்கிறது என்பது என் பணிவான முடிவு.' எனக்குக் இதைச் சொல்வதற்குக் கூசியது என்றாலும் அவன் முகத்தின் முன்னே 'என் ஆடைகளை' உதறிக் காட்ட வேண்டும் என்று விரும்பினேன். 'நான் என் அம்மாவோடு அப்படி இருந்ததில்லை; இதைவிட ஒரு மோசமான, மிகச் சரியான உதராணத்தை உனக்குச் சொல்ல முடியாது' என்றேன். 'மேலும் இதைப்பற்றி நீ பேசினால் நான் உங்களிடம் சில மோசமான கேள்விகள் கேட்க வேண்டியிருக்கும்' என எச்சரிக்கும் தொனியில் சொன்னேன். உதாரணத்திற்காகக்கூட வீட்டுக் கண்ணாடியை உடைப்பதாகச் சொல்வதில் எனக்குக் கொஞ்சமும் விருப்பம் இருந்ததில்லை.

ஆனால் அவன், தான் உண்மை மீது நின்றுகொண்டிருப்பதான அலட்சியத்துடன் சவால் விடுபவனைப்போல், 'என்ன கேட்க வேண்டுமோ கேளுங்கள்' என்றான்.

'இது மிகக் கசப்பில் முடியும்' என்றேன்.

அவன் முந்தைய தொனியிலேயே 'பரவாயில்லை கேளுங்கள்'. என்றான்.

'சரி இந்தக் கருத்துக்கு நீ எப்படி வந்து சேர்ந்தாய்?' என்றேன்.

'புரியவில்லை'.

அவனுக்குப் புரிந்தது. ஆனால், அதை யோசிப்பதற்கான அவகாசமாக அப்படிச் சொன்னான். நான் மீண்டும் வேறு வார்த்தைகளில் சொன்னேன். 'இதுதான் நிஜம் என்று எப்படி நம்புகிறீர்கள்?'

அவன் என்னை ஒருவினாடி மிகையான வியப்புணர்வுடன் பார்த்தான். இதற்கு பதில் சொல்லிவிட்டால் பிரச்சினையின் முள்ளை எடுத்துவிடலாம்தான். ஆனால், மர்மத்தை அவிழ்க்க விரும்பாதவன்போல் புன்னகைத்தபடி 'எனக்குத் தெரியும்' என்றான். அவன் அப்போது தனது இரண்டு கண்களையும்

சிறு தலையசைப்பினூடாக மூடி, அரைவினாடிக்குக் குறைவாக இமைகளைத் திறக்காமல் வைத்திருந்து திறந்தான். மிக அழகாக அதைச் செய்தான். இச்செய்கையின் அவனது தன்னம்பிக்கை, எதிராளி உண்மையென்று ஒன்றை வலிவாக நம்பியிருக்காவிட்டால், அந்தக் கணமே அவனைக் கொன்று புசித்திருக்கக்கூடியதுதான்.

'அதுதான் எப்படித் தெரியும்? நானும் கொஞ்சம் விளங்கிக்கொள்கிறேன்'. என்று கிண்டலாக அவன் கோபத்தைத் தூண்டும்படி கேட்டேன்.

அவன் சட்டென சம்மந்தமில்லாமல், 'எனக்கு அர்விந்த் மில்ஸ்ல வேலை கிடைச்சிருக்கு. நான் அனேகமா அடுத்த வாரம் கல்கத்தா போறேன்' என்றான்.

என்ன ஒரு மட்டரகமான திசைதிருப்பல்! (இதற்கும் ஒரு சாமார்த்தியம் வேண்டும்தான்.) நான் அவனின் இந்தப் போக்கை நினைத்துச் சட்டென வாய்விட்டுச் சிரித்தேன். ஏனெனில் இதுவரை நிகழ்ந்த அத்தனையும் பிரயோஜனமற்ற நாடக ஒத்திகையைப் போல மாறிவிட்டிருந்தது. அவன் எனது சிரிப்பை மிகச் சாதாரணமான புன்னகையுடன் எதிர்கொண்டான். இதுவரை இப்படி ஒரு சம்பாஷணை எங்களுக்குள் நடைபெறவே இல்லை என்பதாக அவன் பேச்சை மாற்றியது கடைசிநேரத் தப்பித்தல்தான். அகப்பட்டுக்கொண்ட பிறகு, ஆட்டத்திற்கு வரவில்லை என்று கூறும் நேர்மையற்ற சிறுபிள்ளைத்தனம்தான். இனி அவன் எப்போதும் இதற்கான காரணத்தை என்னிடம் சொல்லப்போவதில்லை என்று நான் தவறாக முடிவு செய்திருந்தேன். ஆனால் அப்போது அவன் முழுமையாகத் தோல்வியடைந்திருந்தான்.

நானும் சம்பாஷனையை முடித்துக்கொண்டதாக, அவன் கல்கத்தாவுக்கு வேலைக்குச் செல்வதற்காக, 'ஆல்த பெஸ்ட்' என்றேன்.

'தேங்க்யூ' என்றான். 'நான் அங்கே போனதும் லெட்டர் போடுகிறேன்' என்றான் சிரித்தபடி. 'நீங்க இதைப்பத்தி யோசிங்க' என்றான் மீண்டும். எதிர்பாராத தருணத்தில் ஆளைக் கீழே தள்ளும் அவனது கோழைத்தனம் எரிச்சலாக வந்தது. இனிமேல் அவனுக்குச் சலுகைகள் தேவையில்லை என்று முடிவு செய்து சொன்னேன். 'நீ ஒரு நல்ல சைக்யாட்ரிஸ்ட்டைப் பார்ப்பது நல்லது'.

'அவன் திகைத்துப்போய் என்னைப் பார்த்தான். வினாடிக்கும் குறைவான தருணம்தான். உடனே சுதாரித்துச் சிரித்து மறைத்தான். எத்தனை அடாவடியான லாவகம்! அதிர்ஷ்டவசமாக மனிதனின்

இதயம் கண்களில் வெளிப்படும்படி இயற்கை வைத்திருப்பது எத்தனை நல்ல விஷயம்! அவன் இதில் நிலைகுலைந்தான் என்பது உண்மைதான். ஆனால் மிக எளிமையாக அதைச் சரிசெய்துகொண்டான். வேறொரு மாற்று பதிலைச் சொல்வதற்கு யோசித்தபடி அவன் தொடர்ந்து சிரித்துக்கொண்டிருந்தான். அவனை அந்த நொடியிலேயே கைவிட்டுச் செல்வதற்கான அனைத்து நியாயங்களும் எனக்கு இருந்தன. ஆனால் அது கருணையற்றதாகவும் பொறுப்பற்றதாகவும் இருக்கும் என்பதால் நான் அவ்விடத்திலேயே நின்றேன்.

'இல்லேன்னா எனக்குத் தெரிஞ்ச ஒரு மனநல மருத்துவர் இருக்கார். நீங்க விரும்பினா போகலாம்' என்றேன். 'அவரும் உங்கள மாதிரியே உலகம் தெரியாதவராக இருப்பார்' என்று கடகடவெனச் சிரித்தான்.

அவனது லாவகம் பிரச்சினையைத் தீர்க்க உதவாது என்று தெரிந்திருந்தாலும் இதற்கான தீர்வை அவன் விரும்பவில்லை. உண்மையிலேயே அவன் கேட்ட கேள்விகளுக்கான உண்மையான பதில்கள் அவனுக்கே தெள்ளத் தெளிவாகத் தெரியும். (இதைத் தாமதமாகவே உணர்ந்தேன்.) ஆனால், அவன் அனுபவித்த ஏதோ ஒரு விதிவிலக்கான உண்மைக்கு முன்பு அனைவரையும் நிறுத்திப்பார்க்கும் பரிதாபமான தந்திரம் அவனிடம் இருந்தது. அவன் என்னிடம் அந்தச் செய்தியை ஏற்றுக்கொள்ளுங்கள் என்று சொல்லவே வந்திருந்தான். (இதையும் கொஞ்சம் மெதுவாகவே புரிந்துகொண்டேன்.) அவனது நம்பிக்கையில் பிறரைச் சிக்கவைத்துவிட்டால் அவன் சற்றும் குற்ற உணர்ச்சியின்றி நடந்து செல்வான்போலிருந்தது. இந்த விஷயத்திற்கு நிரூபணம் தேடி அலைந்துகொண்டிருக்கும் அவனது தேடலில் பரிசுத்தமான தோல்வியே அவனது முழுமையான வெற்றியாக இருக்கும் என்று அவனுக்குப் புரியவைப்பது கடினம். அவனைப் பொறுத்தவரை நான் வீழ்த்தப்பட்டவன்தான். ஆனால் பிரச்சினையின் மையம் உண்மைக்குப் புறம்பானது என்பதை அறியாதவரை அவனது சாமர்த்தியம் தீமையைத்தான் விளைவிக்கும் என்பதை அவனுக்கு எப்படி விளக்குவது என்பது புரியவில்லை.

பின்பு சிறிது தூரம் அமைதியாக வந்துவிட்டு, 'இது ரொம்ப ரகசியமான விஷயம். இதை எல்லாரும் வெளிப்படையா ஒத்துக்கமாட்டாங்க. ஆனா இதுதான் உண்மை' என்றான் ஒரு புதிய தொடக்கத்தைப்போல.

'நீங்க ரொம்ப மோசமா பாதிக்கப்பட்டிருக்கீங்க. என்ன பேசினாலும் என்னைக் குழப்ப முடியாது. நீ ஒரு நல்ல டாக்டரைப் பார்ப்பது நல்லது'. என்று நான் தீர்மானமாகச் சொன்னேன்.

அவன் கம்மென்று நின்றான். பிறகு நிமிர்ந்து சொன்னான். 'நீங்க கொஞ்சம் ஈஸியா புரிஞ்சிப்பீங்கன்னு நெனச்சேன். உங்களுக்குப் புரிஞ்சிக்க முடியல. இதுக்காக ஒருநாள் வருத்தப்படுவீங்க' என்றான்.

'இதையே தான் நானும் உங்களுக்குச் சொல்கிறேன்.'

பின்பு இயல்பாய்ச் சிரித்தான். எல்லாவற்றையும் மறந்துவிடக் கோரும் சிரிப்பு. 'சரி விடுங்க. நாம பியர் சாப்பிடுவோம்' என்றான்.

'இல்லை இன்னொரு நாள் சாப்பிடுவோம்'.

'இன்னொரு நாள் எங்கிட்ட காசு இருக்காது'.

'இருக்கிற அன்றைக்கு சாப்பிடுவோம்'.

'பரவால்ல வாங்க சார்'.

'இருக்கட்டும். இந்த டீயோட பிரிவோம்' என்று அழுத்தமாகச் சொன்னேன்.

ஒரு சமோசாவும் டீயும் சாப்பிட்டு இருவரும் பிரிந்தோம். அதன் பிறகு அவன் கல்கத்தாவுக்குச் சென்றிருந்தான்.

6

முதல் கடிதத்திற்குப் பிறகு அவன் கல்கத்தாவிலிருந்து பல மாதங்களின் இடைவெளிகளில் மூன்று கடிதங்கள் எழுதியிருந்தான். மூன்றாவது கடிதம்தான் நான் எதிர்பார்க்காதது. வைத்திருக்கும் கருத்திற்கும் தேடிக்கொண்டிருக்கும் முடிவுக்குமான நிரப்ப முடியாத இடைவெளிகளில் அலையும் அவனைப் போன்றவர்கள் அப்படியே வாழ்ந்து முடித்துவிடுவதும் உண்டுதான். ஆனால் சில சமயங்களில் இயற்கை சில நல்ல இதயங்களுக்கு மாற்றங்களின் பரிசினைத் தருவதற்கு மறப்பதில்லை. அவனுக்கும் அதுதான் நிகழ்ந்திருந்தது. அதில் முக்கியமானது, நான் நினைத்திருந்த, மகிழ்ச்சிக்குரிய நிறைவளிக்கும் அந்த மாற்றம் பற்றியது. அவன் தனக்கு நேர்ந்த அந்த மகத்தான சம்பவம் பற்றிக் குறிப்பிட்டிருந்தான்.

சரவணன் எழுதியிருந்த மூன்றாவது கடிதத்திலிருந்து கொஞ்சம்....

'நான் அன்று சற்று அதிகமாகப் பாங்கு உருண்டைகளைச் சாப்பிட்டிருந்தேன். இது என்ன பெரிய போதை என்று முன்பே கொஞ்சம் அதிகமாக சாப்பிட்டுவிட்டு இரண்டு நாட்கள்

கழித்து எழுந்திருந்த அனுபவமிருந்தும் சிறிது எச்சரிக்கையுடன் பாங்குகளைப் போட்டுக் கொஞ்சம் கேழ்வரகுக் கூழ் சேர்த்தேன். பஜாரில் எனக்கு ஏற்கனவே அறிமுகமாயிருந்த ஒரு பிராஸ்டியூட் வீட்டிற்கு சென்றேன். அந்தத் தெருவில் அங்கே ஒரு வீடு நிறைய தமிழ் பேசும் விபச்சாரிகள் இருந்தார்கள். நான் அன்று அங்கு சென்றிருக்கக் கூடாது என நினைத்தேன். ஆனால் அது நல்லது என இப்போது நினைக்கிறேன். அங்கு கமீலா என்று (நிஜப்பெயர் தெரியாது) பெயர் கொண்ட அவளிடம் ஒரு மணிநேரத்திற்கான தொகையைப் பேசி அவளுடன் இருந்தேன். அவள் எனக்கு சிகரெட் பற்றவைத்தாள். பிறகு அவளுக்கு நான் சில பாங்கு உருண்டைகளைக் கொடுத்தேன். அவள் அப்பகுதியின் நாட்டுச் சாராயம் ஒன்றை மிச்சமிருந்து எடுத்து வந்தாள். மிகவும் காடியான சரக்கு. இருவரும் குடித்துவிட்டு சந்தோஷமாக இருந்தோம்.

எனக்கு அப்போது ஒன்று தோன்றியது. உங்களிடம் கேட்ட அவ்விஷயத்தை அவளிடம் சொல்லிக் கேட்டேன். அவள் என்னை அப்போதுதான் முதன் முதலாகப் பார்ப்பதுபோல ஆழமாகப் பாத்தாள். நாங்கள் கணவன் மனைவியைப்போல அன்னியோன்யமாகப் படுத்திருந்தோம். 'பரவாயில்லை ஒத்துக்கொள். எனக்கு எல்லாம் தெரியும். நீ உன் அப்பாவிடம்தானே முதல்முறையாக இப்படி இருந்தாய்!' என்று கேட்டேன். அவள் சட்டென எழுந்து, தனது செருப்பைக் கழற்றிக் காட்டி, 'உன் காசு முடிந்துவிட்டது வெளியே போடா' என்றாள். போதையில் செய்கிறாள் என்று நினைத்தேன். அவள் பின்பு என்ன நினைத்தாளோ... மிக நிதானமாக 'இரு வருகிறேன்' என்று சொல்லிவிட்டு கதவைச் சாத்திவிட்டு வெளியே சென்றாள். நான் ஆடைகளை அணிந்துகொண்டு சில நிமிடங்களுக்குப் பிறகு கதவைத் திறக்க முயற்சித்தேன். அது வெளியே தாழிடப்பட்டிருந்தது. அவள் நான்கு பெண்களுடன் திரும்பி வந்தாள். அவளோடு சேர்த்து ஐந்து பேர். அந்த ஐந்து பெண்களும் விலைமாதர்கள்தாம். என்னைப் பச்சை பச்சையாகக் கேட்டார்கள். ஒருத்தி என் தலைமயிரைப் பிடித்துக் கன்னத்தில் அறைந்தாள். ஒருத்தி பீடாவை என் சட்டைமீது துப்பினாள். நான் என்னையறியாமல் அழத் தொடங்கினேன். நான் மனம் திறந்து இன்று ஒப்புக்கொள்கிறேன். அன்று நான் உங்களை அலைக்கழித்தேன். என்னை மன்னித்துவிடுங்கள்.

நான் அழுதவுடன் அவர்கள் தங்களது ஆத்திரமான நிலையிலிருந்து இறங்கி வந்தார்கள். நீங்கள் இதை நம்புங்கள். உடலை விற்றுப் பிழைப்பு நடத்தும் ஒரு வேசி சொன்னாள்: 'அம்மாவும் ஒரு தெய்வத்தைப் போல. புரிந்துகொள்' என்றாள். உங்களைச் சந்தித்த பிறகு நான் துருவித் துருவி என்னைக்

கேட்டுக்கொண்டேன். எப்போதும் யாரிடமும் பகிர்ந்துகொள்ள முடியாத சில விஷயங்கள் என்னிடம் இருக்கின்றன. அது என்னுடனேயே இருந்துவிட்டுப் போகட்டும். அது எனக்கு மட்டுமே நேர்ந்தவை. எனக்கு நேர்ந்ததுபோலவே யாருக்காவது நேர்ந்திருக்கும் என்று தேடிக்கொண்டிருந்தது அற்பத்தனம்தான். என்னை மன்னித்துவிடுங்கள்.'

என்ற அந்த வரிகளை அவன் அடிக்கோடிட்டிருந்தான். நான் அந்த வரிகளை இரண்டு முறை வாசித்தேன். என்னால் அவற்றை எப்படியோ புரிந்துகொள்ள முடிந்தது, அவனது திருமணமாகாத சூழல்; பழைமை மாறாத அறிவு வெளிச்சமற்ற தந்தை; நோய்ப் படுக்கையில் இருக்கும் பேச முடியாத அவனது அம்மா; மேலும் பெண்களைப் பற்றிய அவனது முந்தைய புகார்கள், எல்லாவற்றோடும் அவ்வரிகள் உறவுகொண்டிருந்தன.

கடிதத்தைப் படித்துவிட்ட பிறகு எனக்கு அவனை உடனே பார்க்க வேண்டும் போலிருந்தது. சமூகம் குறிப்பிடும் பலவற்றை அந்த விலைமாதர்கள் இழந்துவிட்டிருந்தாலும் அவர்கள் கடவுளைப் போன்றவர்கள்.

திணை – காலாண்டிதழ்

இஸ்மாயிலின் தேவதை

நிலவு தோன்றியபிறகு ஏற்காடு எல்வீ பென்னிங்டன் காஃபி எஸ்டேட் பங்களா மர்மமாகிவிடுகிறது. காப்பிச் செடி புதர்களும் சில்வர் ஓக் மரங்களில் படர்ந்தேறியிருக்கும் மிளகுக் கொடிகளும்கூட அச்சமூட்டக்கூடிய நிழலுருவங்களாக மாறிவிடுகின்றன.

பிரிட்டீஷ் காலத்தில் பலநூறு ஏக்கர்கள் கொண்ட இப்புகழ்பெற்ற காப்பி எஸ்டேட்டை அப்போதைய அரசாங்கத்திற்கு நெருக்கமாக இருந்த எல்வீ பென்னிங்டன் வைத்திருந்தார். இந்தியா சுதந்திரமடைந்த பிறகு எல்வீயின் பாதுகாப்புக்கும் எஸ்டேட்டின் தொழில் பெருக்கத்திற்கும் கடுமை யாகவும் விசுவாசமாகவும் உழைத்த இலியாஸின் குடும்பத்திற்கு இருநூறு ஏக்கர்களைப் பரிசாகக் கொடுத்துவிட்டுச் சென்றிருந்தார்.

வார இறுதி நாட்களைக் கழிப்பதற்கு அனேகமாக நாங்கள் பென்னிங்டன் எஸ்டேட்டில் கூடிக்கொண்டிருந்தோம். நாட்டுக்கோழிக் குழம்பும் மஞ்சள்ஓடை பகுதியில் காய்ச்சப்படும் அற்புதமான சாராயமும் எங்கள் வாழ்க்கைக்கு இளைப்பாறுதலைக் கொடுத்தன. நண்பர்கள் அன்றிரவும் என்னிடம் கதை கேட்டார்கள். கதையானது யதார்த்தத்தை மீறியதாகவும் நம்ப முடியாததாகவும் சுவாரஸ்யம் மிகுந்ததாகவும் இருக்கவேண்டும் என்று நிபந்தனைகள் வேறு விதித்தார்கள். எனக்கு இலியாஸின் ஒரே மகன் இஸ்மாயிலின் கதையைச் சொல்லலாம் என்று தோன்றியது.ஏனெனில்இதேஎஸ்டேட்டில்இஸ்மாயில்

சில வருடங்கள் தன் காதல் மனைவி ரஸியா பேஹத்துடன் வாழ்ந்திருந்தார். யாருடையது எனத் தெரியாமலே மக்களால் பாடப்படும் ஒரு நாடோடிப் பாடலைப்போல இஸ்மாயிலின் கதை எங்கள் பிராந்தியத்தில் இன்னும் உயிர்பெற்றிருந்தது.

இஸ்மாயில் தமிழகத்தின் தென்கோடிக் கடலோர கிராமத்தில் பிறந்தவர். வெகுஜனங்களால் புரிந்துகொள்ள முடியாத தனிமையில் இருந்த இஸ்மாயில் அப்பிராந்தியத்தில் சிறப்பாக குறி சொல்பவராகவும் தீரமுடன் ஆவிகளை கட்டுப்படுத்துபவராகவும் சக்தி நிறைந்த மந்திரக்காரராகவும் அறியப்பட்டார். கடவுளுக்கும் மானுட வாழ்வியலுக்கும் உள்ள தொடர்புகளை அறிந்த மிகச் சிலர் மட்டுமே இஸ்மாயில் இறைசக்தி நிரம்பியவர் என்று குறிப்பிட்டனர். மற்றவர்கள் அவர் சாத்தானின் சக்தி நிரம்பியவர் என்றார்கள். எனினும் அவர் கையில் அள்ளிய மழமழப்பான கூழாங்கற்கள் நாவில் கரையும் கற்கண்டுகளாயின. உங்களால் நம்ப முடியாதுதான்: அவர் ஆகாயத்தை நோக்கி மடித்து வீசிய காகிதங்கள் றெக்கை விரித்துப் பறந்து செல்லும் நிஜமான பறவைகளாயின. இஸ்மாயில் இப்போது இருந்திருந்தால் நாம் அருந்தும் இக்குளிர்ந்த நீர் உடலை வெப்பமாக்கும் மதுவாகியிருக்கும். அவர் விரும்பினால் நமது காகிதங்கள்கூட ரூபாய் தாள்களாகியிருக்கும்.

மழைக்காலங்களில் ஏற்காட்டின் மாலைநேரம் சமவெளியைவிட விரைவானது. இருண்ட வானிலிருந்து இடைவெளியற்றுக் கொட்டும் அடர்மழை பின்மாலைப் பொழுதை நள்ளிரவாக்கிவிட்டிருந்தது. இஸ்மாயில் காய்ச்சலுற்ற தன் மனைவி ரஸியா பேகத்தைத் தோளில் சுமந்தபடி அவர் தந்தை பணிபுரியும் அந்த எஸ்டேட்டினுள் மழைக்குப் பாதுகாப்பான ஒரு இடத்தையும் எதிர்காலத்திற்கான அடைக்கலத்தையும் எதிர்பார்த்தபடி கால்கடுக்க நடந்து வந்திருந்தார்.

எல்வீ பென்னிங்டனின் தாயார் இந்த எஸ்டேட்டை பராமரிக்கத் தொடங்கிய காலத்திலிருந்து இஸ்மாயிலின் தந்தை இலியாஸ் அவர்களுக்கு அரணாக இருந்தார். நேர்மையும் சுறுசுறுப்பும் கொண்ட அவரின் மகன் மழையில் நனைந்தபடி ஒரு இளம்பெண்ணுடன் வந்து தொழிலாளர்களின் குடியிருப்பைத் தட்டியபோது அப்பெண் இறந்துவிட்டிருக்கின்றாள் என்றே நினைத்தார்கள். நெருப்பூட்டி அடுப்படியில் அமரவைத்து சூடான மிளகு சூப்பைத் தந்தபோது அந்தக் கடுமையான காய்ச்சலிலும் அவள் புன்னகைத்தாள். இஸ்மாயில் அவளின் முகத்திரையை விலக்கிக் காட்டினார். "முழு நிலவைப் போலக் களங்கமற்ற

முகம்". இலியாஸ் மிகவும் திருப்தியடைந்தார். "நாற்பத்தியேழு வயதுவரை திருமணம் வேண்டாமென்று இருந்த இஸ்மாயிலுக்கு அல்லா தந்த பரிசு!" இலியாஸ் அல்லாவுக்கு நன்றி சொன்னார்.

சிறு வயதிலேயே தர்காவில் துப்புரவாளராக பணிபுரிந்த இஸ்மாயில் பாங்கு ஓதவும் சிறு நோய்களுக்கு சிகிச்சையளிக்கவும் கற்றுக்கொண்டார். வரையறுத்துச் சொல்ல முடியாத உள்ளுணர்வுகளுக்கு விடைதேடும் விதமாக அவர் பெற்றோர்கள் மற்றும் உறவுகளின் கண்களில் இருந்து தொலைந்து போனார். காலச் சுழற்சிக்குப் பேர்போன பதினான்கு வருடங்கள் கழித்து இஸ்மாயில் ஊர் திரும்பியபோது சாந்தமடைந்த மாலைநேரச் சூரியனைப் போல மயக்கமூட்டும் பிரகாசத்துடன் இருந்தார். அவரின் செயலிலும் பேசுபொருளிலும் தனித்துவம் கூடியிருந்ததை பெரியோர்கள் அறிந்து சொன்னார்கள்.

இலியாஸின் மகன் அழகிய தேவதை ஒருத்தியைக் காதல் திருமணம் புரிந்துகொண்டு வந்திருப்பதாக கேள்விப்பட்ட எல்வீ பென்னிங்டன் அவர்களைப் பார்க்க விரும்பினாள். இலியாஸ் "தன் மகன் ஒரு அற்புதமான மந்திரக்காரன்" என்று சொல்லிவைத்தார். எல்வீ பென்னிங்டனின் குதிரைப் பயிற்சியும் எஸ்டேட்டின் அன்றாடச் சுற்றுப்பயணமும் முடிந்த அம்மாலை நேரத்தில் அவர்களை தனது எஸ்டேட் பங்களாவுக்கு வரச்சொல்லியிருந்தாள்.

உருது மொழியில் அபார தேர்ச்சி பெற்றிருந்த இஸ்மாயில் தனது பதினான்கு வருட யாத்திரையில் உரையாடலுக்கான ஆங்கிலத்தையும் இந்தியையும் கற்றிருந்தார். இஸ்மாயிலின் ஆங்கில உரையாடலில் ஆழமான கருத்துருவங்கள் எளிமையாக உலவியதில் பென்னிங்டன் உள்ளூர வியந்துபோனாள்.

அந்த மாலைப்பொழுதில் கண்ணாடிக் கோப்பையில் திராட்சை ரசத்தைப் பருகியபடி அழகிய வேலைப்பாடுகள் நிரம்பிய நாற்காலியில் கம்பீரமாக அமர்ந்திருந்த பென்னிங்டனுக்கு இனம்புரியாத தவிப்பு இருந்தது. காரணம் இஸ்மாயிலின் மந்திரங்கள் பற்றி இலியாஸ் சொல்லியிருந்ததுதான். வேலைக் காரர்கள் திறக்கவிருக்கும் கதவுச் சத்தத்தைக் கேட்பதற்கு அவள் ஆவலாக இருந்தாள். பென்னிங்டன் குறிப்பிட்டிருந்த நேரத்திற்கு இரண்டு நிமிடங்கள் முன்பாகவே இஸ்மாயிலும் ரஸியா பேஹமும் பங்களாவின் கூடத்திற்குள் காத்திருந்தார்கள். பேரிளம்பெண்ணாக இருந்த பென்னிங்டன் விருந்தினர்கள் கூடத்தில் நுழைந்தபோது ஆரத் தழுவுதலுக்கான அதிர்வலைகள் அவள் ரத்த ஓட்டத்தில் பரவத் தொடங்கின. இஸ்மாயிலும் ரஸியா பேஹமும் கரம் குவித்து சிரம் தாழ்ந்து வணங்கினார்கள்.

பெருமைக்குரிய கடிகாரம்

பென்னிங்டனுக்கு அன்றிரவு தூக்கம் வரவில்லை. சூரிய ஒளியில் வைக்கப்பட்ட பனிக்கட்டியைப் போல இரவு விரைவாகக் கரைந்துகொண்டிருந்தது. இஸ்மாயிலுக்கு மிளகு சேகரிப்பில் பொறுப்பு ஒதுக்கப்பட்டது குறித்து இலியாஸுக்கு நிறைவுதான்.

இஸ்மாயிலுக்குக் கொடுக்கப்பட்ட மரங்களோடு கூடிய கல்வீடு தொழிலாளர் குடியிருப்பிலிருந்து ஒதுங்கி இருந்தது. ரஸியா பேஹமும் இஸ்மாயிலும் புறத்தாரை மறந்து காதல்கொள்ளத் தனிமையும் அழகும் கொண்ட நல்ல இடம்தான். ரஸியாபேஹம் அவ்வீட்டை அடைந்தவுடன் மகிழ்ச்சிக்குரிய தேவதைகளின் அதிர்வலைகளை உணர்ந்தாள். அழகிய குழந்தைகளோடு கூடிய தங்களின் எதிர்காலம் குறித்த கனவுகளைக் கண்டாள். தேவதைகள் உலவும்படி அவள் மலர்களையும் சிறிய உயிரினங்களையும் வளர்க்க விரும்பினாள். பின்னாளில் அணில்களின் கீச்சுக் குரல்களும் பறவைகளின் உரையாடல்களும் பாடல்களும் காட்டு மலர்களின் வாசனைகளும் எப்போதும் அவள் வீட்டில் கலந்திருந்தன. உயர்ந்தோங்கிய மரங்களில் இருந்து தொங்கிய வலிமைமிக்க கொடிகளில் இஸ்மாயில் அவளுக்காகக் கட்டிய மர ஊஞ்சலில் ரஸியா பேஹம் முகத்திரையின்றி சுதந்திரமாக அமர்ந்தாடினாள். பெருமை கொள்ளும்படியான கணவனிடமிருந்து நிறைவான அன்பையும் புணர்ச்சியையும் அன்றாடங்களுக்குத் தேவையான உணவுப் பொருட்களையும் எதிர்காலத்திற்கான பாதுகாப்பையும் அவள் தன் காதலால் பெற்றுக்கொண்டிருந்தாள்.

இஸ்மாயில் வந்த ஐந்தாம் நாள் பென்னிங்டன் தனது குதிரையில் வழக்கமான எஸ்டேட் சுற்றுப்பயணம் முடிந்து மிளகு சேகரிப்புக் களத்தில் இருக்கும் அவரைத் தேடிச் சென்றாள். தூரத்திலேயே பென்னிங்டனைப் பார்த்துவிட்ட இஸ்மாயில் அவர் வருகைக்காக எழுந்து நின்று காத்திருந்தார். தொழிலாளர்கள் கலைந்து சென்றுவிட்ட அந்நேரத்தில் இஸ்மாயில் மட்டுமே இருந்தார். குதிரையிலிருந்து இறங்கிய பென்னிங்டன் இஸ்மாயிலின் வேலைகள் குறித்து விசாரித்துவிட்டு தனக்காக ஏதேனும் ஒரு மந்திரம் செய்துகாண்பிக்கும்படி கூறினார். இஸ்மாயில் புதிய இடத்தில் தான் ஒரு மந்திரக்காரனாக அறியப்படுவதில் விருப்பமில்லை என்று பணிவோடு சொன்னார். பென்னிங்டன் "எனக்காக ஒரே ஒரு முறை" என்று வலியுறுத்தினார்.

இஸ்மாயில் பச்சை மிளகு நிரப்பப்பட்டிருந்த கூடையிலிருந்து இரு கைகளாலும் மிளகை அள்ளினார். தாயத்துகள் கட்டப்பட்ட அவரது கையில் ரகசியம் ஒளிந்திருப்பதாக பென்னிங்டன் நினைத்தாள். இஸ்மாயில் மிளகை இறைவனுக்குக் காட்டுவதுபோல கைகளை மேலே தூக்கிப் பிரார்த்தித்தார். கணங்களில் இஸ்மாயில் எல்லாவற்றிலிருந்தும்

துண்டிக்கப்பட்ட நிலையில் மாறிப்போயிருந்தார். சூழலில் இருந்த இலகுத்தன்மை மறைந்துபோனது. கடுமையான மழைக்கான இறுக்கம் சூழ்ந்தது. இஸ்மாயில் தனது கைகளைத் தாழ்த்தி பென்னிங்டனிடம் கொண்டு வந்தார். மிளகுகள் அவர் கைகளில் அசையத் தொடங்கின. பென்னிங்டனுக்கு அதைப் புரிந்துகொள்ள வினாடிகள் பிடித்தன. "அவை" மெல்ல மெல்ல ரெக்கை முளைத்துப் பறக்கத் தொடங்கியபோதுதான் அவைகள் ஈக்களாக மாறிக்கொண்டிருப்பதை பென்னிங்டன் உணர்ந்தாள். அப்போதுதான் பிறந்த குழந்தைகளைப்போல ஈக்கள் உயிர்பெற்று தடுமாறி எழுந்து பறந்து சென்றுகொண்டிருந்தன. பென்னிங்டன் அதிசயத்தின் வெட்டுக்கத்தியில் சுக்குநூறாகத் துண்டுபட்டுக்கொண்டிருந்தாள். நாடகத்தின் பேருண்மையில் அவளுக்கு வார்த்தைகள் நின்றுவிட்டன. கணங்களில் இஸ்மாயிலின்மீது அச்சம் எழுந்தது. அதை மீறி, பறக்கும் மிளகு ஈக்களை அவள் அதிசயமாகப் பார்த்துக்கொண்டிருந்தாள்.

பென்னிங்டன் சிறு குழந்தையைப்போல உற்சாகமாகக் கத்தினாள். "எப்படி?" என்று உரக்கக் கேட்டாள்.

தொடரவிருக்கும் அனைத்துக் கேள்விகளுக்கும் சேர்த்து இஸ்மாயில் புன்னகைத்தார். பென்னிங்டன் ஏமாற்றத்தை ஒப்புக்கொள்ளாமல் காத்திருந்தாள். இஸ்மாயிலின் அமைதி அவளைக் கோபமுற வைத்தது.

பென்னிங்டன் தன் நிலையை மறந்து இஸ்மாயிலின் விரல்களைப் பிடித்தாள். "நீ என்னிடம் பகிர்ந்துகொள்வதால் உனது மந்திர சக்திகள் பலிக்காமல் போய்விடுமா?" என்றாள்.

"எளிய விஷயங்களால் தீர்ந்துவிடுமாயின் அவைகள் உண்மையிலேயே சாதாரண தந்திரங்களாகத்தானே இருக்க முடியும்?" என்றார் இஸ்மாயில். "இல்லை! நிச்சயமாக நீங்கள் என்னை ஏமாற்றுகிறீர்கள். என் கண்களை ஏமாற்றுகிறீர்கள்" என்றாள் பென்னிங்டன்.

"ஒரு மனிதன் தனது துறையில் மேதமையடையும்போது மட்டுமே பூரணம் நிகழ்கிறது. அவன் அந்த சக்தியின் சக்தியாக மாறிவிட்ட பின்பு அவனுக்குத் தாழ்வும் இல்லை மேலதிக வாழ்வும் இல்லை. அவன் இப்பிரபஞ்சத்தின் ரகசியங்களின் ரகசியமாக ஆகிவிடுகின்றான்" என்றார்.

பென்னிங்டனுக்குக் கோபம்தான் வந்தது. எப்போதும் போதையில் மிதப்பது போன்ற கண்களும் அவரின் பிரார்த்தனை ரகசியங்களும் அதுவரைக்குமான பென்னிங்டனின் பகுத்தறிவைக் கேள்விக்குள்ளாக்கின. தூரத்தில் இலியாஸ் சில

பெருமைக்குரிய கடிகாரம் 109

தொழிலாளர்களுடன் மிளகை ஏற்றிச்செல்ல வாகனத்தில் வந்துகொண்டிருப்பதை இருவருமே கவனித்தார்கள். "நிச்சயமாக இது எவ்வாறு நிகழ்ந்தது என்று சொல்ல வேண்டும்" என்று கட்டளையாகச் சொல்லியபடியே குதிரையில் ஏறிச் சென்றாள் பென்னிங்டன்.

ரஸியா பேகத்திடம் இஸ்மாயில் கொண்ட காதலைப் புரிந்துகொள்வதினூடாக இஸ்மாயிலின் மந்திர சக்தியைப் புரிந்துகொள்ள முடியும் என்றும் நினைத்திருந்தாள். அல்லது ரஸியா பேஹத்தின் வழியாக அதை அறிந்துகொள்ள முயற்சித்தாள். உடனிருப்பது பெண்களாக இருந்தாலும் மற்றவர்களுடன் தன் நிர்வாணத்தை வெளிப்படுத்தக் கூச்சமுற்ற பெண்ணாக ரஸியா பேஹம் இருந்தாள். அவளின் உடல் மலரின் எளிமையுடன் மிருதுவாக இருந்தது. அங்கங்கள் சிறப்பான வடிவத்தையும் செழுமையையும் பெற்றிருந்தன. இவ்வகையான அடையாளங்களைக் கண்டே ரஸியா பேகத்தை இஸ்மாயில் காதலித்திருப்பார் என்று யூகித்தாள் பென்னிங்டன்.

நாளடைவில் பென்னிங்டன், ரஸியா பேஹத்தைத் தன்னுடைய பொருட்களைப் பயன்படுத்த ஊக்குவித்தாள். தன்னுடைய குளியல் சோப்புகளையும் வாசனை திரவியங்களையும் உபயோகப்படுத்தச் சொன்னாள். தயக்கங்களுக்குப் பிறகு ரஸியா பேஹம் அவற்றை நெடுநாட்களாகப் பயன்படுத்திக்கொண்டிருப்பவளைப் போல இயல்பாகச் செய்தாள். பென்னிங்டன் அப்போது இஸ்மாயிலின் மந்திரங்கள் தந்திரங்கள் குறித்து அவளிடம் அந்தரங்கமாகக் கேட்டாள். அப்போதும் ரஸியா, "அவர் மந்திரங்கள் செய்வதில்லை. அவர் கடவுள் சக்தி நிரம்பியவர். அவருக்குச் சில தேவதைகள் உதவுகிறார்கள்" என்றுதான் சொன்னாள். "நம்மால் புரிந்துகொள்ள முடியாத, பல விஷயங்கள் இருக்கின்றன. அதில் இதுவும் ஒன்று!" என்றாள்.

பாறையின் மேலிருந்து கசியும் பாலைப்போல இறங்கிக் கொண்டிருந்த கிளியூர் அருவி மழைக்காலப் பெருவெள்ளத்தில் அரக்கனின் சிரிப்பைப்போல் ஆக்ரோஷமாகக் குதித்துக் கொண்டிருந்தது. பென்னிங்டனின் துணிகள் நனைந்திருந்தன. கையில் இருந்த ஆங்கில தினசரியை இஸ்மாயில் பிணைத்து நீளமாக்கிக்கொண்டிருந்தார். அவள் அதிசயம் ஒன்றை எதிர்பார்த்திருந்தாள். பம்பர விளையாட்டில் பம்பரத்தை வீசிக் கயிற்றை இழுப்பதுபோல ஒருநுனியைக் கையில் வைத்துக்கொண்டு மறு நுனியை பென்னிங்டன் பக்கம் வீசினார் இஸ்மாயில். அவள் பார்த்துக்கொண்டிருக்கவே – அவர் வீசும்போதே – "அது" சால்வையாக மாறிவிட்டிருந்ததை அவள் திகைத்தபடி பார்த்துக்கொண்டிருந்தாள். அவள் அதைத் தொட்டுப்

ஸ்பரிசித்தபோது காகிதத்தின் மொடமொடப்பு இருக்கும் என நினைத்தாள். பென்னிங்டன் பயன்படுத்தத் தகுந்த தரத்தில் நுண்ணிய வேலைப்பாடுகள் கொண்ட சால்வையாக அது இருந்தது.

உண்மையை அறிந்துகொள்ள விழையும் துறுதுறுப்பான உணர்விலும் ஆச்சரியத்தைக் கட்டுப்படுத்த முடியாமலும் அவள் இஸ்மாயிலை ஓடிவந்து கட்டிக்கொண்டாள். சால்வை மீண்டும் காகிதமாகிவிடும் என நினைத்து உதறினாள். மேலே போர்த்தினாள். மீண்டும் உதறினாள். மடித்தாள். மீண்டும் போர்த்தினாள். "அற்புதம்... அற்புதம்" என்று சொல்லிக்கொண்டிருந்தாள். பின்னாளில் அவளின் மதிப்பிற்குரிய பொருட்களைச் சேகரித்து வைத்திருக்கும் மர அலமாரியில் அந்த சால்வை அவளின் எதிர்பார்ப்புகளைப் பொய்யாக்கியபடி கடைசிவரை "அது" ஒரு சால்வையாகவே இருந்தது.

அது ஒரு நீண்ட பயணம். தனது பரிவாரங்கள், அந்தரங்க உதவியாளர்கள் இன்றி பென்னிங்டன் மேற்கொண்ட முதல் பயணம். கைவிடப்பட்ட பழைய கோவில்கள், தனிமையான மலைக்குகைகள் போன்றவற்றைத் தேடிச் சென்றுகொண்டிருந்தாள் அவை இந்தியர்களின் அமானுஷ்ய சக்திகள் குறித்து அவள் சேகரித்து வைத்திருந்த சில தரவுகளுக்கான பரிசோதனைப் பயணம். பென்னிங்டனுக்கு ஒருமுறையாவது இஸ்மாயிலின் பிரார்த்தனை தோற்றுப்போய் மந்திரங்கள் நிகழாமல் அதிர்ச்சியடையும் அந்தக் கண்களைக் கண்டால்கூட போதும்தான்.

"இஸ்மாயில் உன் தந்திரங்கள் அச்சமூட்டக்கூடியவைகளாக உள்ளன. தயவுகூர்ந்து அதை எவ்வாறு செய்கின்றாய் என்பதை எனக்கு மட்டும் சொல்லிவிடு" என்றாள்.

"நீங்கள் காற்றை வியக்கவில்லை; நீரை வியக்கவில்லை; நெருப்பை வியக்கவில்லை; ஒரு விருட்சம் விதைக்குள் மறைந்திருப்பதை வியக்கவில்லை; மனிதர்கள் ஒரு துளியின் புள்ளியில் இருப்பதை வியக்கவில்லை; இதைமட்டும் ஏன் வியக்கின்றீர்கள்? இதுவும் ஒரு மனிதன் நடந்து செல்வதுபோல் ஒரு பறவை பறந்து செல்வதுபோல் இயற்கையானதே...!" என்றார் இஸ்மாயில்.

மலையடிவாரத்தில் போடப்பட்ட ஜாகையில் இஸ்மாயிலின் நிர்வாணத்தில் அவள் அவரின் மந்திரங்களைத் தேடினாள். வெளுத்த ரோஜாவைப் போலிருக்கும் பென்னிங்டனின் நிர்வாணம் அமாவாசை இரவிலும் தனித்து ஒளிரக்கூடியது. தோலால் மூட்டப்பட்டிருக்கும் உள்ளூறுப்புகளில் மறைந்திருக்கும் வினோதப் பொருளைத் தேடும் வெறித்தனம் அவளுக்கு

இருந்தது. பெண்ணுடலின் ஸ்பரிஸத்தில் விறைக்கும் அவரின் ஆணுறுப்பைக்கூட அவள் சந்தேகித்தாள். தனிமையும் கடுங்குளிரும் கொண்ட அந்த நாளில் நிகழ்ந்த உடலுறவும் ஒரு பரிசோதனைதான். ஒரு எந்திரத்தை அக்கு அக்காகப் பிரித்துப் பார்த்துவிடும் பரிசோதனை. ஆனால் பென்னிங்டனுக்கு அந்த உடலுறவு வேதனையாக இருந்தது. அவரின் அணுகுமுறை வீர்யம் மிக்க பெரிய பொருளைச் சிறிய பெட்டிக்குள் அடைப்பதுபோலிருந்தது. அவ்வகையான கூடலின் இன்பமும் களைப்பும் இதுவரை அவள் அனுபத்திராதது. கட்டுக்களை மீறித் தன்னுடல் ரப்பரைப் போல வலியுடன் விரிவடைவதாக அவள் அழுதாள். அல்லது தனிமையில் வாடும் மிருகத்தைப் போல ஓலமிட்டாள்.

அவள் இறுதியாக ஒரே ஒரு கேள்வி என்றாள்: “நீ இறை சக்தியா சாத்தானின் சக்தியா?” அதற்கு இஸ்மாயில். “ஒரே ஒரு துளி இறைசக்தி பெற்ற சாதாரண மனிதன்” என்றார். அவள் தன்னிடமுள்ள கடைசி நாகரிகத்தால் இதுகுறித்து நிரந்தரமாக மௌனமானாள்.

பகுதி இரண்டு

வேம்பூரில் உழவர் திருநாள், விளையாட்டுப் போட்டிகளுடன் முடிவடைகிறது. விளையாட்டுப் போட்டிகளை விவரிக்கும் நோட்டீஸில் இஸ்மாயிலின் மோடி எடுத்தல் கடைசியாக தனியாக கட்டம் கட்டி போடப்பட்டிருக்கும். மல்யுத்தமும் சிலம்பமும் “மோடி” எடுப்பதற்கு முந்தைய விளையாட்டுகள். நாள் முழுக்க நடக்கும் இத்தனை விளையாட்டுகளுக்கும் வராத கூட்டம் இஸ்மாயிலின் “மோடி எடுத்தலு”க்கு கூடிவிடும். சூரியன் இறங்கத் தொடங்கும்போது ஊர்மக்கள் மைதானத்தில் இறங்கிவிடாதபடி வரிக்கயிற்றை மூங்கில்களில் பிணைத்து வேலியமைப்பார்கள். தோல்விபெறுவோம் என்று தெரிந்தும் இளைஞர்களும் பலமுள்ளவர்களும் மோடி எடுத்தலுக்குப் போட்டி போட்டுக்கொண்டு பணம் கட்டுவார்கள். சில ஊர்களில் இருந்து மக்கள் வண்டி கட்டிக்கொண்டு வருவதும் உண்டு. மைதானத்தை சுற்றிலும் உள்ள மரங்களில் இளைஞர்களும் முதிர்ந்த சிறுவர்களும் குரங்குகளைப்போல தொற்றிக்கொண்டிருப்பார்கள். *EB*–காரர் வீட்டிலும் பஞ்சாயத்துத் தலைவர் வீட்டு மொட்டை மாடியிலும் பெரும்பாலும் ஊர் நிகழ்வுகளில் பங்கேற்றுப் பார்த்திராத மெத்தப் படித்தவர்களின் மனைவிமார்களும் நல்லப்

பதவிகளில் உள்ளோரும் பாதுகாப்பாய் நின்றபடி ஆர்வமாக குழுமியிருப்பார்கள்.

இஸ்மாயில் விழா நேரத்திற்கு அங்கு தோன்றுவார். அது அவரைப்பற்றிய ஆதி அந்தம் இல்லாத ஒரு துண்டுச் சித்திரம். வருடத்தின் மற்ற நாட்களில் யாருமற்ற தெருவில் வெள்ளிப் பூண் போட்ட பிரம்புக் கோலுடன் அவரை சில சமயங்களில் பார்க்க முடியும். ஊரின் செல்வந்தர்கள் வீட்டு உயரமான திண்ணைகளில் ராஜகுருவைப் போல அமர்ந்து குறி சொல்லும்போது பார்க்க முடியும் (அப்போது தெருவில் உள்ள பெண்கள் கூட்டமாக நெருக்கியடித்துக்கொண்டு இஸ்மாயிலின் பார்வை படாமல் ஒளிந்திருந்து பார்த்துக்கொண்டிருப்பார்கள்). இஸ்மாயில் எங்கள் பிராந்தியத்தின் பேரழகர். அவர் பார்வையில் படவும் மறைந்திருந்து வேடிக்கைப் பேச்சுப் பேசவும் துணிச்சலுள்ள பெண்கள் விரும்பினார்கள். ஒல்லியும் திடமும் வண்ணமும் கொண்ட அவரைக் கற்பனையில் அணைத்த பெண்கள் "ரெட்டைப்படை" எண் வரிசையில் இருப்பார்கள். உழவர் திருநாளில் மட்டும் இஸ்மாயில் கையில் சுருட்டிப் பிடிக்கப்பட்ட ஒரு வெள்ளைப் பையுடன் வருவார். அவர் வரும்போதே மைதானத்தில் விசில் சத்தமும் கூட்டுக் கத்தலும் காதைப் பிளக்கும். மரியாதையும் அச்சமுமான பார்வைகளுடன் ஒதுங்கி வழிவிடுவார்கள். ஒவ்வொரு வருடமும் மோடி எடுத்தல் எனும் இஸ்மாயிலின் இப்புதிரில் ஊர் வியந்து அதிர்ந்து குழம்பிச் சிரிப்பதும் அடுத்த ஆண்டு மீண்டும் இவ்வுணர்ச்சிகளில் விழுவதுமாக இருந்துகொண்டிருந்தது.

அந்த வருடமும் மோடி எடுத்தலுக்கு இஸ்மாயில் வேம்பூருக்கு வந்தார். விளையாட்டு மைதானத்திற்கு வருமுன் குளத்தில் இறங்கி முகம் கை கால் அலம்பினார். அப்போது அங்கு தன் சினேகிதிகளுடன் நீராடிக்கொண்டிருந்த முல்லைக்கொடியைப் பார்த்தார். ஆறுமாதங்களுக்கு முன்பு இஸ்மாயில் முல்லைக்கொடி பாடிய அந்தப் பாடலை வேம்பூர் ஓடையின் மறுகரையிலிருந்து கேட்டிருந்தார். அது நாட்டுப்புறப் பாடல். குரலின் இனிமையில் அவர் தன் கட்டுப்பாடுகளை மீறி ஓடையில் இறங்கி இடுப்பளவு நீரில் நனைந்து மறுகரைக்கு ஏறினார். இளம்பெண்கள் உழுது முடிந்த கரும்பு வயலில் தட்டை பொறுக்கிக்கொண்டிருந்தார்கள். குரலுக்குரியவரை அறிந்துகொள்வதற்காக மறைந்திருந்து காத்திருந்தார். முல்லைக்கொடியை அவர் பார்த்தபோது உடல் முழுதும் காதல் அதிர்வலைகள் பரவின. தீரமான அதிசயங்களை நிகழ்த்திய இஸ்மாயில் தடுமாறிய நேரம் அதுதான்.

முல்லைக்கொடி ஏழைக் கூலி விவசாயி மட்டாளின் ஐந்து பெண்களில் கடைசி மகள். அவள் அழகைப் பார்த்து ஆர்வத்துடன்

பெண் கேட்டு வந்தவர்கள் ஜாதகம் பொருந்தாமல் சோகமாய் ஊர் திரும்பிக்கொண்டிருந்தார்கள். இதன் பின்பு முல்லைக்கொடியின் தெருவில் இஸ்மாயிலின் நடமாட்டங்கள் அதிகரித்தன. கூலி வேலைக்குச் சென்றுவிடும் குடியானவர்களின் தெருக்கள் உச்சிவெயிலில் பசியில் கரையும் காகங்களும் பள்ளிக்குப் போகாத பிள்ளைகளும் நடமாட முடியாத வயசாளிகளும் மட்டுமே இருந்தனர்.

ஒரு நாள் இஸ்மாயில் பொய்தாகம் எடுத்து முல்லைக் கொடியின் கையால் தண்ணீர் வாங்கிக் குடித்தார். மண்சுவர்களுக்கு இடையே சூழ்ந்திருந்த பகல் நேர இருளில் நின்றிருந்த முல்லைக்கொடியைக் கள்வனைப்போல கண்களால் துழாவினார். பொன் நகைக்கள் அற்ற முகம். நகை துவாரம் தூர்ந்துபோகாமலிருக்க வேப்பிலை ஈர்க்குச்சியை மூக்கிலும் காதிலும் செருகியிருந்தாள். குறைவான நேரத்தில் விரைவாகப் பரிமாறிக்கொள்ளப்படும் உளவுச் செய்திகளைப்போல அவர்கள் சிக்கனமாக உரையாடிக்கொண்டார்கள். அவரே அறியாதபடி அவள் தன் கையை மட்டும் இருளிலிருந்து மெல்ல அவர் பக்கம் நீட்டினாள்.

“என் திருமணம் எப்போது நடக்கும்?”

அந்தக் கேள்வி அவரையும் இணைத்துக் கேட்கப்பட்டதா அல்லது அவளுக்கு மட்டுமே உரித்தானதா என்று அவரால் அறியமுடியவில்லை. பச்சையும் நீலமும் விரவியக் கண்ணாடி வளையல்களை அணிந்திருந்த அவளின் மணிக்கட்டை மருத்துவர் நாடி பிடிப்பதுபோலப் பிடித்தார். அது அவருக்கு வழக்கமானதில்லை. வேண்டுமென்றே செய்தார். அவளின் துணிச்சலை அவளுடையை விருப்பத்தின் விளைவாகவே கருதினார் இஸ்மாயில். தன் கோலால் அவளின் உள்ளங்கையில் கோடிட்டுச் சொன்னார். “நீ உன் குடும்பத்திற்குத் தெரியாமல் விரும்பியவரை மணப்பாய்” என்றார். முல்லைக்கொடி விஷக்கடி பட்டதுபோல் கையை உள்ளுக்கு இழுத்துக்கொண்டாள்.

விளையாட்டு மைதானத்திலிருந்து ஒலிபெருக்கியில் இஸ்மாயிலின் மோடி எடுத்தலுக்குப் பணம் கட்டுபவர்களுக்கான அறிவிப்பு அவர் காதில் விழுந்தது. கலைந்த தூக்கத்திற்குப் பிறகு மறந்துவிட்ட கனவை நினைவுக்குக் கொண்டுவருபவரைப்போல அவர் கண்களை மூடி நின்றிருந்தார்.

மைதானத்தின் மையத்தில் ஒரு மரமேசை இருக்கும். இஸ்மாயில் தான் கொண்டுவந்த செம்பில் தண்ணீர் நிரப்பி ஓதி அந்த மேசையில் வைப்பார். விளையாட்டில் கலந்துகொள்ளும் நபர்கள் அந்த செம்பை மேசையை விட்டுக் கையில் எடுக்கவேண்டும். அவர்

செம்பின்கீழே எந்த பசையும் வைப்பதில்லை. அவர் கொண்டுவரும் செம்பை ஊர் முக்கியஸ்தர்களும் சந்தேகப்படும் நபர்களும் எத்தனை முறை வேண்டுமானாலும் பரிசோதித்துக்கொள்ளலாம். ஆனால் எத்தனை பலம்கொண்ட பயில்வானாக இருந்தாலும் 'அதை' எடுக்க முடியாது. சவால் விட்டு இறங்கிய பல மந்திரக்காரர்கள் முழுமையாகத் தோற்றுப்போயிருக்கின்றார்கள். விளையாட்டின் முடிவில் இஸ்மாயில் அனைவருக்கும் முன்னே செம்பை எடுத்து தண்ணீரை மைதானத்தில் ஊற்றிவிட்டு ஒன்றும் அறியாதவர்போல நடந்துபோவார். இத்தனைக்கும் மேசை வேம்பூர் பள்ளிக்கூடத்திற்குச் சொந்தம். அவர் பிடிக்கும் தண்ணீர் வேம்பூர் குளத்திற்குச் சொந்தம். அந்தச் செம்பு மட்டுமே இஸ்மாயிலுக்கு சொந்தம்.

முல்லைக்கொடி தாமரைக்குளத்தில் குளித்துவிட்டுக் கரையேறும்போது அவளை பெயரிட்டு அழைத்தார் இஸ்மாயில். அவளைக் கூப்பிட்டதும் மற்ற பெண்கள் வெடிச்சத்தம் கேட்டப் பறவைகளைப் போல கலைந்தோடி மறைந்தனர். முல்லைக்கொடி வசியம் செய்யப்பட்டவளைப்போல அவரிடம் சென்றாள்.

"இன்று நீ மோடி எடுக்கிறாயா?"

அவள் வெட்கிச் சிரித்தாள். "யாராலும் எடுக்க முடியாத மோடியை என்னால் எப்படி எடுக்க முடியும்?"

"நீ எடுத்தால் அது உன் கையோடு வந்துவிடும்!"

அவர் அவளுக்குச் சொல்லும் ரகசியச் செய்தியா அல்லது இஸ்மாயில் தன்னிடம் விளையாடுகிறாரா என்று திகைத்தாள்.

"விளையாட்டில் கலந்துகொள்வதற்கும் நான் உனக்கு பணம் தருகின்றேன்."

அதற்கு மேல் அவள் அதிகம் யோசிக்கவில்லை. மோடி எடுத்தால் ஆயிரம் ரூபாய் பணம் கிடைக்கும். விளையாட்டுக்கான நுழைவுக் கட்டணமும் இஸ்மாயில் தருகிறார். தோற்றால் அவளுக்கு ஒன்றுமே இல்லை. ஆனால் இதுவரை "மோடி எடுத்தல்" ஆண்கள் மட்டுமே கலந்துகொள்ளும் விளையாட்டு. ஆனாலும் இஸ்மாயிலின் கட்டிப்போடும் வசீகரமும் ஆயிரம் ரூபாயும் அவளை அதைச் செய்ய வைத்துவிட்டன.

மோடி எடுக்க முல்லைக்கொடி பணம் கட்டுகிறாள் என்பதே ஊர் மக்களுக்கு அதிசயமான விளையாட்டுச் செய்தியாகஇருந்தது. அவள் அப்பன் மட்டாளும் ஆத்தாள் பெருமாயும் தெருவிலிருந்து விளையாட்டு மைதானத்திற்குப் பைத்தியம் பிடிக்காத குறையாக நடந்தோடி வந்தார்கள். அவர்களால் அதைப் புரிந்துகொள்ள முடியவில்லை. விளையாட்டிற்கான நுழைவுக் கட்டணம்

பெருமைக்குரிய கடிகாரம்

எளிமையான ரூபாயாக இருந்தாலும் முல்லைக்கொடி அத்தனை ஊதாரி அல்ல என்பது பெருமாயின் எண்ணம். பெண்ணாகப் பிறந்த முல்லைக்கொடி முதன்முறையாக இஸ்மாயிலின் “மோடி”யில் கலந்துகொள்வது என்பதே இப்பகுதியின் வரலாற்றுச் செய்திதான்.

அன்று மாலை பதினாறு வருடங்களாக கொடிகட்டிப் பறந்த இஸ்மாயிலின் மோடி விளையாட்டு ஒரு முடிவுக்கு வர இருந்தது. உற்சாகமான ஒரு சிறுமியைப்போல முல்லைக்கொடி விளையாட்டு மைதானத்தின் உள்ளே வரிக்கயிறைத் துணைக்குப் பற்றியபடி நின்றுகொண்டிருந்தாள். அவளுக்கு முன்னும் பின்னும் தேகவலிமை பெற்ற ஆண்கள் நின்றிருந்தார்கள். முல்லைக்கொடிக்கு அங்கிருந்து தோழிகளுக்கும் தெரிந்தவர்களுக்கும் கையசைப்பதே வெட்கமாகவும் விருப்பமாகவும் இருந்தது. அவளைத் தடுப்பதற்கு வந்த மட்டாளும் பெருமாயும் தற்போது தலைகீழாகப் பெருமை கொண்டார்கள்.

இஸ்மாயில் தனது கையில் உள்ள செம்பைப் பந்தலில் உள்ள ஊர் முக்கியஸ்தர்கள் பரிசோதிப்பதற்காக அளித்தார். அவர்கள் செம்பைத் தடவிப் பார்த்தார்கள். முகர்ந்து பார்த்தார்கள். தலைகீழாகக் காட்டினார்கள். இறுதியாகப் பொதுமக்களின் பார்வைக்குச் சகல கோணங்களிலும் காட்டினார்கள். அது வெறும் செம்பு. புளிபோட்டு விளக்கிய பளபளப்பான வெறும் செம்பு மட்டுமே. இஸ்மாயில் மைதானத்தில் இறங்கி மாலை வெயிலில் கிழக்கே சாயும் நிழலோடு உள்ளே சென்றார். அவர் தண்ணீரை நிரப்பி மேசைமீது வைக்கும்முன் உயரே வானத்தை நோக்கித் தூக்கிக் காட்டிப் பிரார்த்தனை செய்தார். ஊரிலுள்ள மூத்தவர்கள் சிலர் இஸ்மாயில் தன் “குட்டிச் சாத்தானை” அழைக்கின்றான் என்று முணுமுணுத்தார்கள். இஸ்மாயில் செம்பை மரமேசையில் வைத்து அதிலிருந்து தண்ணீரை எடுத்து மூன்று முறை செம்பைச் சுற்றி வட்டமிட்டார். அதுதான் மோடிக்கு இஸ்மாயில் வைக்கும் காப்பு. பின்பு திரும்பி கண்களை மூடி கருவறைக்கு முன்னால் நிற்கும் பக்தனைப்போல வணங்கினார். மைதானத்தை விட்டு வெளியேறி விளையாட்டை நிர்வகிக்கும் கீற்றுப் பந்தலுக்குப் போனார். ஊர் முக்கியஸ்தர்களுடன் அவரும் நாற்காலியில் அமர்ந்தார். “மோடி எடுத்தல் நடைபெறலாம்” எனும் அறிவிப்போடு விளையாட்டுத் தொடங்கியது.

முதலில் சிலம்பக்காரர் குடும்பமும் மல்யுத்தக்காரர்களும் மோடி எடுத்தார்கள். (இவர்கள் ஒவ்வொரு வருடமும் தவறாமல் கலந்துகொள்வார்கள்.) வழக்கம்போல மக்களின் ஆரவாரமும் போட்டியாளர்கள் மோடியில் கை வைக்கும்போது உருவாகும் பேரமைதியும் தோற்றுப்போனபின்பு எழும்

கேலிச்சிரிப்பும் மைதானத்தில் களைகட்டியிருந்தன. ஆனால் முல்லைக்கொடி மைதானத்தினுள் செல்லும்போதே கிண்டலும் கேலிச்சிரிப்புகளும் வெடித்துப் பரவின. அவளுக்கு வெட்கம் கண்களை மறைத்தது. நடை பாவாடையில் சிக்கிக்கொள்ளும் அளவுக்கு அவநம்பிக்கையோடு இருந்தாள். ஆனால் இஸ்மாயில் குளக்கரையில் சொன்ன வார்த்தைகள் இருள் பழகிய கண்களைப்போல நம்பிக்கையாக இருந்தன. அவள் அங்கிருந்து இஸ்மாயில் அமர்ந்திருக்கும் பக்கம் திரும்பிப் பார்த்தாள். அது அவளுக்கும் அவருக்கும் சற்று முன்பு நிகழ்ந்த ஒப்பந்தத்தை நினைவூட்டுவதாக இருக்கலாம். பந்தலில் இருந்தவர்களோடு சேர்ந்து இஸ்மாயிலும் புன்னகைத்தார். அவள் திரும்பி செம்பின் வரம்பை இறந்துவிட்ட விஷப்பாம்பைத் தொடுவதுபோல தொட்டாள். இளைஞர்கள் கிண்டலடித்தார்கள். ஊர் மீண்டும் கேலிச்சிரிப்பை முழக்கத்தைப்போல வெளியிட்டது. அவள் காலூன்றியிருக்கும் மண்தரை நழுவிக்கொண்டிருப்பதுபோல கால்களை மாற்றி மாற்றி வைத்துக்கொண்டிருந்தாள். பின்பு அவள் கரைந்துகொண்டிருந்த காலத்தின் ஒரு கணத்தில் ரகசிய சக்தியால் உந்தப்பட்டதுபோல் மோடியின் வரம்பில் பொருத்தமாக தன் வலது கை விரல்களை திருகாணியைத் திருகுவதுபோல் வைத்தாள். முழங்கால் நீரில் பூத்திருக்கும் அல்லி மலரைக் கிள்ளி எடுப்பதுபோல; திண்ணையில் இருந்த செம்பைக் குடியானவள் எடுப்பதுபோல; விளையாட்டுப் பிள்ளைகள் சொப்புச் சாமானை எடுப்பதுபோல; அந்த மந்திரக்காரனின் செம்பை யாதொரு சிரமமுமின்றி அவள் தன் கையால் எடுத்தாள்.

உலகின் பேரமைதி அக்கணங்களில் நிகழ்ந்து முடிந்திருந்தது. கேலிச்சிரிப்பு மண்ணைக் கவ்வியிருந்தது. முல்லைக்கொடி அந்தச் செம்பை எடுத்துவிட்டோமா என்று அதன் அடிப்பகுதியை தலைசாய்த்துப் பார்த்தாள். விரல்களால் தடவிப் பார்த்தாள். செம்பு இருந்த மேசைப் பகுதியைக் குனிந்து பார்த்தாள். உறைந்துபோன பிராந்திய மக்கள் அதிசயத்தில் சிக்கியிருந்தார்கள். வெற்றியை உறுதிப்படுத்தும் மக்களின் உற்சாகக் கத்தலும் கைத்தட்டலும் காதைப் பிளந்தன. அவள் மீண்டும் திரும்பி இஸ்மாயிலைப் பார்த்தாள். அதில் சொன்னதைச் செய்த குழந்தையின் ஒப்புதல் இருந்தது. இஸ்மாயில் அவளின் பயணத்திற்கான கொடியை அசைக்கும் வேந்தனைப்போல கையைத்தூக்கி மகிழ்வுடன் சைகை செய்தார். முல்லைக்கொடி அந்த நொடியே அப்பிராந்தியம் முழுக்க புகழ்பெற்றவளானாள்.

இஸ்மாயில் எழுந்து "பதினாறு ஆண்டுகளாக எடுக்க முடியாத இந்த மோடியை ஒரு இளம்பெண் எடுத்ததில் நான் பெருமை கொள்கின்றேன்! பரிசுப் பணத்தை இரட்டிப்பாக்குங்கள்" எனச்

சொல்லிவிட்டு தனது ஜிப்பாவின் கை மடிப்பிலிருந்து மற்றொரு மடங்கிற்கான ரூபாயை மேசையில் வைத்துவிட்டு பந்தலைவிட்டு இறங்கினார். பலர் அவரின் முகத்தைப் பார்க்க ஆசைப்பட்டு நெரிசலை விலக்கிக்கொண்டு பார்த்தார்கள். இஸ்மாயில் கம்பீரமாக வெற்றிச் சிரிப்புடன் நடந்தார். அச்சிரிப்பின் ரகசியம் அவர் மட்டுமே அறிந்தது.

மூன்றாம் நாள் முல்லைக்கொடி காய்ச்சலில் விழுந்தாள். அது சாதாரணக் காய்ச்சல் என்றுதான் அவளின் பெற்றோர்கள் நம்பினார்கள். முதல்நாள் அவளுக்கு கஷாயங்களும் நாட்டு மருந்து சிகிச்சைகளும் அளிக்கப்பட்டன. காய்ச்சலின் விகிதம் அதிகரிக்க அதிகரிக்க அடுத்த நாள் தூரத்திலுள்ள சுகாதார மையத்தில் காண்பித்தார்கள். காய்ச்சல் கட்டுப்படுவதாக இல்லை என்பதை அறிந்தபோதுதான் அவள் மோடி எடுத்ததன் ஞாபகமே பெருமாயிக்கு வந்தது. முல்லைக்கொடியின் புகழுக்கான திருஷ்டியாக நான்கு வீட்டுக் கூரைகளின் சருகுகள், மைதானத்தின் நான்கு மூலைகளில் இருந்து மக்களின் காலடிகள் பட்டிருந்த மண், கல் உப்பு, பட்ட மிளகாய் ஆகியவைகளை விராட்டியில் போட்டு நெருப்பூட்டி ஊர் எல்லையில் திருஷ்டி கழித்தாள்.

ஆயினும் முல்லைக்கொடியின் உதடுகள் உலர்ந்தன. வாய் கசந்தது. நீர் இறங்கவில்லை. இறப்பதற்கு முன்பே தனக்காக ஊர் கூடி அழுவதை அவள் பார்த்தாள். யாரோ சிலர் "இஸ்மாயிலைக் கூட்டி வாருங்கள். அவர் கோபம்தான் காய்ச்சலுக்குக் காரணம்" என்றார்கள். எல்லோருக்குமே அது சரியாகப் பட்டது.

சில மணிநேரங்களில் இஸ்மாயில் அங்கு வந்தார். அவள் முல்லைக்கொடிக்கு நாடி பார்த்தார். "உறவினர்களுக்குச் சொல்லி விடுங்கள்" என்று சொல்லிவிட்டு கூட்டத்தை விலக்கிக்கொண்டு நடந்தார். தெருவின் எல்லையைத் தாண்டும்போது மக்களின் அழுகுரல்கள் சத்தமிட்ட ஓலமாக அவருக்குக் கேட்டன.

முல்லைக்கொடியின் மரணம் இஸ்மாயிலின் கோபத்தால் விளைந்தது என்பது வேம்பூர் மக்களின் இறுதி முடிவாக இருந்தது. படித்தவர்களும் நாத்திகம் பேசுபவர்களும்கூட மௌனமாகிவிட்டார்கள். இளைஞர்கள் இஸ்மாயிலைத் தேட ஆரம்பித்துவிட்டிருந்தார்கள். அனேகமாக இஸ்மாயிலை அவர்கள் கொன்றுவிடுவார்கள் என்பதில் சந்தேகம் இல்லை.

வேம்பூர் மக்கள் முல்லைக்கொடியை ஊர் மயானத்தில் அழுது அரற்றிப் புதைத்தார்கள். மறுநாள் சென்று பாலூற்றினார்கள். முல்லைக்கொடி எனும் கன்னிப்பெண்ணின் வாழ்க்கை ஒரு வழியாகப் புதிரில் முடிந்துபோனது. இஸ்மாயில் தனது

தொடர்புகளால் வெளிநாட்டிற்குச் சென்றிருப்பார் என்றார்கள். சிலர் அவர் மாயமாக மறைந்திருப்பார் என்றார்கள்.

பகுதி மூன்று

முல்லைக்கொடி இறந்து பல வருடங்களுக்குப் பிறகு குதிரைக்காரர் வேம்பூர் பாண்டியன் அன்று மாலை குதிரை யிலிருந்து கீழே விழுந்திருந்தார். அவர் குடும்பத்தாரால் நோபெல், வார்ஸா என்று பெயர்சூட்டப்பட்டும் – உள்ளூர் குதிரை பராமரிப்பாளர் அம்புலியால் செவப்பி, வெள்ளைக்காரி என செல்லமாக அழைக்கப்பட்டும் – இருந்த அக்குதிரைகளில் ஒன்றான செம்பழுப்புக் குதிரை முன்னங்கால்களைத் தூக்கி கனைத்தபடி அவரைக் கீழே தள்ளியது. “குதிரைகள் பல வருடங்களாகத் தன்னைப் பராமரிக்கும் அம்புலியை எஜமானாக நினைத்திருக்கும்” என்று ஊர் மக்களில் சிலர் இச்செய்தியைக் கிண்டலடித்தார்கள். நீண்ட நாட்களுக்குப் பிறகு குதிரைகளுக்கும் அவருக்கும் இருந்த உறவின் அடிப்படையில் நம்பிக்கையுடன் ஏற முயற்சித்திருந்த அவருக்கு அன்று மாலையே குதிரைகளுக்கும் பரம்பரைக்குமாக இருந்த உறவு முறிந்துபோனது.

வேம்பூரில் பாண்டியனின் தாத்தா காலத்தில் அவர்களின் வீடு குதிரைக்காரர் வீடாக அறியப்பட்டது. நாளடைவில் அவர்கள் இருந்தத் தெருவே குதிரைக்காரர் தெருவாக மாறியது. பாண்டியன் குடும்பத்தின் மீதமுள்ள பெருமையைச் சொல்லும் வாரிசுகளாக இடிக்கப்பட்ட லாயத்தின் கடைசியில் நின்றுகொண்டிருந்தன அக்குதிரைகள். அந்த காலத்தில் காலை மற்றும் மாலை நேரங்களில் குதிரைகள் பயிற்சிக்காக மண் தரையில் புரள்வதை அவர் வீட்டுத் தோட்டத்திற்குச் சென்றால் நாம் வேடிக்கை பார்க்க முடியும்.

பாண்டியனின் தாத்தா இறந்த பின்பு பல அரேபியக் குதிரைகள் விற்கப்பட்டன. பொலிகுதிரையாக (*Stallion*) இருந்த கறுப்பு நிற ஆண் குதிரை ஒன்றை மட்டும் அவர்கள் சில காலம் வேம்பூரில் வைத்திருந்தார்கள். டவுன்பேலஸில் இருந்த குதிரைகள் வேம்பூருக்குக் கொண்டுவரப்பட்டன. ஆரோக்கியமும் லட்சணங்களும் பொருந்திய அக்குதிரைகளைப் பார்க்க விழையும் மக்களை அப்போது கட்டுப்படுத்த வேண்டியிருந்தது. தற்கால யுகத்தில் தப்பிப் பிறந்ததுபோன்று அக்குதிரைகள் கம்பி வேலிகளின் வழியே மக்களைப் பார்த்துக்கொண்டிருந்தன. பிற்பாடு பாண்டியனின் வீட்டில் காலமாற்றத்தில் பயன்பாடற்றுப் போன பழைய பொருட்களைப்போல அவையும் ஒரு ஓரத்தில்

வசித்துக்கொண்டிருந்தன. பாண்டியன் எப்போதாவது ஊர் கோவில் திருவிழாக்களின்போது அலங்கரிக்கப்பட்ட இரட்டைக் குதிரை வண்டியில் தீப்பந்தங்களுடன் வலம் வந்தார். பின்னாளில் அக்குதிரைகள் பாண்டியனின் பரந்துபட்ட வயல்களில் மேய்ந்து திரிவதைப் பார்க்க முடிந்தது. ஒருவழியாக அக்குதிரைகள் தன் எஜமானனைக் கீழே தள்ளி தங்களுக்கான விமோசனத்தை அன்று தேடிக்கொண்டன.

அம்புலியும் பாண்டியனும் குதிரை வியாபாரத்திற்குப் பெயர்பெற்ற அந்தியூர் சந்தையில் குதிரைகளை விற்றுவிட்டு கிளம்பியபோது வாங்கிய நபர்களிடம் குதிரைகள் முரண்டு பிடித்தன. குதிரைகளை வீடுவரை கொண்டுவந்து விட்டுவிட்டுச் செல்லும்படி கேட்டுக்கொண்டார்கள்.

நீங்கள் சரியாக யூகித்திருப்பீர்கள். எல்வி பென்னிங்டனுக்குத் தான் இந்தக் குதிரைகள் வாங்கப்பட்டன. துண்டுபட்ட பாகங்கள் ஒன்றிணைக்கப்படுவதைப்போல அம்புலி காலத்தின் கைப்பொருளாய் ஏற்காடு சென்றார். நள்ளிரவாகிவிட்டிருந்ததால் தங்கிச் செல்ல அறிவுறுத்தப்பட்டார். பல வருடங்களின் ரகசியம் ஒன்று விடிவதற்காக காத்திருந்தது.

காலையில் குதிரைகளைக் காண எல்வீ பென்னிங்டனும் சில தொழிலாளர்களும் கூடியபோது இஸ்மாயிலும் இலியாஸும் உடன் வந்திருந்தனர். அம்புலியைக் காலம் அனுப்பிய காரணம் அப்போது நிகழ்ந்தது. இஸ்மாயிலை அம்புலி யதேச்சையாகப் பார்த்தார். அம்புலியின் இயல்பற்ற அதிர்ச்சியான பார்வையிலேயே இஸ்மாயிலுக்கு சந்தேகம் தட்டியது. இத்தனை வருடங்களுக்குப் பிறகு அம்புலிக்கு ஒரு பதில் கிடைத்தது. இஸ்மாயில் வெளிநாடு செல்லவில்லை. கிட்டத்தட்ட ஓராயிரம் மைல்களில் பதுங்கி வாழ்கின்றார். அம்புலியை இஸ்மாயிலுக்குத் தெரியாது என்றாலும் அம்புலிக்கு அவரைத் தெரிந்திருப்பதற்கான வாய்ப்புகள் அதிகம் என்பதை இஸ்மாயில் உணராமலில்லை. இஸ்மாயில் செல்வது தெரியாமல் உடனடியாக அங்கிருந்து நகர்ந்ததை அம்புலியும் கவனிக்காமலில்லை. வேம்பூரில் விஷயம் மறக்கடிக்கப்பட்டிருந்ததால் ஊர்க்காரர்களுக்குக் கோபம் மந்தமாகியிருக்கும். ஆனாலும் அதை நெருப்பூட்டுவது ஒன்றும் அத்தனை சிரமமான காரியம் இல்லை.

இஸ்மாயில் தன் வஞ்சத்தைத் தீர்க்க முல்லைக்கொடியை மந்திரத்தால் கொன்றிருப்பார் என்ற அபிப்ராயம் அம்புலிக்கும் இருந்தது. இஸ்மாயிலைப் பார்த்தபோது அவரின் கருத்து குழம்பிப்போனது. இஸ்மாயிலிடமிருந்து அவருக்கு நேரிடையான பதில் கிடைக்கும் என்று நினைக்கவில்லை. ஆனால் வேம்பூருக்குச்

சென்ற பின்பு ஊர் மக்களிடம் சொல்வதற்குக் காத்திரமான ஒரு விஷயம் அகப்பட்டிருந்தது. அதேசமயம் அம்புலிக்கு அப்போது தேவையாக இருந்தது ஒன்றே ஒன்றுதான்: வேம்பூர் மக்கள் நம்பும்படியாக இஸ்மாயிலைப் பார்த்ததற்கான ஒரே ஒரு ஆதாரம்.

அம்புலி தொழிலாளர் குடியிருப்பிலிருந்து இஸ்மாயிலை விசாரித்துக்கொண்டு அவரின் வீட்டைத் தேடி வந்தபோது கதவைத் திறந்தது ரஸியா பேஹம்தான். அந்தக் கணங்கள் அம்புலியின் வாழ்வில் மறக்க முடியாதவை. எந்த ஒரு மனிதனும் அத்தகைய சூழலைக் காலம் கடந்து விவரிக்கும்போது நம்புவதற்கு இயலாத கதையாகிவிடும். அம்புலியின் உடலில் திகிலுணர்வு பரவிக்கொண்டிருந்தது. ஊர் அழுது அரற்றி அவளைப் புதைத்தது எவ்வாறு பொய்யாக இருக்க முடியும்? அவள் தன்னிச்சையாகத் தலையை மூடுவதற்கு முக்காட்டை முன்னிழுத்துவிட்டு முகத்திற்கான திரைத்துணியை கண்களைத் தவிர்த்துக் கழுத்தோடு சுற்றினாள்.

"ஆச்சீ...!!" என்றார் தன்னிச்சையாக அம்புலி. அவர் குரல் அவிழ்க்க முடியாத புதிரில் சிக்கியிருந்தது. கேட்பதற்கும் நம்புவதற்கும் முடியாத உண்மையிலிருந்து அவர் இன்னும் விலகவில்லை. அம்புலியைச் சிறு வயதிலிருந்தே குதிரைக்காரர் தெருவில் பண்ணைப் பராமரிப்பில் இருந்தது அவளுக்கும் தெரியும். அவள் சங்கடமாக உணர்ந்தாள்.

"இங்க எங்கே வந்தீங்க...!?" என்றாள்.

துரதிருஷ்டமான வார்த்தைகளை உயிரோடிருப்பவர்களிடம் கேட்கக் கூடாது என்ற பண்பாடு அம்புலிக்கு இருந்தது. "நீ இங்கியா இருக்கே... என் சாமீ...!?" என்றார்.

அவள் வருத்தமாகப் புன்னகைத்தாள். அதில் கோடிட்டுக் காட்டப்பட்ட அர்த்தங்கள் ஏராளம்.

"நீங்க ஊருக்குப் போயி என்னைப் பார்த்ததா சொல்ல வேண்டாம்!" என்றாள்.

சொல்லவில்லையென்று அம்புலி தலையாட்டினாலும் அவர் ஒரு ஊமையாக இருந்தால்கூட அச்செய்தியைக் கட்டுப்படுத்த முடியாதுதான்.

அம்புலியின் கண்களில் கண்ணீர் திரண்டது. அவள் பாண்டியனின் குதிரை லாயத்தின் இரும்புக் கிராதியில் ஏறி நின்றபடி "அம்புலி அண்ணா அந்தக் குதிரை என்ன கலர்?" என்று கேட்பாள். ஒருமுறை அல்ல, இருமுறை அல்ல. அவள் ஏன் அதை மீண்டும் மீண்டும் கேட்டாள் என்பது அவளுக்கே தெரியுமா

பெருமைக்குரிய கடிகாரம்

என்றுகூட தெரியாது. "ஏ செவப்பீ...! ஏ... வெள்ளைக்காரீ" என்று உரக்கக் கத்துவாள். அம்புலியால் அந்தச் சித்திரத்தை மறக்க முடியாது. அவள் கண்களும் கலவையான உணர்வில் திரண்டன. அவள் கண்கள் தாழ்ந்திருக்கவே கண்ணீர்த் துளிகள் தரையில் கொட்டின.

நள்ளிரவில் இஸ்மாயில் வீடு திரும்பியபோது ரஸியா பேஹத்திற்குக் காய்ச்சல் உச்சத்திலிருந்தது. அவர் அவளைத் தொட்டுப் பார்த்தார். எல்வீ பென்னிங்டனுக்கு வரவிருக்கும் கோபத்தையும் ஏமாற்றத்தையும் நினைத்தார். தன் தந்தையையும் நினைத்துப் பார்த்தார். உடன் கொண்டுபோக முடியாத பலவற்றையும் நினைத்தார்.

ரஸியா பேஹம் அவரின் முடிவை அப்போதே அறிந்துகொண்டாள்.

இஸ்மாயில் ரஸியா பேகத்தைத் தூக்கிக்கொண்டு கை விளக்கோடு இரவில் நடக்க ஆரம்பித்தார். பிரபஞ்ச ரகசியத்தில் மானுடர்களின் எல்லையை அறிந்திருந்த இஸ்மாயில் தனது இச்சைகளின் பூர்த்தியின்மையைக் கசப்போடு உணர்ந்திருந்தார். அடர்ந்த இருளில் அவரின் நடைச் சத்தத்தை அவள் கேட்டாள். அவளின் வெப்பமான மூச்சுக்காற்றை அவர் தன் முதுகில் உணர்ந்தார். மறுநாள் பென்னிங்டன் எஸ்டேட்டில் தலை மற்றும் கழுத்துப் பகுதிகளில் பிரகாசமான நீல நிறத்தைக் கொண்ட ஆண் மயில் ஒன்றும் உடல் மங்கலான பச்சையும் பளபளப்பு நீலம் கொண்ட பெண் மயில் ஒன்றும் அகவுவதை யாரும் பொருட்படுத்தவில்லைதான்.

காலச்சுவடு – செப்டம்பர், 2021

விலங்குகளின் அணிவகுப்பு

பர்சூர் மலைகிராமம், ஈரோடு – அந்தியூரிலிருந்து முப்பத்தியொரு கிலோமீட்டர் தொலைவில் இருக்கிறது. அங்கு சிறுத்தைகளும் யானைகளும் வீட்டு மிருகங்களைப்போல் உலவும் காட்டின் அடிவாரத்தில் இருக்கிறது இயற்பியல் பேராசிரியர் பாஸ்கரனின் வீடு. தெற்குத் திசை நோக்கி மேற்குத் தொடர்ச்சி மலைக்கூட்டங்களைப் பார்த்திருந்த வீட்டின் வடக்குத் திசையில் மதில்சுவரை ஒட்டி யானை அகழி வெட்டப்பட்டிருந்தது. இதைத் தவிர்த்து விலங்குகளின் எதிர்பாரா வருகையை ஒட்டி 10,000 வோல்ட் DC மின்சாரம் பாய்ச்சப்பட்ட கம்பிகள் ஒரு சாண் இடைவெளியில் பன்னிரெண்டு அடி உயரத்திற்கு வீட்டைச் சுற்றிலும் பின்னப்பட்டிருந்தன. வீட்டின் பின்னால் குலை தள்ளிய வாழை மரங்களும் ரோஜா தோட்டங்களும் இருந்தன.

பர்கூருக்குள் நுழைந்தபோது மலைக்க வைக்கும் அளவில் உயர்ந்தும் முடிவற்றும் இருந்த மலைக்காடுகளின் தொடர்ச்சியால் சூழப்பட்டிருந்தோம். வெயிலின் ஆவேசம் பிராந்தியம் முழுக்கப் படர்ந்திருந்தது. மழை வரத்துக் குன்றிப்போய் தாவரங்களும் மலைக்காடுகளும் நிறம் மங்கி உலர்ந்திருந்தன. நீங்கள் இந்த மலைகளின் வழியாகவே கேரளம்வரை செல்ல முடியும் என்றார் குணசேகரன். மனிதர்கள் உருவாக்கிய செயற்கைப் பூங்காக்கள், ஏரிகள், வழக்கமான பொழுதுபோக்குத் திட்டங்கள் ஆகியவற்றின் மீதும் பசுமையும் அழகும் நிறைந்த புகழ்பெற்ற சுற்றுலாத் தலங்களின் மீதும் சலிப்புற்று இப்பகுதிக்கு வந்திருந்த நாங்கள்

வீரப்பனைப் பிடிக்க முயற்சித்த தமிழக காவல்துறையின் சித்திரவதைக் கூடங்களைப் பார்த்தோம். 'பட்டறை' என்று அழைக்கப்பட்ட – தனித்தனி போலீஸ் குவார்ட்டஸ்களைப் போன்று இருந்த – அவ்வீடுகளில் ஒருவாறு மனித அலறல்கள் நின்றுவிட்டன!

கழிந்த தினம் யானைகளைப் பார்ப்பதற்குச் சென்று மணியாச்சிப்பள்ளம் பாலத்திற்கு அருகில் சில கலைமான்களையும் இரண்டு சிறுத்தைகளையும் பார்த்தோம். வறண்டிருந்த காட்டாற்றுப் படுகையில் ஆங்காங்கே தண்ணீர் தேங்கியிருந்த பள்ளங்களை நோக்கி நீரருந்த வந்த கலைமான்கள், பசுமை குன்றிய புதரடம்புகளின் நிறத்துடன் கலந்திருந்தன. விடைத்த காதுகளுடன் அவை தப்பியோடியபோதுதான் பார்த்தோம். ஆற்றைக் கடந்து வெகுதூரம் வந்துவிட்ட பிறகு யானை முறித்துச் சென்ற மூங்கில் அடம்புகளைக் கடந்து மீண்டும் ஆற்றைப் பார்த்தபோது ஒரு சிறுத்தை கம்பீரமான உடலசைவுடன் நடந்தோடி வந்து உளவு பார்ப்பதைக் கண்டோம். பின்புதான் அதன் பின்னே இன்னுமொரு சிறுத்தை நிற்பதைப் பார்க்க முடிந்தது. இரண்டாவது சிறுத்தை முன்னே நின்ற சிறுத்தையிடமிருந்து செய்தியைப் பெறுவதற்காகத் தன் இருப்பை மறைத்து உள்ளடங்கியே நின்றுகொண்டிருந்தது. சிறுத்தைகள் இரவில்தான் வேட்டையாடும் எனும் பழைய கதைகள் முடிந்துவிட்டிருந்தன போலும்! சில வினாடிகள் அவைகள் தங்களின் உணவை வேட்டையாடுவதற்கான சிந்தனையில் நின்றிருந்தன. பிறகு புதரடம்புக்குள்ளே சென்று மறைந்தன. அனேகமாக அவை இன்னும் சில மணிநேரங்களில் ஒரு மானைக் கொல்லலாம். பிறகு நாங்கள், ஊசிமலை, ஈரட்டிக் காட்டருவி, மடம், தட்டக்கரை ஆகிய பகுதிகளில் சுற்றிவிட்டு பர்கூர் நண்பர்களுடன் சேர்ந்து 'பெங்கி சொப்பு' வாங்கிக்கொண்டு திரும்பும்போது சூரியன் மலைகளின் பின்புறம் மறைந்துவிட்டிருந்தது.

பர்கூரைப் பொருத்தவரை யானைகளின் வருகையால் விவசாயிகளின் பயிர் வயல்கள் நாசமடைந்துகொண்டிருந்தன. நிலவின் கருநீலம் படர்ந்திருந்த ராத்திரியில் மலையடிவாரத்து வயல்வெளிகளில், விவசாயிகள் கூட்டமாகப் பெருங்குரல் இட்டும் வேட்டுக்கள் போட்டும் தீப்பந்தங்களை ஏந்தியும் யானையை விரட்டுவது நாடகப் பாங்குடன் அசையும் ஆக்ரோஷமான நிழற்சித்திரங்களைப்போல இருந்தன. அன்றிரவு யானை மக்களுக்கு எச்சரிக்கையாக எழுப்பும் ஆங்காரமான பிளிறல் சத்தங்களைக் கேட்டோம். மலைகளால் சூழப்பட்ட அந்தப் பிராந்தியமே யானையின் பிளிறலால் எதிரொலித்தது. குணசேகரன், 'அது காது

கேளாத யானை. மோசமானான வெடி விபத்திலிருந்து அதன் காதுகள் வேலை செய்வதில்லை; மனிதர்களின் கூப்பாடையும் வேட்டையையும் விரட்டலையும் அது நேராகப் பார்த்தால் மட்டுமே புரிந்துகொள்ளும்' என்றார். 'மனிதர்கள் காடுகளை ஆக்கிரமிக்கத் தொடங்கியதும் விலங்குகள் நாட்டுப் பகுதியை நோக்கி வரத் தொடங்கிவிட்டன' என்றார் பாஸ்கரன்.

உண்மைதான். முன்தினம் எருமைக் கன்றின் அளவு இருந்த ஒரு காட்டுப் பன்றியைப் 'பன்றி குண்டு' வைத்துக் கொன்றிருந்தார்கள். சுமார் 250 கிலோ எடை கொண்ட பன்றியை மூங்கில் கழியில் தலைகீழாகக் கட்டி நான்கு பேர் தூக்கிச் சென்றார்கள். தலைப்பகுதி துண்டாகிச் சிதறியிருந்தது. அதற்கு முந்தைய தினம் சிறுத்தைக் கொன்ற ஆட்டை மீட்ட விவசாயி அதைக் கறிக் கடையில் தொங்கவிட்டிருந்தார். இத்தனை நெருக்கடிகளுக்கு மத்தியில் சிறுமிகளும் பெண்களும் விறகு வெட்டத் தோளில் சுற்றிய துண்டோடும் வெட்டுக்கத்தியோடும் சகஜமாகக் காட்டுக்குள் சென்றுகொண்டிருந்தார்கள். 'மலைக் கிராமங்களின் அன்றாடங்கள் சமவெளிக்காரர்களிடமிருந்து முற்றிலும் மாறுபட்டது' என்றார் ஜார்ஜ்.

தனித்திருந்த பாஸ்கரன் வீடு, வாசலில் அமர்ந்து மது அருந்துவதற்கு வசதியாக இருந்தது. ஜார்ஜும் குணசேகரனும் விஸ்கி அருந்த மற்றவர்கள் ஒயின் அருந்தினார்கள். நட்சத்திரங்கள் மானுடர்கள் அறியாத ரகசியங்களுடன் ஆகாயத்தில் மினுங்கிக்கொண்டிருந்தன. எங்களின் நேரடிக் காட்சியாகவும் மலைகளுக்கு அப்பால் உள்ள காட்சிகளை மறைக்கும் திரையைப்போலும் 'பர்கூர் ராஜாங்க'த்தின் எல்லை அரண்களைப்போலும் கரிய மலை அடுக்குகளே இருந்தன. காலத்தின் சூன்யத்தில் நிலைத்துவிட்ட அம்மலைகள் கடவுளின் மௌனத்தைப்போல அசாத்தியமானதாக இருந்தன. அவையே பேசுபொருளாகவும் ஆயின.

பாஸ்கரன் ஒயினைக் கையில் ஏந்தி எதிரில் இருந்த மலைகளைப் பார்த்து, 'குஜராத்திலிருந்து தொடங்கும் இந்த மேற்குத் தொடர்ச்சி மலை, 2011ஆம் ஆண்டு யுனெஸ்கோவால் உலகின் மிகப் பழமையான பாரம்பரியத்தின் அடையாளமாக அறிவிக்கப்பட்டது. இது இமயமலையைவிடப் பழமையானது' என்றார்.

'ஆமாம், ஆனால் பொதுவாக ஊட்டி, மேகமலை, கொடைக்கானல் போன்ற மலைநகரங்கள், விரிவாக்கத்தாலும் வனச் சட்டங்களை மீறி பண்ணை வீடுகள் கட்டுவதாலும் மேலும்

மேலும் தேயிலைத் தோட்டங்களை உருவாக்குவதாலும் பெரிய நாசங்களைச் சந்தித்துவருகின்றன' என்றார் குணசேகரன். 'கள்ள வேட்டையால் முக்கியமான விலங்குகளும் அரிதாகிவருகின்றன'

வேட்டை என்றதும் அழிவின் விளிம்பில் இருக்கும் பறவையினங்கள், விலங்கினங்கள் குறித்து பாஸ்கரன் சொன்னார்: 'காடுகளை ஒட்டியிருக்கும் மலைக் கிராமத்தினர் காட்டின் பண்பை அனுசரித்தே நடந்துகொள்கிறார்கள். பேராசை கொண்ட வெளிநபர்கள்தாம் அத்துமீறி வனத்தின் இயல்பைச் சீரழிக்கிறார்கள்' என்றார். நாங்கள் அனைவரும் அதை ஆமோதித்தோம்.

நடுநிசிகள் உறங்குவதற்காக இருக்கலாம்; ஆனால் விளக்குகள் அணைக்கப்பட்ட முன்னிரவுகள், எப்போதும் என்னைப் பொருத்தவரை கதை சொல்வதற்குத்தான். நாங்கள் காடுகள் குறித்த அனுபவங்களை ஒவ்வொருவராக பகிர்ந்துகொண்டோம். அதில் நல்லான் சொன்ன கதைதான் எங்களை மிகவும் வசீகரித்தது. நல்லான் பர்கூரில் ஏழைச் சிறார்களுக்கான 'உண்டு உறைவிடப்பள்ளி'யை நடத்திவருகிறார். தன் தாயுடன் வசித்துவரும் அவர் பிறந்த ஊர் கொடைக்கானல். அன்றைய நள்ளிரவில் தொடங்கிய அவரது கதை, பர்கூர் மலைகளின் பின்னால் சூரிய வெளிச்சம் ஆரஞ்சு நிறத்தில் தகதகத்தபடி எட்டிப் பார்க்கும்வரை நீண்டது.

அவர் சொன்ன கதையை உங்களுடன் நான் பகிர்ந்துகொள்ள விரும்புகிறேன். மானுட வாழ்வு என்பது கடவுள் எழுதிய மாபெரும் கதை. அக்கதையிலிருந்து ஒரு கதாபாத்திரம் தன் சக கதாபாத்திரங்களிடம் தனது சரிதத்தைச் சொல்வதே சுவாரஸ்யம்தான். சக மனிதன் அழும்போது நமக்கும் துளிர்க்கும் கண்ணீரைப்போல, சக மனிதன் சிரிக்கும்போது நம்மைத் தொற்றும் சந்தோஷத்தைப் போல இக்கதையின் உணர்வுகள் எங்களை ஆட்கொண்டதுபோல உங்களையும் ஆட்கொள்ளலாம்!

நல்லான் சொன்ன கதை இதுதான் :

மதிப்பு மிக்க கற்பனைகள் உண்மைகளைவிடக் கவர்ச்சியானவை. ஆனால் நான் விவரிக்கும் நம்ப முடியாத இந்நிகழ்வுகள் சிறந்த கற்பனைகளைத் தோற்கடிக்கும் நிஜங்கள். விலங்குகள் கொன்ற மனிதர்களின் கதைகளை நீங்கள் அதிகமும் கேட்டிருந்தால் நான் கூறப்போவதையும் அறிந்திருக்கலாம். ஒருவேளை இதை நீங்கள் ஏற்கனவே அறிந்திருந்தால் அக்கதையின் பின்னே இருந்த வாழ்க்கை எங்களுடையதுதான்.

குளிர்ப் பிரதேசங்கள் எப்போதும் உற்சாகமானவை. இன்றைய கொடைக்கானலில் 1786இல் வில்லியம் பாட்டரி தொடங்கிவைத்த வான் இயற்பியல் ஆய்வகமும், இருபத்தி நான்கு ஹெக்டேர் பரப்பளவில் 1863இல் ஹென்றி லெவிஞ்ச் தனது பணிக்கால ஓய்விற்குப் பிறகு உருவாக்கிய நட்சத்திர வடிவச் செயற்கை ஏரியில் படகு சவாரியும், கொடைக்கானலில் வசித்துவந்த அரியவகைப் பறவைகள், விலங்குகள், ஆதிவாசிகள் பயன்படுத்திய பொருட்கள் ஆகியவைகளைக் கொண்ட 1895இல் தொடங்கப்பட்ட செண்பகனூர் அருங்காட்சியகமும், கொடைக்கானல் நகரை வடிவமைக்க வரைபடம் தயாரித்துக் கொடுத்த ஆங்கிலேயப் பொறியாளரான கோக்கர்ஸ் நடந்த மலைப்பாதையான ‘கோக்கர்ஸ் வாக்’கும், அடிவயிற்றைச் சில்லிடச் செய்யும் அதள பாதாள சரிவைக் கொண்ட தற்கொலை முனைப் பள்ளத்தாக்கும், டால்பின் மூக்கு மலையும் தூண்பாறைகளும் கரடிச் சோலை அருவியும் இன்னும் கணக்கற்ற இயற்கைக் காட்சிகளும் அபூர்வ மலர்களும் சுற்றுலாக்காரர்களுக்கு வசீகரமூட்ட எப்போதும் காத்திருக்கின்றன. ஆனால், கொடைக்கானல் எனும் மலைவாசத் தலத்தின் பெயர்ப் பலகைக்குப் பின்னே சில பல மைல்கள் தொலைவில் இருக்கும் கிராமங்களில் எங்களின் வாழ்வு சேவல் கூவுவதைப் போலக் கழுதைகள் பொதி சுமப்பதுபோல இயல்பாக நடந்துகொண்டிருக்கிறது.

கொடைக்கானல் வடக்கு அட்சரேகைக்கு இடையிலும் கிழக்கு தீர்க்கரேகைக்கு இடையிலும் அமைந்துள்ளதை நீங்கள் அறிவீர்கள். கொடைக்கானல் மட்டுமல்லாது பல்வேறு மலைப்பகுதிகளான நீலகிரி, ஆனைமலை, முண்டந்துறை போன்ற பகுதிகளில் புல்வெளிக் காடுகளைப் பார்த்த ஆங்கிலேயர்கள் அது பயன்பாடற்ற நிலமென்றும் பழங்குடியினர் தங்கள் கால்நடைகளுக்காக உருவாக்கி வைத்திருக்கும் நிலங்கள் என்றும் கருதினார்கள். அவர்கள் தங்களின் எரிபொருள் தேவைகளுக்காகவும் காகிதங்களுக்காகவும் சீகை, தேவதாரு சாம்பிராணி மரம், தைலமரம் போன்றவற்றைச் சோலைக்காடுகளை அழித்தும் புல்வெளி நிலங்களை அழித்தும் வளர்க்குமுன், மரங்களின் மேல் படரும் கொடிகளால் சூரிய ஒளியே படாத ஈரப்பதம் கொண்ட காடுகளால் நிரம்பியிருந்தது கொடைக்கானல். கொடிகள் மிகுந்த காடு என்பதால் கொடிக்கானல் என்பதே இதன் பெயர்.

கொடிக்கானல் கொடைக்கானலாக ஆனதுபோலவும், பாம்பார் அருவியில் ‘லிரில்’ சோப் விளம்பரம் எடுத்ததால் அது லிரில் அருவியாக மாறிவிட்டதுபோலவும்; ஃபெய்ரி அருவி

பேரிக்காய்கள் காய்க்கும் பகுதி என்பதால் பேரி அருவி என்று மாறிவிட்டதாகவும் வரலாறு அறியாதவர்கள் சொல்வார்கள். அதுபோலவே வல்லூறுகளின் சரணாலயத்தைப் போல் இருந்த ராசாளி மலை, கழுகுமலை என்றும் பிற்பாடு பாக்குகள் விளையும் கமுகு மலையென்றும் மாறிவிட்டிருந்தது. ஆங்கிலேயர்களின் வருகைக்குப் பின்பு அதன் காரணப்பெயர் அறிந்து ஈகிள் ஹில்ஸ் எனவும் அறியப்பட்டது.

ராசாளி மலையின் கிழக்கே வனத்துறையால் பாதுகாக்கப் பட்ட காடுகளும் தெற்கேயும் வடக்கேயும் வெளுத்த மஞ்சள் நிறக் கற்பாறைகளால் ஆன பல மைல் சுற்றளவு கொண்ட மாபெரும் பள்ளத்தாக்குகளும் மேற்கே விலங்குகளை மறைக்கும் அளவு உயரமாக வளர்ந்த புல்வெளிக் காடுகளும் இருந்தன. இவற்றோடு கூக்கால் ஏரியின் நான்கில் ஒரு பங்கு இருக்கும் சிறிய ஏரியும் இருந்தது. மலையருவிகள் வறண்ட பின்பு நீர் வரத்துக் குறைந்து அதுவும் புல்வெளியாகிப்போனது. இக்கிராமத்தில்தான் இந்திய ராணுவ தரைப்படை ரைஃபிள் பிரிவில் பணிபுரிந்த தம்பு என்று எல்லோராலும் அழைக்கப்பட்ட தம்பிக்கு நல்லானின் குடும்பம் வசித்துவந்தது.

தம்புவுக்குத் திண்டுக்கலை ஒட்டியுள்ள சிறு கிராமம்தான் பூர்வீகம். இளம் வயதில் இராணுவத்தில் சேருவதற்காகவே தன்னுடைய கிராமத்தை விட்டுக் கிளம்பிச் சென்றவர். ஓய்வு பெற்ற பிறகு இந்திய அரசின் அனுமதி பெற்றுச் சென்னையில் துப்பாக்கி விற்பனைக் கடை நடத்திவந்தார். வேட்டை தடை செய்யப்படாத அக்காலத்தில் திருநெல்வேலி, சேலம், கோவை, ஆகிய நகரங்களிலும் துப்பாக்கிக் கடைகள் இருந்தன. 1972இல் இயற்றப்பட்ட கானுயிர் பாதுகாப்புச் சட்டத்திற்குப் பிறகு 1991இல் இந்தியாவில் வேட்டை தடைசெய்யப்பட்டது உங்களுக்குத் தெரிந்திருக்கும். ஆனால் தம்பு தனது துப்பாக்கிக் கடையை 1975இல் மூடிவிட்டார். அதற்குக் காரணம் அவரது பிரியத்திற்குரிய ஒரே மகன் சோம்நாத் ஷர்மாதான். 1947இல் பாகிஸ்தான் படையெடுப்பின்போது இருபத்தி நான்கு வயதில் உயிர் நீத்த இந்திய இராணுவ வீரரின் நினைவாகத் தன் மகனுக்கு இப்பெயரை வைத்திருந்தார். பிறந்த சில வருடங்களிலேயே சோம்நாத் தன் தாயை இழந்து தம்புவின் சகோதரனால் வளர்க்கப்பட்டான். தம்பு தன் மகனைக் கவனிப்பதற்கான நேரமின்மையின் விளைவாக, சோம்நாத் தன் அப்பாவின் எதிர்பார்ப்புகளுக்கு ஏற்ப வளரவில்லை. சோம்நாத்தைத் தன் கற்பனைக்கான மனிதனாக மாற்றுவதின் பிற்கால முயற்சிகளில்

முழுவதுமாகத் தோல்வியடைந்திருந்தார் தம்பு. இறுதிவரை தம்பு மட்டுமே சோம்நாத் ஷர்மாவை சோம்நாத் என்று அழைத்தார். மற்ற அனேகரும் அவனை சோமு என்றே அழைத்தார்கள்.

சோம்நாத்தை விவசாயத்தில் ஈடுபடுத்தும் நோக்கத்துடன் ராசாளி மலையின் அடிவாரத்திலும் படிக்கட்டுகளாகச் சீர்திருத்தப்பட்ட மலைநிலங்களிலும் உருளைக்கிழங்கு, மலைப்பூண்டு, காரட், பேரிக்கா, பிளம்ஸ், போன்றவற்றைப் பயிரிட்டார். (இப்பகுதியின் உருளைக்கிழங்கு நல்ல மாவுத்தன்மை கொண்டவை. ஊட்டி கிழங்குகளைவிட ருசியானவை.) தம்புவின் அர்ப்பணிப்பு மிகுந்த உழைப்பு சோம்நாத் ஷர்மாவிடம் இல்லை. சோம்நாத் சுகவாசியாக இருந்தார் என்பதும் உண்மைதான். அப்போது அவருக்குப் பிடித்த விஷயமாக இருந்தது அவரிடமிருந்த ஸ்டில் போட்டோ காமிராதான். 1973இல் கொடைக்கானலில் துவங்கப்பட்ட முதல் போட்டோ ஸ்டுடியோ அவருடையதுதான். தம்புவின் மீதான நம்பிக்கையில் அது குறித்த வரலாற்று உண்மை என்னவென்று யாரும் பரிசோதிக்கவில்லை. சோம்நாத்தின் *Nikon Photomic* காமிராவினால் அன்று எடுக்கப்பட்ட தலையார் அருவி, அனேக சமயங்களில் மேகங்களால் மறைந்திருக்கும் – மாலை வெயிலில் தங்கப்பாறைகளைப்போல் மிளிரும் – தூண் பாறைகள், குறிஞ்சி ஆண்டவர் கோயில், கொடைக்கானல் ஏரி, ஏரியில் படகு சவாரிகள், குதிரை சவாரிகள் ஆகிய புகைப்படங்கள் இன்றும் கொடைக்கானலின் பழங்காலத்தைப் பதிவுசெய்திருக்கும் சிறந்த புகைப்படங்களாக இருக்கின்றன.

தம்புவுக்குச் சிறந்த வேட்டை அனுபவங்கள் இருந்தன. தம்புவின் குடும்பத்தார் அவரது வேட்டையால் அழுக்கு நிற இறக்கைகள் கொண்ட மடையான்கள், சுமார் பன்னிரெண்டு கிலோ எடை கொண்ட செந்தலைக் கொக்குகள், காடைகள், காட்டு முயல்கள், உடும்புகள், கலைமான்கள் என விதவிதமான பறவைகள், விலங்குகளின் இறைச்சிகளை உண்டுவந்தார்கள். தம்பு .400 எக்ஸ்பிரஸ் வெஸ்ட்லி ரிச்சர்ட்ஸ் இரட்டைக்குழல் துப்பாக்கி வைத்திருந்தார். இதன் தோட்டா சாதாரணமாக ஒரு கிலோமீட்டர் தொலைவுவரை பாயக்கூடியது. துப்பாக்கி அதிகப்படியாக வெப்பமாவதைத் தடுப்பதற்கும் அதன் அதிரடிச் செயல்பாடுகளின்போது இயங்கு பாகங்கள் சீராக இருப்பதற்கும் அதை எண்ணையிட்டுத் துடைத்து வைப்பதற்கு சோம்நாத் அனுமதிக்கப்பட்டிருந்தார். மேலும் துப்பாக்கி சுட விரும்புபவர்கள் முதல்படியாக இதைச் செய்து பழக வேண்டும் எனத் தம்பு நினைத்தார். ஒவ்வொரு முறையும் அந்த இரட்டைக்குழல் துப்பாக்கியை லூக்காஸ் எண்ணெயிட்டு

சோம்நாத் துடைக்கும்போதெல்லாம் ட்ரிக்கரை மிகுந்த ஆசையுடன் வருடுவார். அது தன்னால் வெடிக்கவிருக்கும் கணங்களை மிகுந்த ஏக்கத்துடன் நினைத்துக்கொண்டிருந்தார்.

ஒரு பொருள் எப்போதும் தன் ஆதார புத்தியை இழப்பதில்லை. ஒரு கருவியின் பயன்பாட்டை அக்கருவியே வருந்தி அழைக்கும் ரகசியத்துடன் உருவாக்கப்படுகிறது என்று சொன்னால் நீங்கள் நகைப்பீர்கள்! துப்பாக்கியோ, வேட்டைக் கத்தியோ தயாரிக்கப்படும்போது அதன் செயல்பாட்டுத் திறனைக் கருத்தில் கொண்டே தயாரிக்கப்படுகிறது. இந்தத் துப்பாக்கியும் அதேபோல அது செயல்படும் வீரியமான கணங்களுக்காகவே தயாரிக்கப்பட்டிருந்தது. ஆனால், சோம்நாத் துப்பாக்கி பழகியதை அக்குடும்பத்தின் அதிர்ஷ்டமின்மை என்றுதான் சொல்ல வேண்டும். காலையும் மாலையும் தனது தோட்டத்திலேயே தம்பு தன் மகனுக்கு துப்பாக்கி சுடப் பயிற்சி தந்தார். பிற்பாடு நிஜமான சுடும் பயிற்சிக்கு இருக்கவே செய்தன விதவிதமான எண்ணற்ற பறவைகள்!

துப்பாக்கியின் வலிமையான பிரயோகம் சோம்நாத்தையும் நம்பிக்கை பெற வைத்ததில் ஆச்சரியப்பட ஒன்றுமில்லை. ஆயுதச் செயல்பாட்டின் திறனைக் காதலிக்கும் இவர்கள் யாராலும் எதிர்க்க முடியாத மனிதனின் தன்னம்பிக்கையைப் பெறுகிறார்கள் என்பது உண்மைதான். அதிலும் குறி வைக்கப்பட்ட இலக்குகள் தோட்டாக்களால் சிதறடிக்கப்படும்போது, சோம்நாத் அடையும் வெற்றிகளின் பரவசம் அல்லது ஒரு உயிர் நிலைகுலையும்படி தாக்கப்படுவதால் எழும் அழிப்புணர்ச்சியின் அதிகாரம் தூண்டுதலுக்குரிய இச்சையாக அவரை மிகவும் ஈர்த்துக்கொண்டிருந்தது.

சாகச உணர்ச்சியும் இறைச்சி உண்ணும் ஆசையும் தலைதூக்கும்போது தம்பு வேட்டைக்குச் செல்வது வழக்கம். வேட்டைகளின்போது சோம்நாத்தையும் தம்பு அழைத்துச் சென்றதற்குக் காரணம் பாதுகாப்பாக வேட்டையாடும் முறைகளையும் விலங்குகளின் கூறுணர்வுத் திறன்களையும் காட்டிற்கு இயற்கை உருவாக்கி வைத்திருக்கும் தகவமைப்புகளையும் அவர் கற்றுக்கொள்ள வேண்டும் என நினைத்ததுதான். 'மிளா, காட்டெருது, கலைமான் ஆகிய விலங்குகளின் தலைகள் பாடம் செய்து வைக்கப்பட்டிருப்பதை அவர்கள் வீட்டின் உட்கூடத்தில் இப்போதும் பார்க்கலாம். ஆனால் இவை குறித்துப் பெருமைப்பட ஏதுமில்லை! சக மனிதனைக் கொன்று ஒருவன் தன் வீட்டில் பாடம் செய்து மாட்டியிருந்தால் அவனை நாம் மெச்சுவோமா என்பதுதான் எனது கேள்வி! ஒரு ஆட்கொல்லி வேங்கையைக்

கொல்வது என்பது வேறு; வேட்டை அனுபவத்திற்காகவும், துப்பாக்கிக்கு வேலை கொடுப்பதற்காகவும், விலங்குகளைக் கொல்வது என்பது வேறு என்பதை நீங்கள் எளிதாகப் புரிந்துகொள்வீர்கள்!

விலங்குகளால் எதிர்க்க முடியாத விஞ்ஞான ஆயுதத்தைக் கொண்டு மறைந்திருந்து அவற்றைச் சுட்டு வீழ்த்துவதை என்னால் ஒருபோதும் வீரம் என்று மெச்சிக்கொள்ள முடியாது. மனிதர்களின் கபாலம் சிதறிவிடுவதற்கு ஒரு வேங்கையின் ஆக்ரோஷமான ஒரே ஒரு அறை போதுமானது. அண்மையில் அங்கோரா விலங்குப் பண்ணையில் ஒரு புலி, சிங்கத்தை ஒரே அறையில் கொன்றுவிட்டதை நீங்கள் செய்திகளில் வாசித்திருப்பீர்கள். இப்பேர்ப்பட்ட வேங்கைகளுடன் நம் பழங்காலத்து வீரர்கள் நேருக்கு நேர் சண்டையிட்டு அவைகளைக் கொன்றிருக்கிறார்கள். அதுவே வீரம். ஆதி மனிதர்கள் செய்த வேட்டைகளில் உணவின் தேவைகள் நிரம்பியிருந்தன. இன்றைய வேட்டைத் துப்பாக்கிகள் மனிதர்களின் ஆசைகளுக்காகவும் அவர்களின் வீங்கிய அகந்தைகளுக்காகவும் வெடிக்கின்றன என்ற கருத்தில் உங்களுக்கு மாறுபாடிருக்காது என்றே நம்புகிறேன்!

கொன்றுண்ணி விலங்குகளும் பறவைகளும் தான் கொல்லும் விலங்கைக் கொல்லுதல் என்ற உணர்வற்ற நிலையில் – தனக்கான உணவு என்ற எண்ணத்திலேயே – கொல்கின்றன. பொதுவாக காட்டு உயிரினங்கள் இயற்கையாகவே உணவுக்காகக் கொல்வதையும் எதிரிகளிடமிருந்து தங்களைப் பாதுகாத்துக்கொள்வதையும் மட்டுமே அறிந்தவை. காட்டுயிர்களின் வாழ்க்கை எவ்வகையிலும் மனித வாழ்வுக்கு குறைந்ததில்லை என்பதை நீங்கள் மறுக்க மாட்டீர்கள்! செங்கால்நாரைகள் அறுபது கிலோமீட்டர் தொலைவுள்ள நீர்நிலைகளிலிருந்தும்கூடத் தங்களின் குஞ்சுகளுக்கு அலகுகளில் தீனி கொண்டுவந்து ஊட்டுகின்றன. யானைகள் மனிதர்களைவிடப் பன்னிரெண்டு மாதங்கள் அதிகமாகத் தங்கள் குட்டிகளை வயிற்றில் சுமக்கின்றன. மனித இனப் பிரசவத்தில் சக மனிதர்கள் உதவிக்கொள்வதைப்போல அவையும் சக யானையின் பிரசவத்தில் உதவி புரிகின்றன. பிறந்த மனிதக் குழந்தை தங்கள் உறவின் சமூக அரவணைப்பில் வளர்ந்து வாழ்வதுபோலவே குட்டி யானைகள் அதன் உறவுக்குரிய தாய் சகோதரி எனப் பிணைப்புக் கொண்ட யானைகளின் கூட்டத்தாலேயே வளர்க்கப்பட்டுக் கூட்டமாக வாழ்கின்றன. காட்டு விலங்குகளுக்கும் மனிதர்களுக்குமான இந்த ஒப்பீட்டை நான் விளக்கிக்கொண்டே போகலாம். ஆனால் எனது நோக்கம் அதுவல்ல. காட்டுயிர் வாழ்க்கை மனிதனுக்கு இப்பிரபஞ்சம்

பற்றிய மிக முக்கியமான மற்றொரு புரிதலை உருவாக்கவே படைக்கப்பட்டது. அப்புரிதலை ஒவ்வொரு மனிதனும் தனது பாரபட்சமற்ற ஆழ்ந்த சிந்தனையினூடாகவே பெற முடியும். மனிதனுமே தனது இனத்திற்கான பரிணாம வளர்ச்சியில்தான் இருக்கிறான் என்ற கருத்தை ஒருவேளை நீங்கள் ஏற்றுக்கொள்ளவும் கூடும்!

இவ்வாறுதான் காட்டெருதுகளும் தங்களின் வாழ்க்கையைத் தமது வாழிடங்களில் மேற்கொண்டிருக்கின்றன. இவற்றின் இன்றைய இரைதேடும் படலத்தை நீங்கள் மலைப் பிரதேசத்துச் செய்திகளில் படித்திருக்கலாம்; கேள்விப்பட்டிருக்கலாம். 'கொடைக்கானலில் காட்டெருதுகளின் அட்டகாசம்! ஏற்காட்டில் சுற்றுலா பயணிகள் அலறி ஓட்டம்! குன்னூரில் தேயிலை எஸ்டேட் அதிபர் காட்டெருதுகளால் குத்திக் கொலை! வனக்காவலர்கள் விரட்டி அடித்தார்கள்!' என வரும் எண்ணற்ற செய்திகளின் பின்னே அவைகளின் 'அனாமதேய வாழ்வு' சிதைக்கப்பட்டுக்கொண்டிருப்பதைத் தங்களைப் போன்ற சிறுபான்மைக் குழுக்கள் நன்றாகப் புரிந்துகொண்டிருப்பீர்கள்! இவை ஏன் நாட்டுப் பக்கம் வருகின்றன என்று பொதுமக்கள் கேட்பதின் அபத்தத்தை என்னவென்று சொல்வது! மனிதன் தன் அடிப்படை வாழ்வு குறித்த போதிய அறிவை இழந்துகொண்டு வருகிறான் என்று சொன்னால் நுண்ணறிவு நிரம்பியவர்கள் ஏற்றுக்கொள்வார்கள்!

கொடைக்கானலில் நிறைய போட்டோ ஸ்டுடியோக்கள் உருவானதில் சோம்நாத்திற்கு அதிருப்தி இருந்தது. இம்மாதிரியான மனநிலை கொண்டவர்கள் தங்கள் தொழிலை மாற்றிக்கொண்டே இருப்பதை நீங்கள் பரவலாகக் கவனித்திருக்கலாம். சோம்நாத்தும் அவ்வாறுதான் இருந்தார். புகைப்படத் தொழிலின் வளர்ச்சியையும் மக்களின் பெருகிவரும் தேவைகளையும் தம்பு சோம்நாத்திற்கு விளக்கியது பயனளிக்கவில்லை. கொடைக்கானல் சுற்றுலாவாசிகள் குறித்துத் தன் அப்பாவுக்குச் சரியான புரிதல் இல்லை என்று சோம்நாத் நினைத்தார். இதனால் அவர் தன் தந்தையின் அதிருப்தியை மீறித் தனது புகைப்படக் கடையைச் சிறு புலால் உணவு விடுதியாக மாற்றினார். வருமானம் பெருகியது என்னவோ உண்மைதான்; உணவு தயாரிப்பில் நல்ல தரம் இருந்ததும் உண்மைதான்; ஆனால் அவரது சமையல்கூடத்தில் காட்டெருதுகள் கறி விருந்துகளாக மாறிக்கொண்டிருந்தன!

சோம்நாத் மனைவியின் பெயர் வேதவல்லி. விவசாயக் குடும்பத்தைச் சேர்ந்த அவர் வத்தலகுண்டுவில் பிறந்தவர். கெச்சலான உருவத்துடன் மாநிறத்தில் இருந்த அவர் மேல்நிலை

வகுப்புவரை படித்திருந்தார். சோம்நாத்திற்கு ஒரு ஆண் குழந்தை பிறந்தது. அவனது ஏழாவது வயதில் இடது கண்ணில் பார்வைக் குறைபாடு இருப்பதாக வீட்டினர் அறிந்தபோது மருத்துவர்கள், 'அது பிறவியிலேயே பார்வையற்றது. இப்போதுதான் நீங்கள் கண்டுபிடித்திருக்கிறீர்கள்' என்றார்கள். ஒரு கண்ணில் பார்வையற்ற குழந்தையின் தாத்தாவாகிய தம்புவால் நிம்மதியாக இருக்க முடியவில்லை. உள்ளூர நிலைகுலைந்த அவர் ஒருவாறு தன் வாழ்க்கையின் எல்லாத் தேவைகளிலிருந்தும் தன்னைச் சுருக்கிக்கொண்டார். வேதவல்லி சோம்நாத்தின் மதுப் பழக்கத்தைச் சகிக்க முடியாமல் விலகிப்போனார். அதன் பின்பு சோம்நாத்தின் தனிமையை அவருடன் எப்போதும் உடனிருந்த மதுக்கோப்பைகள் மட்டுமே அறிந்திருக்க முடியும்.

இவ்வுலகத்தில் உயிர்களின் உணவுச் சங்கிலி முறை என்பது இயற்கை உருவாக்கி வைத்திருக்கும் அமைப்பு. இது எல்லோரும் நன்கு அறிந்ததுதான். நீங்கள் ஒரு உயிரை உங்களின் தேவைகளைப் பொறுத்துக் கொல்லலாம்! ஆனால், எதற்காகக் கொல்கிறீர்கள் என்பதன் அடிப்படைக் காரணம் மிக முக்கியமானது. ஏனென்றால் நீங்கள் கடவுளின் சக்தியின் கீழ் இயங்கும் பிரஜையைக் கொல்கிறீர்கள். அவர் எழுபது வயதுவரை வாழும் யானைகளையும், முப்பது வயதுவரை வாழும் காட்டெருதுகளையும், நூறு வயதையும் தாண்டி வாழும் மனிதர்களையும் கொல்வதற்கு உங்களுக்குச் சுதந்திரத்தை அளித்திருக்கலாம்! ஆனால் நீங்கள் கொல்லாவிட்டாலும் ஒருநாள் இறந்துபோகும் அவற்றை நீங்கள் கொன்றதன் காரணத்தை அவர் கேட்டறிய விரும்புவார். இறுதியாக, நீங்கள் செய்த செயல்களின் சாராம்சத்தின் விடை என்னவாக இருக்கும் என்று யாராலும் கணிக்க முடியாது. பொதுப்பார்வையில் இவை மிகவும் முரண்பாட்டுக்குரியதுதான்.

தம்பு குடும்பத்தின் சிதைவுகள் காட்டெருதுகளை வேட்டையாடியதால் வந்தது என்றால் நீங்கள் நம்புவீர்களா? நீங்கள் நம்பப்போவதில்லை. இருப்பினும் நான் அந்த நிகழ்வுகளை உங்களுக்குச் சொல்லத்தான் போகிறேன். இது, தூக்கமின்மை வியாதியுடன் பீடிக்கப்பட்டிருந்த சோம்நாத் மரண பயத்தில், லோட் செய்யப்பட்ட தன் அப்பாவின் ரைஃபிளை அன்றாடம் காவலுக்கு வைத்தவாறு சொன்னது. அதை உங்களுக்குச் சொல்கிறேன்.

அது கடவுள் உருவாக்கிய காலம் எனும் முடிவின்மையில் வந்த ஒரு மார்ச் மாதம். காட்டெருதுகள் அதிகமான இனப்பெருக்கத்தில் ஈடுபடும் மாதங்களில் ஒன்று. தம்பு அவரது ஜீப்பில் சோம்நாத்தை அழைத்துக்கொண்டு வழக்கம்போல பியரி

பள்ளத்தாக்கிற்குச் சென்றார். பியரி பள்ளத்தாக்கு: சுற்றிலும் வானைத் தொடும் பசும் மலைச்சிகரங்களின் வட்ட வடிவமான கிண்ணத்தைப்போல சரிந்திறங்கிய அடிவாரம். பள்ளத்தாக்கின் சமவெளி பல கிலோமீட்டர்கள் சுற்றளவு கொண்ட புல்வெளியும் ஆங்காங்கே மலைமூங்கிலும் சரக்கொன்றையும் உண்ணிப் பூக்களின் புதர்களும் காட்டரளிச் செடிகளும் சிறு சிறு மரங்களும் கொண்டது. பள்ளத்தாக்கின் மேற்குப் பக்கம் ஒரு பிளவைப் போலவும் வெளியேறும் பிரம்மாண்டமான கணவாய் போலவும் புல்வெளியும் அரளியும் கூடிய அகன்ற குன்று ஒன்று உண்டு. அதன்கீழே கண்ணாடிப் படுகையைப் போலக் காட்சி தரும் சிற்றாறு மெல்லப் பேசும் பெண்ணைப் போல இனிமையான சிறு சிறு சத்தங்களோடு ஓடிக்கொண்டிருக்கும். மிகக் குறைவான மலை மக்களும் காட்டுயிர்களும் தவிர்த்து யாரும் அங்கு புழங்குவதில்லை.

தம்பு வேட்டைக்குச் செல்லும்போது கஞ்சியிட்டு விறைப்பேற்றிய ஆடைகளை இஸ்திரி செய்து போடுவார். கைப்பகுதிகளின் விறைப்பு கத்தியைப் போல இருக்கும். அதில் வாழைக்காயை வெட்டினால் துண்டாக வேண்டுமென்று சொல்வார். காக்கி நிறத்தில் கால்சட்டையும் கணுக்காலின் மேல்பகுதிவரை இறுக்கமாக மூடும் லேஸ் வைத்த தோல் பூட்டும் முழங்கால் கெண்டைச்சதை வரை அடர்த்தியும் இறுக்கமும் கொண்ட காலுறையும் அணிந்திருப்பார். வெய்யலுக்கு வட்டத் தொப்பியும் இடுப்பில் இறுக்கமான முரட்டுத் தோல் பெல்ட்டும் போட்டிருப்பார். (தம்பு ராணுவத்திலிருந்து ஓய்வு பெற்றிருந்தும் விடுமுறையில் வந்திருக்கும் ஒரு ராணுவத்தானைப் போலவே கடைசிவரை மிடுக்குடன் நடந்துகொண்டார்.)

அவர்கள் எருக்கூர் மலைகிராமத்தை அடைந்தபோது அன்றைய மதியப் பகல் முடிந்திருந்தது. அந்த ஊர்வரை மட்டுமே நான்கு சக்கர வாகனங்கள் செல்ல முடியும். தம்புவின் உறுதியான வேகமான நடையின் முன்பு நாம் நடந்தோட வேண்டும். அவரது வேட்டைக் களம் பெரும்பாலும் பியரி பள்ளத்தாக்குதான். அங்குதான் அவர் தனது தொலைநோக்கியுடனும் ரைஃபிளுடனும் மலைச்சிகரத்தில் மணிக்கணக்காகக் காத்திருப்பார். அல்லது கீழே ஓடும் சிற்றாற்றின் கரையில் நீர்நிலைகளை ஒட்டிக் காத்திருப்பார். காட்டுக்குள் சென்ற பின்பு அவரும் ஒரு விலங்கைப் போலவே நடந்துகொள்வது ஆரம்பத்திலிருந்தே சோம்நாத்திற்கு விசித்திரமாக இருந்தது. ஒரு வேங்கையைக் கொல்வதற்கு நிகரான பாதுகாப்புடனும் எச்சரிக்கையுடனும் தம்பு நடந்துகொள்வதாகவும் வேட்டை அனுபவத்தை மேலும் 'த்ரில்' ஆக்கிக்கொள்ள முயற்சிப்பதாகவும் அன்றும் சோம்நாத்

கடுமையாக விமர்சித்தார். சோம்நாத்தின் இவ்வெண்ணங்கள் யாவும் அலட்சிய மனோபாவத்தால் உருவானவை என்பதைத் தம்பு சுட்டிக்காட்டினார். 'வேங்கைகள் உலவும் காட்டில் அது எதிர்ப்பட்டாலும் எதிர்ப்படவில்லையென்றாலும் சிறந்த வேட்டைக்காரன் இவ்வாறுதான் நடந்துகொள்ள வேண்டும் என்பதை நீ கற்றுக்கொள்ள வேண்டும். வேட்டை ஆரம்பிக்கும்போதும் முடிந்த பிறகும் துப்பாக்கியைச் சுமந்து வருவதும் வேட்டையில் சிக்கியவற்றைக் கொண்டுவருவதும் மட்டுமே உனது வேலை' என்றார். இதனால் கடுமையடைந்த, சோம்நாத், 'நீங்கள் என்னை வேட்டை நாயைப்போல உபயோகிக்கிறீர்கள்!' என்று குற்றும் சாட்டினார். சோம்நாத்தின் கௌரவப் பிரச்சினையை எளிதாக எடுத்துக்கொண்ட தம்பு, 'வேட்டை நாய்கள் துப்பாக்கிகளைச் சுமந்து வருவதில்லை' என்றார். எப்படியிருப்பினும் ரைஃபிள் பிரிவில் நேர்த்தியாகச் சுட வல்லவரான தம்புவின் முன்பு சோம்நாத் பொருத்திப்பார்க்க இயலாத தூரத்தில் இருந்தார் என்பதே உண்மை. ஆனால் இந்த விவாதம் அன்று சோம்நாத்திற்குத் துப்பாக்கியைப் பெற்றுக் கொடுத்தது.

அன்று அவர்கள் பள்ளத்தாக்கின் திறந்த புல்வெளியில் கலைமான் கூட்டத்தைக் கண்டார்கள். அவை மாலை வெயிலில் தங்களின் இருப்பைக் கூறியபடி தலைவனுக்குக் கட்டுப்பட்ட குழுவைப் போல் தசைகள் அசையக் கிழக்கிலிருந்து மேற்கு நோக்கி மந்தையாகச் சென்றன. காரியவாதப் பரபரப்பு இருவரையும் இயல்பிலிருந்து பிரித்தது. கலைமான்கள் கடந்துவிடும் என்றே நினைத்தார்கள். ஆனால் அவை பள்ளத்தாக்கின் நிழலிலும் பசுமையான புல்வெளியிலும் பய உணர்ச்சியற்று மேயத் தொடங்கின. தம்பு அன்று தன் மகனை மகிழ்ச்சிக்குட்படுத்தவும் நிகழ்ந்துவிட்ட கசப்பான உரையாடலை இதப்படுத்தவும் துரதிஷ்டமான அந்த வாய்ப்பை வழங்கினார். சோம்நாத் தனக்கான வாய்ப்பு தாமதமாகவே தரப்படுகிறது என்ற எண்ணத்துடனேயே துப்பாக்கியைக் கையாண்டார். துப்பாக்கி கை மாறிய அந்தக் கணம் சாத்தானின் கணம் என்பதை மறுப்பதற்கில்லை.

கலைமான்களின் எதிரிகள் குறித்த விழிப்புணர்வு வேட்டையர்களுக்கு மிகப் பிரசித்தம். அவை எல்லா விலங்குகளைவிடவும் வேகமாக ஓடக்கூடியது. அதன் சராசரி வேகம் மணிக்கு 50இலிருந்து 60 கிலோமீட்டர்வரை. புலிகள்கூடக் கலைமான்களை விரட்டிச் சென்று வேட்டையாட யோசிக்கும். புதரடம்புகளையும் எதிர்பாராத பள்ளங்களையும் அனாயாசமாகப் பாய்ந்து ஓடும். இன்றைய காட்டுயிர் வாழ்க்கையில் இவற்றின்

பிரதான எதிரிகள் மனிதர்கள்தாம். பிறகுதான் ஓநாய்களையும் செந்நாய்களையும் சொல்ல முடியும். எனினும் துப்பாக்கி சுடுவதில் நிபுணத்துவம் பெற்றவரே அவற்றை ஓடும்போது சுட முடியும்.

சோம்நாத், தாழ்ந்திருந்த மரத்தின் கிளையில் துப்பாக்கியைப் பொருத்திக் கால்களைச் சற்றே அகலமாக்கித் திடமாக நின்றுகொண்டார். துப்பாக்கியின் அடிக்கட்டையைத் தோள்பட்டையில் உந்தித் தாங்கினார். பின்பு வியூ ஃபைண்டரின் வழியே அவற்றை நிதானமாக நோட்டமிட்டார். ட்ரிக்கரை ஆட்காட்டி விரலால் தடவிக் கண்களும் மனமும் இலக்கைக் குறித்து ஒருசேர நிலைபெற்ற பின்பு ரைஃபிளின் சேஃப்டி லாக்கை விடுவித்துத் தன் உள்ளுணர்வின் உந்துதலுக்குக் காத்திருந்தார். வியூ ஃபைண்டரில் மரக்கடைசலில் கடைந்தெடுத்ததுபோல் இருந்த கலைமான்களின் வசீகரம் அவரை ஒருவித இன்பத்திற்குள்ளாக்கியது. மீண்டும் மீண்டும் அவர் வேறு வேறு மான்களைக் குறிவைக்கும் அளவுக்கு ஒன்றை ஒன்று அவை குறுக்கிட்டுக்கொண்டிருந்தன. ஒரு விலங்கை அல்லது இரையைச் சுடலாம்; அது இறக்கவும் நேரிடலாம்; ஆனால் கிடைப்பது கடவுளின் கருணை என்று தம்பு அடிக்கடி சொல்வார். அன்று அப்படித்தான் நிகழ்ந்தது.

சோம்நாத் பெரிய அளவுள்ள ஒரு கலைமானைப் பார்த்தார். அதைத் தம்புவும் தொலைநோக்கியில் கண்டு குறிப்பிட்டுச் சொன்னார். 'அது' மேய்ந்து நிமிர்ந்து எதிர்ப் பக்கத்தைப் பார்த்தது. இறக்கப்போவதை அறிந்திருக்காத அதன் மருண்ட அழகிய விழிகள் எதையோ கண்டுகொண்டிருந்தன. மானின் கண நேர நகர்தலை யூகிக்க முடியாதபடி அது அவ்வாறே சில வினாடிகள் நிற்கும் என நம்பினார் சோம்நாத். வேட்டை மனம் தூண்டுதல் பெற்றதும் கரைந்துகொண்டிருந்த அனாமதேயக் காலத்தின் ஒரு நுண்ணிய கணத்தில் துப்பாக்கி விசையை அழுத்தினார். தோட்டா பாய்ந்ததும் துப்பாக்கியின் பின்னோக்கிய உந்துதலில் அவர் தோள்பட்டை உதைபட்டுப் பின்னுக்கு வந்தது. துப்பாக்கியின் மேல்முனை தன்னிச்சையாகக் கால் அடி மேலே உயர்ந்தது. அடுத்த கணம் பரந்து விரிந்த பியரி பள்ளத்தாக்கில் எதிரொலிப்புடன் கூடிய துப்பாக்கி வெடிச்சத்தம் கேட்டது. மான்கள் பத்தடிவரை உயரமாகத் துள்ளிச் சாடி ஓட்டமெடுத்ததை வியூ ஃபைண்டரிலிருந்து விலகிப் பார்த்தார் சோம்நாத். தொலைநோக்கியிலிருந்து பார்வையை விலக்காமல் தம்பு சந்தேகத்துடன் உதட்டைப் பிதுக்கினார். நம்பிக்கையுடன் தன் அப்பாவைப் பார்த்த சோம்நாத் மற்றொரு தோட்டாவை உபயோகிக்கும் அளவுக்குத் தனது குறி பார்த்தலைச் சந்தேகிக்கவில்லை.

அவர்கள் இனிப் பள்ளத்தாக்கில் இறங்கிக் கிட்டத்தட்ட அரை கிலோமீட்டர் தூரம் புதரடம்பில் சென்று பார்க்க வேண்டும். முட்களும் புதர்களும் கொண்ட பள்ளத்தாக்கின் சரிவுகளில் இறங்கி மனித ஒற்றையடிப் பாதை வழியாக அவர்கள் நடந்தார்கள். மண்சரிவுள்ள ஈரமான பாதைகளையும் கிழக்கே செல்லும் சிதைந்திருந்த மரப்பாலத்தையும் கடந்தார்கள். புதரடம்பில் வேறு விலங்குகள் இருக்கும் என்ற அச்சம் இருப்பினும் துப்பாக்கியின் வெடிச்சத்தம் ஆயுதம் தாங்கிய மனிதரின் வருகையைக் காட்டுயிர்களுக்கு அறிவித்திருக்கும் என்று திடமாக நம்பினார்கள்.

பள்ளத்தாக்கின் சமதளமான புல்வெளியை இருவரும் நெருங்கியபோது அங்கிருந்து தான் சுட்ட இடத்தை சோம்நாத் அனுமானமாகத் திரும்பிப் பார்த்தார். துப்பாக்கியின் வியூ ஃபைண்டரில் கண்ட சில அடையாளங்களை நேரில் உறுதிப்படுத்திக்கொண்ட பின்பு இருவரும் எதிரெதிர்த் திசையில் சிறு சிறு வட்டங்களாகச் சுற்றி நடந்தபடி ரத்தச் சுவடுகளைத் தேடினார்கள். கலைமான்கள் குண்டடிபட்டாலும் உயிர்போகும்படி சுடப்படவில்லையென்றால் அவை வலியைப் பொருட்படுத்தாது பல மைல்கள்வரை சளைக்காமல் ஓடும் என்பது சோம்நாத்திற்கும் தெரியும். தொடர்ந்து அவர்கள் சுற்றி வந்த வட்டம் நம்பிக்கையற்றுப் பெரிதானபோது தனது குறி தப்பிவிட்டதாக சோம்நாத் தம்புவைப் பார்த்தார். ஆனால், தம்பு சிறிது தூரத்தில் சில ரத்தத் திட்டுக்களைக் கண்டார்.

கலைமானின் ரத்தச்சுவட்டைக் கிட்டத்தட்டக் கால் மைல் தூரம் பின்பற்றிச் சென்றார் தம்பு. காயம்பட்ட கலைமானின் சுவடுகளைப் பின்பற்றுவது அத்தனை எளிதல்ல. அவர் ஒரு சுவட்டிலிருந்து அடுத்த சுவட்டை மிகுந்த ஆராய்ச்சியுடன் கடந்தார். பள்ளத்தாக்கு சமமான நிழலுக்குள் ஆழ்ந்துகொண்டிருந்ததை அவர் கவனித்தார். சிறிது நேரத்தில் திரைச்சீலை மூடிய அறையைப் போலப் பள்ளத்தாக்கு சட்டென நிழலுக்குள் சிக்கிவிட்டிருந்தது. காயம்பட்ட விலங்கைத் தேடிச் செல்லும் சமயம் முடிந்துவிட்டதை விரக்தியுடன் உணர்ந்தார். தோல்வியுற்ற மனோபாவத்துடன் புல்வெளி முடிந்த காட்டை நோக்கினார். சோம்நாத்திடம் திரும்பி, 'இனி அது செந்நாய்களின் வயிற்றுக்குள் சென்றுவிடும்' என்றார். செந்நாய்களின் மோப்ப சக்தி மிகவும் நுட்பமானது. வேட்டையர்கள் காயப்படுத்திய விலங்குகள் தப்பிச் சென்ற பின்பு அவற்றின் ரத்தச் சுவடுகளை முகர்ந்தபடியே கண்டடைந்து கொன்று உண்ணும். இனி பியரி பள்ளத்தாக்கு விரைவில் இருட்டிவிடும் என்பது சோம்நாத்திற்கும்

தெரியும். எத்தனை பழக்கமான காடாக இருந்தாலும் அதற்கு மேல் செல்வது ஆரோக்கியமான முடிவு அல்லதான்.

தம்பு எதுவும் சொல்லாமல் திரும்பி நடக்க ஆரம்பித்தார். மீண்டும் மான் சுடப்பட்ட இடத்திற்கு வந்தபோது சிறிது தூரத்தில் வடமேற்காகத் திடுக்கிடும்படியும் உற்சாகம் கொள்ளும்படியும் முன்னிலும் கனமான ரத்தச் சுவடுகள் சிதறியிருந்ததைக் கண்டார். இரண்டு நபர்கள் வட்டமிட்டுத் தேடியும் எவ்வாறு இது கண்ணில் படாமல் போனது என்று அவர் வியந்தார். சுடப்பட்ட இடத்திற்கு நேர்க்கோட்டில் அந்த ரத்தத் தடம் சென்றிருந்தது. காட்டரளிச் செடிகள் ஒரு மறைவைப்போல் இருந்தன. தம்பு சோம்நாத்தை அழைத்தபடி அந்தச் சுவட்டைப் பின்பற்றிச் சென்றார். அது குன்றின் சரிவை நோக்கிச் சென்றது. தோட்டா பாய்ந்த வேகத்தில் மான் அனேகமாக இந்தச் சரிவை நோக்கி விழுந்திருக்கலாம் என்று யூகித்தார்.

சிறிது தூரத்தில் தரையில் மடிந்திருக்கும் புற்களின்மீது பெரிய ரத்தத்தடம் இழுபட்டிருப்பதைப் பார்த்தவுடன் மான் இறந்திருக்கும் என்றே முழுமையாக நம்பினார். ஆனால் அவர் கண்டது திகைப்பூட்டும் வகையில் இருந்தது. அவர் உறைந்து நின்று சோம்நாத்தை திரும்பிப் பார்த்தார். களிமண் நிறக்கொம்புகள் புல்தரையில் இழுபட்ட நிலையில் உடற்பாகம் சரிவை நோக்கி இருக்க, தலை மேட்டைப் பார்த்து இருந்தது.

அது ஒரு இளம் காட்டெருது. தோட்டாவின் வேகம் கலைமானைத் துளைத்தோ அல்லது உரசியோ செடி மறைவின் பின்னால் நின்றிருந்த இந்தக் காட்டெருதின்மீது பாய்ந்திருக்கிறது என்பதை அறிய இருவருக்கும் நேரம் பிடிக்கவில்லை. தோட்டா காட்டெருதின் இடது கண்ணைத் துளையிட்டுச் சென்று ஒருபக்கத் தலைப்பாகத்தை சிதறடித்திருந்தது. மற்றொரு கண் திறந்த நிலையில் காட்சியை வெறித்திருந்தது. தலையின் கீழிருந்து கழுத்துவரை செங்கருமையான ரத்தம் குட்டையைப் போல் தேங்கியிருந்தது. சோம்நாத்திற்கு வந்த உற்சாகம் தம்புவுக்கு வரவில்லை.

மிருகங்களின் கண்கள் இரட்டைத் திரை கொண்டவை என்பதை நீங்கள் அறிவீர்கள்! இவற்றின் கண்கள் இருளில் பாய்ச்சப்படும் விளக்கொளியில் ரேடியத்தைப் போல் ஒளிர்வதை நாம் கண்டிருக்கிறோம். காரணம், அவை இரவிலும் கண் விழிப்பதற்குத் தயாராகப் படைக்கப்பட்டவை. மனிதர்கள் தங்கள் தேவைகளுக்காகக் கண் விழிக்கலாம். ஆனால் பகலில் கண் விழித்து இரவில் உறங்குபவதாகவே மனிதனின் இயல்புநிலை வாழ்வு உருவாக்கப்பட்டிருக்கிறது. இரவுகளிலும் இரையைத்

தேடி – வேட்டையாடி – வாழும் விலங்குகளைப்போல் மனிதன் படைக்கப்படவில்லை. விலங்குகளின் கண்களை நீங்கள் உற்றுப் பார்த்திருக்கிறீர்களா? முயல்களின் கண்களிலும் மான்களின் கண்களிலும் உள்ள அப்பாவித்தனத்தை நீங்கள் காட்டெருதின் கண்களில்கூடச் சந்திக்க முடியும். ஒரு இயல்பான தருணத்தில் காட்டெருதின் கண்களில் உள்ள அமைதியை யானையின் கண்களிலும் காண முடியும். தம்பு காட்டெருதின் உறைந்த நிலையில் இருக்கும் கண்ணைப் பார்த்தார். ஒரு கண் சேதாரப்பட்டுவிட்டதாலேயே அடுத்த கண்ணைக் கவனித்தார். அதன் வெறித்த விழியில் மரணத்தின் பேரதிர்வு ஒரு செய்தியைப் போல உறைந்திருந்தது. ஒரு விலங்கை இலக்காகக் கொள்ளும்போது அதைக் கொல்வதற்கான மனநிலை வேட்டையாளனுக்கு வந்துவிடும். தற்போது இதன் நிலை அவரை வேறொரு மௌனத்திற்கு ஆட்படுத்தியிருந்தது. அதுவும் அந்த சேதாரப்பட்ட கண் அவருக்குத் தன் வாழ்நாளில் மறக்க முடியாத சித்திரம்!

வனக் காவலர்கள் சிலரை அழைத்து வருமாறு சோம்நாத்திற்குச் சொல்லி அனுப்பிவிட்டு தம்பு வேட்டைக் கத்தியுடன் அங்கேயே காத்திருந்தார். சோம்நாத் துப்பாக்கியுடன் வனக்காவலர்கள் இருப்பிடத்திற்குச் சென்றார். இல்லையென்றால் மறுநாள் விலங்குகள் தின்ற மீதமோ அல்லது இரும்பைப் போன்ற உறுதியான எலும்புகள் மட்டுமோ அவர்களுக்குக் கிடைத்திருக்கும்.

அன்றிரவு சோம்நாத் வீட்டில் காட்டெருது பிரியாணியுடன் மது விருந்து நடந்தது. வன அலுவலர்களிலிருந்து சாதாரண உறவினர்கள்வரை கலந்துகொண்ட அந்த விருந்துதான் சோம்நாத்தின் வேட்டை உணர்வைத் தீவிரப்படுத்தியது. தன் அப்பாவால் உருவாக்கப்பட்டிருக்கும் பாதுகாப்பைத் தனக்கிருக்கும் அதிகாரமாக நினைத்துக்கொண்டிருந்த சோம்நாத்தின் வீரம் அன்றிரவு மிகவும் மெச்சப்பட்டது. விருந்து அதிகாலை ஒருமணியைத் தாண்டி முடிந்தது. அங்கேயே தங்க நேர்ந்த சில நண்பர்களுடன் சோம்நாத்தும் தம்புவும் உறங்கச் சென்றபோது மணி இரண்டைக் கடந்துவிட்டிருந்தது. சோம்நாத் விடிகாலை நான்குமணி அளவில் கட்டிலில் இருந்து மெல்ல இறங்கி இருளினூடாகவே ரைஃபிளை மரப்பெட்டியிலிருந்து எடுத்துச் சத்தமாக கத்திச் சொன்னார்: 'காட்டெருமை! காட்டெருமை வீட்டுக்குள் வந்துவிட்டது!' என்று. உடனிருந்த அனைவரும் அரண்டு எழுந்தார்கள். யாரோ விளக்கைப் போட்டார்கள். வாசலையும் தோட்டத்தையும் மிகக் கவனமாக நோட்டம் விட்டு பிறகே தெரிந்தது சோம்நாத் கனவு கண்டிருந்தார் என்று. முற்றிலும் அச்சமுற்றுக் கையில் துப்பாக்கியுடன் நின்றிருந்த சோம்நாத்திற்கு வியர்த்து வழிந்துகொண்டிருந்தது.

பெருமைக்குரிய கடிகாரம்

ஆனால், இப்போது நான் உங்களுக்குச் சொல்கிறேன்! அது ஒரு முன்னறிவிப்பான காட்சி என்பதை அன்று அவர்கள் யாருமே உணரவில்லை!

சோம்நாத்தின் கனவு உண்மையில் நிகழ்ந்த சம்பவத்தைப் போல மிகத் தெளிவாக இருந்தது. 'அது பூட்டியிருக்கும் கேட்டைத் தாண்டி எப்படி வந்தது என்று தெரியவில்லை! ஆனால் அது நம் வீட்டின் கண்ணாடிச் சன்னல் அருகில் வந்து மூச்சிட்டுக்கொண்டு பார்த்துக்கொண்டிருந்தது. அதன் மூச்சுக் காற்றால் சன்னல் கண்ணாடி ஆவி படிந்து பனி மூடியதைப்போல இருந்தது' என்றார்.

கனவில் வந்தது இறந்த இளம் காட்டெருது அல்ல. தன் மந்தைகளை வழி நடத்தும் மூத்த காட்டெருது.

மறுநாள் அதே காட்டெருதைக் கனவின் வழியாகவே சோம்நாத் தெளிவாகக் கண்டார். இம்முறை அவர் கனவுக்கும் நிஜத்திற்குமான வேறுபாட்டை உணர்ந்துகொள்ளுமளவிற்கு நிதானமடைந்திருந்தார். மூத்த காட்டெருது தன் கனத்த உருவத்துடன் ஆறடி வேலியை அனாயசமாகத் தாண்டி பழமரத் தோட்டங்களின் வழியே வாசலுக்கு வந்து கதவைப் பார்த்துக்கொண்டிருந்தது. அதன் கொம்புகளில் தரையையும் புதர்களையும் மோதி பகிரங்க அறைகூவல் விடுத்த தடயங்கள் இருந்தன. அதன் குளம்புச் சுவடுகள் மண்பாதை முடிந்து, சிமிண்டுப் பாதையின் தொடக்கத்தில் இரண்டு கால்களைக் கொண்டதாக, ஒரு ஆளின் பாதச் சுவடாக மாறியிருந்ததையும் அவர் கண்டார்.

தம்பு விடிந்து தோட்டத்தில் அதன் சுவடுகளைத் தேடியபோது அவரின் எச்சரிக்கை உணர்வு சோம்நாத்தால் வழக்கம்போல கிண்டலடிக்கப்பட்டது. 'கனவில் வரும் காட்டெருமையின் சுவடுகளை யாராவது நிஜத்தில் தேடுவார்களா?' என்றார். 'நீ மதுவருந்திவிட்டு உளறுகிறாயா? அல்லது நிஜமாகவே காட்டெருமை வந்துவிட்டதா எனப் பரிசோதிக்க வேண்டாமா?' என்றார் தம்பு. இந்தப் பிரச்சினைகள் அந்தக் காட்டெருது நிஜமாகவே சோம்நாத்தைத் தேடி வரும் வரையில் நீண்டுகொண்டிருந்தன.

அது மதிய உணவு உண்டு எல்லோரும் உறங்கிய சமயம். அடுக்களையில் நின்றிருந்த வேலைக்காரி நரசம்மா அந்தச் சத்தத்தைக் கேட்டுத்தான் திரும்பினாள். கம்பி வேலியைத் தாண்டி அவை தோட்டத்தில் குதித்துக்கொண்டிருந்தன. மூன்று காட்டெருதுகள். அவை கடைந்தெடுத்த உயிருள்ள கற்சிலைகளைப்போல் இருந்தன. கட்டுப்படுத்தப்பட்ட

பரபரப்புடன் அவள் பூனையைப்போல் பாதங்களைக் வைத்து நடந்து சென்று கிசுகிசுத்தக் குரலுடன் தம்புவை எழுப்பினாள். இருவரும் கண்ணாடிச் சன்னல் வழியே அக்காட்டெருதுகளைப் பார்த்தார்கள். உயர்ந்த திமில்களுடன் கம்பீரமாக தோற்றம் தந்த அவை மிகச் சாதுவாக மரங்களின் தழைகளை மேய்ந்துகொண்டிருந்தன. அதில் அந்த மூத்த காடெருதும் இருந்தது. அது மட்டும் அவர்கள் பார்ப்பதை இமைக்கொட்டாமல் பார்த்துக்கொண்டிருந்ததை அவர் கவனித்தார். அதன் பார்வை அங்குமிங்கும் விலகாமல் அதிசயக்கும்படி வெகுநேரம் நீண்டுகொண்டிருந்ததை அவர் வியந்தார். அவருக்குள் மகனின் கனவும் அவர்களின் வீடு தேடி வந்திருந்த காட்டெருதுகளும் ஒரு தொடர்பை ஏற்படுத்தின. அவர் மிகவும் நிதானப்பட்டார். அவற்றை விரட்ட முற்படவில்லை. தன் வீட்டு எருதுகளுக்கு அளிக்கப்படும் அதிகபட்ச சுதந்திரமாக எடுத்துக்கொண்டு நாற்காலில் அமர்ந்துகொண்டார். மாலைவரை மேய்ந்துகொண்டிருந்த காட்டெருதுகள் பின்பு ஒன்றன் பின் ஒன்றாக வேலியை அனாயாசமாகத் தாண்டிக் குதித்துச் சென்றன.

பிறர் செய்யும் ஒரு செயலின் தீவிரத்தை வெறும் பார்வையாளர்களாக இருக்கும்போது நாம் அறிய முடிவதில்லை. காட்டெருது ஒன்றைத் தன் மகன் கொன்றிருக்காத பட்சத்தில் அவை மிக யதார்த்தமாக மேய்ச்சலுக்கு வந்திருக்கின்றன என்றே அவரும் நினைத்திருப்பார். ஆனால் இவை மனிதர்கள்போல நடந்துகொள்வதாக அவர் நினைத்தார். அவருக்குத் தோன்றிய எண்ணங்களை அவராலேயே நம்ப முடியவில்லை. பகிரப்பட வேண்டிய சொல்ல முடியாத ரகசியம் ஒன்றைச் சுமப்பவர்போல அவரின் இருப்பு தனிமைக்குள் ஆழத் தொடங்கியது.

அடுத்த நாளின் முற்பகல் முழுதும் தம்பு சோம்நாத்துடன் சேர்ந்து தோட்டத்து வேலிகளைச் சரிபார்த்துக்கொண்டிருந்தார். அடுத்தடுத்த நாட்கள் காட்டெருதுகள் அதே சமயத்தில் வருவதும் உடன் வரும் காட்டெருதுகளின் எண்ணிக்கை கூடிக்கொண்டு வருவதும் அவர்களால் பொறுத்துக்கொள்ள முடியாமல்தான் இருந்தது. அன்று சோம்நாத் சில திட்டங்களுடன் காத்திருந்தது தம்புவுக்குத் தெரியாது. காட்டெருதுகள் வரும் சமயத்தை இருவருமே எதிர்பார்த்திருந்தார்கள். அன்று ஒன்பது காட்டெருதுகள் ஒன்றன் பின் ஒன்றாகக் கம்பி வேலியைத் தாண்டிக் குதித்து வந்தன. தம்பு அவற்றை விரட்டுவது என்பதைத் தாண்டி நிரந்தரமான ஒரு முடிவைச் சிந்தித்துக்கொண்டிருந்தார்.

'வெறும் துப்பாக்கிச் சத்தத்தால் அவற்றைத் துரத்திவிட முடியும்' என்றார் சோம்நாத்.

பெருமைக்குரிய கடிகாரம்

தம்பு, 'மடத்தனமான செயல்' என்றார். 'வனக்காவலர்களை அழைத்து அவற்றைக் கவனமாக திசைதிருப்பிவிடவேண்டும்'

சோம்நாத். 'நம்மிடம் துப்பாக்கி இருப்பதை நீங்கள் மறந்துவிடுகிறீர்கள்!' என்றார்.

'காட்டெருதுகள் பூனைகள் அல்ல! துப்பாக்கிக் குண்டைப் பொருட்படுத்தாமல் எதிர்த்துப் பாயும். உன் வாயை மூடிக்கொண்டிரு.'

'நீங்கள் எல்லாம் ராணுவத்தில் என்னதான் செய்தீர்களோ?' என்று முணுமுணுத்தார் சோம்நாத்.

'நீ இவ்வளவு பெரிய மடையனாக இருப்பாய் என்று நான் நினைக்கவில்லை' என்றார் தம்பு.

சோம்நாத் விடுவிடுவென்று உள்ளே சென்று துப்பாக்கியை எடுத்து வந்து தோட்டத்துக் கதவைத் திறந்து வானத்தை நோக்கிச் சுட்டார். ஒரே ஒரு தோட்டாதான். பெருத்தச் சத்தம். காட்டெருதுகள் சட்டெனத் திரும்பி அவசர அவசரமாக வேலியைப் பார்த்துத் தாவி வெளியேறின. சோம்நாத் தனது வாதத்தின் உண்மையை நிரூபித்துவிட்டதாக தம்புவை முறைத்து விட்டு உள்ளே சென்றுவிட்டார்.

இன்றைய இளைஞர்களின் பொறுமையின்மை, விளைவுகளைத் துல்லியமாகச் சிந்தித்துச் செயல்படாத 'தொப்பை விழுந்த மூளைகள்;' என்றெல்லாம் தம்பு இந்நிகழ்வைப் பற்றிச் சிந்தித்தார். சோம்நாத்தின் மூளை அவசர கதியில் சிந்தித்து இயங்கி முடிந்துவிடும் பலவீனத்தைக் கொண்டது என்ற முடிவுக்கு வந்தார். அன்றிரவு வாசல் கதவு திறக்கும் சத்தத்தைக் கேட்டதும் தம்பு தன் அறையை விட்டு வெளியே வந்தார். வாசலில் காமிராவுடன் நிற்கும் தன் மகனைக் கண்டார். விடுவிடுவென வெளியே வந்து பார்த்தார். முற்றிலும் எதிர்பார்க்காதபடி காட்டெருதுகள் அங்கே மேய்ந்துகொண்டிருந்தன. தம்பு மெல்லிய குரலில், 'அவை மேயட்டும்' என்றார். ஒரு அப்பாவாக மகனுக்கு நேர விரும்பாத விபத்துக்களைக் கருத்தில் கொண்டு, சன்னலில் இருந்தோ வாசலில் இருந்தோ அப்புகைப்படங்களை எடுத்திருக்கலாம் என நினைத்தார். இளம் வயதிலேயே மனைவியை இழந்த, அனுபவம் மிகுந்த, ஒழுக்கமுள்ள, முரட்டுத்தனமான அப்பாவாக இருந்த அவர் தனது நிலையிலிருந்து முழுவதுமாக இறங்கி சோம்நாத்தை வீட்டுக்குள் அழைத்தார். அந்தக் குரலில் இருந்த உள்ளார்ந்த அன்பும் கனிவும் சோம்நாத்தைக் கவராமல் போகவில்லை. மூடிய கண்ணாடி சன்னல் வழியே இருட்டில் அமர்ந்தபடி இரட்டைத் திரை கொண்ட பலஜோடிக் கண்கள் அவர்களின் தோட்டத்தில்

நிதானமாக மேய்ந்துகொண்டிருந்ததை தம்பு பலவாறாகச் சிந்தித்தபடி வெகுநேரம் பார்த்துக்கொண்டிருந்தார்.

அது குளிர்காலத்தின் தொடக்கம். பழனி அருகே தம்புவின் நண்பர் மகளின் மஞ்சள் நீராட்டு விழாவுக்குச் சென்று ஜீப்பில் திரும்பிக்கொண்டிருந்தார்கள். சூரியன் இறங்கு முன்னே இருட்டத் தொடங்கிவிடும் குளிர்காலத்தைப் பற்றிப் பேசிக்கொண்டுதான் கிளம்பினார்கள். ஜீப்பை ஓட்டிக்கொண்டு வந்த தம்பு, உள்ளெலும்புகளை நடுங்கவைக்கும் குளிர் காற்றைத் தவிர்ப்பதற்காக டிரைவர் கேபினின் கண்ணாடிக் கதவுகளை முழுதாக ஏற்றிவிட்டிருந்தார். காடுகளிலும் சாலையோரப் பள்ளத்தாக்குகளிலும் ஜீப்பின் வெளிச்சம் வளைவுகளுக்கேற்பத் துலங்குவதும் மறைவதுமாக இருந்தன. சமயத்தில் அவ்வெளிச்சம் கலங்கரை விளக்கின் அரைவட்ட சுழற்சியைப் போல இருந்தது. எதிர்பார்க்க முடியாத உடனடி வளைவுகளில் வரும் பெரிய வாகனங்களின் எதிரொலிப்புடன் கூடிய ஹாரன் ஒலிகளைக் கேட்டபடியும் அவை உறுமிக்கொண்டு கட்டுப்பாட்டுடன் இறங்கும் சத்தத்தைக் கவனத்துடன் பரிசீலித்தபடியும் மேலேறிக்கொண்டிருந்தார் தம்பு. ஹாரன் செய்யாமல் வளைவுகளில் வரும் மோட்டார் சைக்கிள்காரர்களையும் இதர வாகன ஓட்டிகளையும் அவர்களுக்குக் கேட்கும் விதத்தில் அவசர அவசரமாகப் பக்கவாட்டுக் கண்ணாடியை இறக்கிக் கொச்சையாகத் திட்டினார். பொதுவாக மலைப்பாதைகளில் மேலேறும் வண்டிகளுக்கான முக்கியத்துவத்தைத் தராத ஓட்டுனர்களை அவர் மிகவும் வெறுத்தார்.

பதிமூன்றாவது கொண்டை ஊசி வளைவில் வெளிச்சம் திரும்பியபோது அவர் ஜீப் ஏறுவதற்கான மூன்றாவது கியரில் ஸ்டியரிங்கை இயல்பான கட்டுப்பாட்டுடன் வளைத்தார். திடீரெனத் தோன்றிய அவ்வுருவத்தை அவர் அதிர்வுறப் பார்த்தபோது அனிச்சையாக உடல் இறுக்கமானது. சோம்நாத் பதறித்தான் போனார். வினாடிகளில் அவர்களின் உடல்கள் வெப்ப நிலைக்கு மாறியிருந்தன. முற்றிலும் மர்மமான வகையில் காத்திருக்கும் ஒரு மனிதனைப் போல 'அது' வளைவின் முன்னே நின்றிருந்தது. கனவில் கண்ட அதே காட்டெருது. கொம்புகளில் புழுதியும் தாவரக் கொடிகளும் படிந்திருந்தன. ஜீப்பின் விளக்கு வெளிச்சம் உறைந்த நிலையில், சாலையிலும் மலையேற்றப் புதர்க் காடுகளிலும் நேர்க்கோட்டில் புகையாய்ப் பாய்ந்துகொண்டிருக்க, கண்களைச் சிமிட்டாமல் சக்தி திரட்டப்பட்ட நிலையில் அது பார்த்துக்கொண்டு நின்றிருந்தது. ஜீப்பின் எஞ்சின் சத்தமும் மலைப்பாதையின் தனிமையும் இரவில் மரங்கள் வெளியிடும்

வெப்பக் காற்றழுத்தமும் கணக்கற்ற பூச்சிகளின் கூட்டிரைச்சலும் அவர்களின் விதியும் அந்நேரத்தில் ஒன்று கலந்திருந்தன. தம்பு ஹாரன் அடிக்கக் கூடாது என்பதை அறிந்திருந்தார். அதுவே கொடிய விபத்தை உருவாக்கும். அது தன் போக்கில் சென்றுவிட வேண்டுமென அவர் கடவுளை வேண்டிக்கொண்டார். சோம்நாத் அதிகப்பிரசங்கித்தனமாக எதையும் செய்துவிடாமல் இருக்க வேண்டும் என்ற பதற்றமும் அவருக்கு இருந்தது. 'அது' மெல்ல நடந்து ஓட்டுனர் இருக்கைப் பக்கம் வந்தபோது இடதுபக்கம் இருக்கும் சிறு மதகுக்கும் கீழே மொட்டைப் பாறைகள் நிரம்பிய மரங்களற்ற அதள பாதாளமான பள்ளத்தாக்கில் ஜீப்போடு உருளும் காட்சியை நடுக்கத்துடன் நினைத்தார். துர்மரணத்தின் அதிர்வலைகள் அவர்களின் இதயங்களைச் சூழ்ந்தன. 'அது' ஆளை உற்றுப் பார்ப்பதுபோல கண்ணாடிக் கேபின் அருகே வந்து முகர்ந்து பார்த்தது. கனவில் வந்ததுபோலவே பனியால் மூடப்பட்ட கண்ணாடியின் வழியே 'அது' மிக மங்கலாகத் தெரிந்தது. கியரை மாற்றி வண்டியை கிளப்பிவிடும் கணங்களை நோக்கி அவர் மனம் பரபரத்துக்கொண்டிருந்தது. 'அது' சற்றே பின்பக்கம் நகர்ந்ததும் நம்பிக்கையின் சிறு முனையை அவர்கள் அடைந்தார்கள். இப்போது சோம்நாத் வண்டியை எடுக்கக் கூறிச் சைகையில் பரபரத்தார். தம்பு ஜீப்பின் பக்கவாட்டுக் கண்ணாடியில் பார்த்தார். அது நிதானமாக இருளை நோக்கிச் சென்றுகொண்டிருந்தது. தம்பு சோம்நாத்தைத் திரும்பிப் பார்த்தார். சோம்நாத் பயத்தை மறைப்பதற்குச் சிரிப்பது அப்பட்டமாகத் தெரிந்தது.

மோசமான விபத்திலிருந்து இன்னும் தப்பித்திருக்கவில்லை எனும் உணர்வுடனேயே மிகுந்த சிந்தனைக்குட்பட்டு ஜீப்பை ஓட்டி வந்தார் தம்பு. உயிர் தப்பியதின் உற்சாகத்தில் உடைப்பெடுத்த வரப்பு நீர்போலச் சளசளவெனப் பேசிக்கொண்டு வந்தார் சோம்நாத். இருவரின் இதயங்களும் ரத்த ஓட்டத்தைச் சீராக்கிக்கொள்வதற்கு நேரம் பிடித்தன. காட்டெருதை முதன்முதலாகப் பார்த்த சிறுவனைப் போல் சோம்நாத் பேசிக்கொண்டு வந்தார். வீட்டுக்கு வந்து உறங்குவதற்காக இருவரும் தத்தமது அறைகளுக்குச் செல்லும்வரை நடந்ததன் தாக்கம் குறையாமல் பேசிக்கொண்டிருந்தார்கள். அதுவரைக்குமான பேச்சு 'அது ஏன் நம்மைத் தாக்கவில்லை?' என்ற கேள்வியாகவே முடிந்துகொண்டிருந்தது. சோம்நாத் இதைப் புரிந்துகொள்ள மாட்டான் என்ற எண்ணத்துடனேயே தம்பு சொன்னார்: 'அது நமக்கு விடும் தொடர் எச்சரிக்கையாக இருக்கலாம்!' சோம்நாத் அவர் அவமானப்படும் அளவுக்கு வாய்விட்டுச் சிரித்தார்.

ஜே.பி. சாணக்யா

அன்றிரவு சோம்நாத் தோட்டாக்கள் நிரப்பப்பட்ட ரைஃபிளை மேசையில் தயாராக வைத்திருந்ததை தம்பு கவனித்தார். ஒரு காட்டெருது தன் மகனைப் பின்தொடர ஆரம்பித்திருப்பதையும் அதை அவனும் சற்றேறக்குறைய உள்ளூர உணர்ந்திருப்பதின் அறிகுறியாகவுமே அதை எண்ணினார். தம்புவைப் பொருத்தவரை அது தம்மை நிச்சயமாக எச்சரிப்பதாகவே உணர்ந்தார்.

மகனற்ற ஒரு பிரபஞ்சத்தை அவர் விரும்பவில்லை. அன்றாடங்களை ஒழுங்குறச் செய்வதில் பெயர் பெற்றிருந்த தம்பு, எளிதில் புரிந்துகொள்ள முடியாத கடவுளின் ஆன்மவியலைப் பிற்பாடு ஒருவாறு புரிந்துகொண்டார். பல்வேறு விவாதப்பூர்வமான யோசனைகளுக்கும் ஆழ்ந்த சிந்தனைகளுக்கும் பிறகு தன் மகனின் சுபாவத்தை முன்னிட்டுச் சில முடிவுகளை எடுத்தார். சோம்நாத்திற்கு முதல் வேலையாகத் திருமணம் செய்துவைத்தார். இரண்டாவதாக, வத்தலகுண்டில் இரண்டு ஏக்கர் நிலத்தில் தென்னை மரங்கள், பழ மரங்கள் சூழ ஒரு கான்கிரீட் வீடு கட்டி, மீதி நிலத்தில் விவசாயமும் செய்துகொள்ளும்படி உருவாக்கிவைத்தார். மூன்றாவதாக, ராசாளி மலையடிவார வீட்டைக் கொடைக்கானல் தங்கும் விடுதியாக மாற்றினார். இதற்கான சாலைகளை அமைக்கத் தனது கடைசிக் காலத்தில் மிகவும் சிரமப்பட்டார். இந்திய ராணுவத்தில் சேவை புரிந்ததைத் துருப்புச் சீட்டாகக் கொண்டே இதை முடிக்க முடிந்தது. இன்று கொடைக்கானலில் சுற்றுலா வழிகாட்டிகள் சிபாரிசு செய்யும் அளவிற்கு அவ்விடுதி வளர்ந்திருக்கிறது. தன் மகன் எதுவுமே செய்யாது போனாலும் வாழ்வதற்கான வருமானம் இருக்க வேண்டும்; அவன் யாரிடமும் எக்காலத்திலும் எதற்காகவும் கையேந்திவிடக் கூடாது என்ற எண்ணமே தம்புவை இவ்வாறு செயல்பட வைத்தது. மேலும் சோம்நாத்தின் அலட்சியப் போக்கையும் அலைவுறும் மனத்தையும் கருத்தில் கொண்டு சொத்துக்கள் அனைத்தையும் தன் பேரனின் பெயரில் பதிவு செய்திருந்தார்.

ஆனால் அதிர்ஷ்டவசமற்றதாக சோம்நாத்தின் காட்டெருதுகளை நோக்கிய பயணம் ராசாளிமலை தங்கும் விடுதியைத் திறந்த பின்புதான் அதிகரித்தது. 'காட்டெருதின் எச்சரிக்கை'யாகத் தனது தந்தை கூறியவற்றை 'வயதான மனிதரின் பய உணர்ச்சி' என்று சோம்நாத் இகழ்வுடன் வர்ணித்தார். கொடைக்கானல் மலைகளை ஆள்வதற்குத் தன்னிடம் இருக்கும் ஒரே ஒரு துப்பாக்கி போதுமானது என்ற மிகைப்படுத்தப்பட்ட தன்னம்பிக்கை சோம்நாத்தின் சீர்குலைவுக்கு வழிகோலியது.

சோம்நாத்தின் தங்கும் விடுதிக்கு ராசாளி மலையை நினைவுறுத்தும் விதமாக 'ஈகிள் பேரடைஸ்' என்று பெயர் வைக்கப்பட்டது. கொடைக்கானலில் மிகவும் வழக்கமான இடங்களிலிருந்து மாறுபட்டு 'சாகச உணர்வு'டன் தங்க விரும்பும் ஆர்வலர்களுக்குச் சுற்றிலும் காடுகளால் சூழப்பட்டிருக்கும் சோம்நாத்தின் தங்கும் விடுதி மிகவும் பிடிக்கும். ஒருமுறை அங்கு தங்கிவிட்டால் அவரின் அதிசயிக்கத்தக்க பணிவுடன் கூடிய உபசரிப்பு போதை வஸ்தைப்போல உங்களை மயக்கிவிடும். பின்பு நீங்கள் அவருடைய உண்மையான விருந்தினராகவும் வேறுபாடற்ற நண்பராகவும் ஆகிவிடுவீர்கள். ரெஸ்டாரெண்ட்டில் ரகசியமாகக் காட்டெருது கறி பிரியாணி அவர்களின் ஆர்டர்களின் பெயரில் வழங்கப்படும். ஒருமித்த சிந்தனை கொண்டவர்கள் உடனடி நண்பர்களாகிவிடுவதுபோல் உல்லாசத்தை ஒழுக்கமின்றி அணுகும் பலர் சோம்நாத்தின் வாடிக்கையாளர்களாக இருந்தார்கள். சோம்நாத் அவர்களிடம் ரகசியம் சொல்லும் குரலில் 'காட்டெருமை பிரியாணி விரும்புகிறீர்களா?' என்று ஆங்கிலத்தில் கேட்பார். அவர்கள் சம்மதித்தவுடன் அதற்குரிய விருந்தினர் கூட்டணிகளை அமைப்பார். சிலர் இந்த சௌகரியமான கேள்விகளைச் சந்தித்த பிறகு மான் கறிகளை விரும்பிக் கேட்பார்கள். சோம்நாத் வேட்டையாடலைப் பொறுத்து உத்திரவாதங்களைத் தருவார். ஆனால் காட்டெருது அவருக்கு ஒரு பிரச்சினையாக இருந்ததில்லை. சோம்நாத்தின் கள்ள வேட்டைக்கு உதவியாக அனுமதியின்றி மரம் வெட்டுபவர்களும் அறிவிக்கப்பட்ட எல்லைகளைத் தாண்டிப் பறிக்கப்படும் தைல மரத் தழைகளில் எண்ணெய் காய்ச்சுபவர்களும் உதவி செய்தார்கள்.

தன் வாழ்க்கையின் தேவைகளுக்கு அதிகமாக சம்பாதிக்கும் எந்த மனிதனும் குறிக்கோளற்றுத் தானியங்களை சேகரிக்கும் பெருச்சாளிக்குச் சமம்தான். காட்டெருதுகள், மான்கள், காட்டுப் பன்றிகள் ஆகியவற்றை வேட்டையாடுவதையும் அதன் தோல்கள் உட்பட அனைத்தையும் பணமாக மாற்றிக்கொள்வதையும் சட்டத்திற்குப் புறம்பான காரியங்களாகவும் இங்குள்ள வனக்காவலர்களை 'கவனித்து'விட்டால் முடிந்துபோகிற விஷயமாகவும் மட்டுமே எண்ணினார் சோம்நாத்.

'காட்டெருதின் எச்சரிக்கை'க்குப் பிறகு துப்பாக்கி எந்நேரமும் சோம்நாத் வசமே இருந்தது. அதுவரை தம்புவால் அடக்கி வைக்கப்பட்டிருந்த அவரது வேட்டைச் சுதந்திரம் துப்பாக்கியிலிருந்து புறப்பட்ட தோட்டாவை ஒத்திருந்தது. சோம்நாத்தின் வேட்டை மிக எளிமையானது.

பழங்கால வேட்டையர்களின் எந்த நீதியுணர்வும் அவரைப் பாதிக்கப்போவதில்லை. ஒருநாள் வேட்டைக்கு அதிகபட்சம் இரண்டு தோட்டாக்கள். மிகவும் அலைய வேண்டியதில்லை; பியரி பள்ளத்தாக்கிற்குக்கூடப் போக வேண்டியதில்லை. தனது விடுதியிலிருந்து ஒரு மைல் பழக்கமான பாதையில் சென்றால் ஏதாவது ஒரு சிறு மந்தையைக் காண முடியும். கூட்டமான எறும்புகளில் ஒன்றை நசுக்குவதில் என்ன வந்துவிடப்போகிறது என்ற எண்ணம்தான் காட்டெருதுகளைக் கொல்லும் விஷயத்திலும் சோம்நாத்திற்கு இருந்தது.

கடந்துவிட்ட சீர்செய்ய முடியாத தனது முற்காலத்தையும் தன் மகனின் தற்காலத்தையும் குறித்த கவலையில் ஆழ்ந்துவிட்டிருந்தார் தம்பு. உறவினர்களும் நெருக்கமான நண்பர்களும் சோம்நாத்தை விமர்சிக்கும்போது அதன் நியாயத்தைப் புரிந்துகொள்ளும் அவர், மகனைப் பார்க்கும்தோறும் கண்டித்துக் கூறும் எல்லைகள் கடந்துவிட்டதாக நினைத்தார். கடைசியாக சோம்நாத்திடம் நீ எப்போது வேட்டைகளை நிறுத்திக்கொள்கிறாயோ அப்போது வருகிறேன் என்று கூறிவிட்டுச் சென்றவர் சோம்நாத்தின் இறப்புக்கே வந்தார்.

தனது ராணுவ சேவைக்குப் பிறகும் தான் நேசித்த துப்பாக்கியின் பாதையை அவர் சிந்தித்துப் பார்த்தார். ஒருவகையில் ராணுவத்திற்குச் சென்றதே துப்பாக்கி மீதான காதல்தான். பிறகு அதைக் கைவிட முடியாமல் அவர் நடத்திய துப்பாக்கி விற்பனைக் கடையும்; அவரது தேவைக்கென்று வாங்கிக்கொண்ட துப்பாக்கியும்; வாரிசுகளுக்குச் சொத்துக்கள் கைமாறுவதுபோல, மாறியிருந்ததை அவர் சிந்தித்திருந்தார். தன்னைப் போலவே சோம்நாத்தும் சாகச உணர்வும் இறைச்சி உண்ணும் ஆசையும் தலைதூக்கும்போது வேட்டையாடுபவனாக இருந்திருந்தால் இந்தக் கவலைகள் அவருக்கு வந்திருக்காது. ஆனால் மகன் மீறும் எல்லைகளைக் கண்ட பின்னும் துப்பாக்கியை ஒப்படைக்காமல் துப்பாக்கி சுடும் அனுமதியைப் புதுப்பித்ததை அவர் தனது பிசகாக எண்ணினார். ஒரு வகையில் தன்னுடைய இக்காலத்திய ஊதிப்பெருத்த நிழல்தான் சோம்நாத் என்று அவர் தனது பிரிகேடியரிடம் சொன்னார்.

காலம் ஒரு சிறந்த ஆசிரியன். கடவுளின் ஜீவிதத்தைப்போல் முடிவற்ற ஆயுளைக் கொண்ட அவனைப்போல சிறந்த ஆசிரியன் வேறு யார் இருக்கமுடியும்? அப்போது சோம்நாத் கொடைக்கானலில் மதிக்கப்பெறும் மனிதர்களில் ஒருவராக மாறியிருந்தார். வெள்ளை நிற ஆடைகளுடன் பணக்காரார்களும்

அரசியல்வாதிகளும் பெருமையாகப் பயன்படுத்திய அம்பாசிடர் காரை அவர் உடமையாக்கியிருந்தார். இருக்கையின் கீழ் எப்போதும் தன் அப்பாவின் துப்பாக்கி தயாராக இருந்தது. அவர் ஒருமுறை நீலகிரி சென்றபோது வழியில் ஒரு காட்டெருதால் விரட்டப்பட்டார். அதை அவரால் ஜீரணிக்கவே முடியவில்லை. தனக்குக் காட்டெருதுகளால் ஆபத்து இருக்கலாம் என யூகித்திருந்த அவர், அது கொடைக்கானலில் மட்டுமே நிகழும் என்பதாக எண்ணியிருந்தார். மேலும் அதை ஒரு யதார்த்த சம்பவமாகவே நம்பியிருந்தார். ஆனால் மீண்டும் மீண்டும் விடுக்கப்படும் எச்சரிக்கையைப்போல் அது மேலும் ஒருமுறை செண்பகனூரின் பிரதான சாலையில் நடந்தது. பேக்கரியிலிருந்து பிரட்டும் கேக்கும் வாங்கிக்கொண்டு திரும்பிய அவர் காரை நெருங்கியபோதுதான் அதைக் கவனித்தார். பகல் ஒரு துணையைப் போல இருந்தது. அழைத்ததுபோல் தன்னை நோக்கி நடந்து வந்த அக்காட்டெருது தன்னைக் கடந்துபோகும் என்றுதான் நினைத்தார். அவர் காரை நோக்கி நெருங்கவும் அது காரை நெருங்கவும் சரியாகவே இருந்தது. சட்டென அவிழ்த்துவிடப்பட்ட ஜல்லிக்கட்டுக் காளையைப் போல அது திடீரென வேகமெடுத்து ஓடிவரவும் அவர் சட்டெனக் கிடைத்த பள்ளத்தில் குதித்து இறக்கத்தில் ஓடினார். அது அந்தச் சமயத்தில் தோன்றிய நல்ல அறிவுதான். காட்டெருதுகளோ யானைகளோ எத்தனை உயரத்திலும் சளைக்காது ஏறும். ஆனால் மூன்றடிப் பள்ளமென்றாலும் பயந்து இறங்காது. அன்று அவ்வாறுதான் அவர் தப்பிப் பிழைத்தார்!

இன்னும் இறப்பதற்கு நாட்கள் இருந்ததுதான் அன்று அவர் உயிர் தப்பியதற்கான காரணம். வரவிருக்கும் வேறு வகையான வாழ்க்கை அனுபவங்களுக்கு ஆட்பட வேண்டியும், அல்லது உயிர்களின் வாழ்வு குறித்த கருணையான மனநிலைக்கு அவர் திரும்பி வருவதற்கான அவகாசமாகவும் அது நீட்டிக்கப்பட்டிருக்கலாம். ஆனால், இச்சம்பவத்திற்குப் பிறகு சோம்நாத் மிகவும் அச்சமுற்றிருந்தார். அந்தத் துரத்தல் அவரது வாழ்நாளில் மறக்க முடியாத ஒன்று. அவரது மனத் திடம் உடைந்துவிட்ட இரண்டு நாட்களுக்குப் பிறகு கழிச்சலும் காய்ச்சலும் வந்தது. பின்பு அவர் தேறிவந்தார். மௌனமும் தனிமையும் அவரை ஆட்கொண்டன. தொழில்முறைக் கொலைகாரர்களைப் போல இரவுகளில் இருக்கையில் அமர்ந்துகொண்டே தூங்கினார். பிற்பாடு அதிகக் களைப்பும் மறதியும் அவரை ஆக்கிரமித்தன. தோட்டா நிரப்பப்பட்ட துப்பாக்கி அவரைப் பாதுகாக்கும் கடவுளைப் போல எப்போதும் மேசைக்கும் கீழே மறைத்து வைக்கப்பட்டிருந்தது. வேதவல்லியுடன் அவரது மகன் அவரைப் பார்க்க வந்தபோது அவர் மலைக்குக் கீழே

வர மறுத்துவிட்டார். தனித்துச் செல்லும் பாதையிலும் மலையின் ஒவ்வொரு அணுவிலும் காட்டெருதின் அபாயம் ஒளிந்திருப்பதாக அவர் எண்ணினார். அவரது உணவகம் மூடப்பட்டது.

சோம்நாத் தனது எச்சரிக்கையான நடவடிக்கைகளிலிருந்து ஒருபோதும் தளரவில்லை. ஆனால் பழங்களுக்குள் இருக்கும் வண்டைப் போல அச்சம் அவரைக் குடைந்துகொண்டிருந்தது. காலம் ரகசியமாக அதன் இடத்திற்கு நகர்ந்துகொண்டிருந்தது. கழிந்துகொண்டிருந்த நாட்களில் ஒருநாள்; கொடைக்கானலில் அவர் கொல்லப்படுவதற்காகத் தீர்மானிக்கப்பட்ட ஒருநாள்; அந்த நாளைத் தேடி அவர் வந்தார்.

காலை மணி ஒன்பதைத் தாண்டியிருந்தும் பனிப்புகை கொடைக்கானலைப் போர்த்தியிருந்தது. வாகனங்கள் விளக்குகளைப் போட்டுக்கொண்டும் ஹாரனை பலமாக அடித்துக்கொண்டும் ஊர்ந்தபடி சென்றுகொண்டிருந்தன. புனித பீட்டர் தேவாலயம் காலைப் பிரார்த்தனைக் கூட்டத்தை முடித்திருந்தது.

தனது காரை ஸ்பென்ஸரின் முன்னே ஓதுக்குப்புறமாக நிறுத்திவிட்டு மால்பரோ சிகரெட் ஒரு ‘காட்டன்’ வாங்கும் எண்ணத்துடன் சோம்நாத் காரை விட்டிறங்கினார். ரெஸ்டாரென்டில் சிகரெட் விற்பனைக்காக மொத்தமாக வாங்கிக்கொண்டிருந்த வழக்கம் இப்போதும் தொடர்ந்து கொண்டிருந்தது. எங்கும் சூழ்ந்த வெண்பனிப் புகையினுள் மனிதர்கள் நுழைந்து சென்றுகொண்டிருந்தார்கள். அவ்வப்போது இவ்வாறு சூழும் கொடைக்கானலின் பனியில் மக்களின் அன்றாடங்கள் நின்றுவிடுவதில்லை.

அவர் ஸ்பென்ஸரின் மேட்டை நோக்கி நடந்தபோது எங்கிருந்து தோன்றியது என்று தெரியாதபடி பக்கவாட்டில் நின்றிருந்த ஒரு காட்டெருதால் அவர் சுதாரிக்கும் முன் துரத்தப்பட்டார். அலறல்கள் எதையும் அவர் வெளிப்படுத்தவில்லை. நன்றாக ஓட முடியாத உடலின் பலவீனத்தை நினைத்தபடி அவர் ஓடியிருப்பார். ஏனெனில் அவர் நன்றாக சதை போட்டிருந்தார். அருகிலிருந்த சிலரே ஆவேசக் கூச்சலிட்டனர். இதனால் வேறு சிலரும் பனியினூடாக நடந்த அத்தாக்குதலை மிரட்சியுடன் பார்த்தார்கள். துப்பாக்கியை உபயோகிக்கும் வாய்ப்பு அப்போது அவருக்கு வழங்கப்பட்டிருக்கவில்லை. அவர் துப்பாக்கியை – அதன் பலத்தை – நினைத்து ஏங்கியிருப்பார். வலது புறத்திலிருந்து பனிப்புகையினூடாக கரிய மங்கலாக வந்த இரண்டு காட்டெருதுகளும் சோம்நாத்மீது பாய்ந்தன. அவர் வகையாக

இடது புறமாகத் துரத்திய காட்டெருதிற்கு வாகாக நேரே ஓடினார். முதலில் துரத்திய காட்டெருது ஸ்பென்சரின் மதில்சுவர் கம்பிகளைப் பொருட்படுத்தவில்லை. தாண்டிவிடும் எண்ணத்துடன் அது பாய்ந்தது. அதன் பாய்ச்சல் பறவையைப் போல் லகுவாகவும் வேங்கையைப் போல் ஆக்ரோஷமாகவும் யானையைப்போல் கனமாகவும் இருந்தது. அவர் ஸ்பென்சருக்குள் ஓடி மறையும் எண்ணத்துடன் வேகத்தைத் துரிதப்படுத்த முயன்றபோது 'அது' கண்ணாடிச் சுவரோடு அவரின்மேல் தனது சகல சக்தியுடனும் மூர்க்கமாகப் பாய்ந்திருந்தது. முட்டிய வேகத்தில் அவரின் அலறல் ஒரு முனகலாக மட்டுமே வெளிப்பட்டது. அத்தனை பெரிய சக்தி வாய்ந்த உடலின் அந்த மோதலுக்குப் பின் யாருமே உயிர்த்திருக்க முடியாதுதான். பாளம் பாளமாக வீறலிட்டு உடைந்த கண்ணாடிச் சுவர்கள் பெரும் சத்தத்துடன் அவர்மீது விழுந்தன. அந்த முதல் தாக்குதலிலேயே அவர் குற்றுயிராயிருந்தார். நிலைமையை யோசிப்பதற்குகூட அவகாசமற்றிருந்த அந்தக் கணத்தில் அவர் இன்னும் உயிர்த்திருந்ததை நம்பியிருக்க மாட்டார். பின்னிருந்து வந்த மற்றொரு காட்டெருது அவரைக் கொம்பால் குத்திக் கிளறி வெளியே தூக்கி வீசியது. ஜடப்பொருளைப்போல வீசப்பட்ட அவரது உடல் தன்வசமற்று மோசமான கோணத்தில் தரையில் விழுந்தது. மற்றொரு காட்டெருது அந்த உடலை ஸ்பென்சரின் இரும்புக் கம்பியால் ஆன மதில் சுவரில் தூக்கி வீசியது. காட்டெருதுகளால் பந்தாடப்பட்ட அவரது உடல், கடைசியாக ரத்தக் களறியோடு ஒரு மனித பொம்மையைப்போல் ஸ்பென்ஸரின் மேட்டிலிருந்து பேருந்து செல்லும் சாலையில் கவிழ்ந்து விழுந்தது. கலவரத்தில் உறைந்திருந்த மக்களின் கூக்குரலைச் சட்டைசெய்யாத அவை எதுவும் நடக்காததுபோல் மேட்டிலிருந்து அவர் மரணத்தைச் சில வினாடிகள் பார்த்துக்கொண்டிருந்தன. பின்பு அவை யாரையும் பொருட்படுத்தாமல் ஒன்றாக நடந்து கடைவீதியில் இறங்கின. அத்தனை காட்டெருதுகள் எங்கிருந்து வந்தன என்று அறிய முடியாதபடி மாபெரும் மந்தையைப் போல் அவைகளின் அணிவகுப்பு நம்புதலுக்கு அப்பாற்பட்டிருந்தது.

கொடைக்கானலின் வரலாற்றில் இதுபோன்ற காட்டெருமைகளின் தாக்குதல் மறக்க முடியாத நிகழ்வுதான். சோம்நாத்தின் மரணத்தை அறிந்த பலரும் பாவ புண்ணியத்தில் ஆழ்ந்த நம்பிக்கை கொண்டிருக்கும் இந்திய மக்களின் நம்பிக்கையின்படி அது ஒருவகையில் முன்யூகிக்கப்பட்டதுதான் என்றார்கள்.

கணப்படுப்பின் நெருப்புக் கங்குகளைப் போல பர்கூரின் கிழக்கு மலைகளோரம் அன்றைய நாளுக்கான விடியல்

சிவந்திருந்தது. பாஸ்கரனின் சமையல்காரர் பால் வாங்கிக்கொண்டு கேட்டைத் திறந்து அனைவருக்கும் மரியாதை செய்தபடி வீட்டின் பக்கவாட்டு வழியே சமையல்கட்டை நோக்கிப் போனார். குளிரிலிருந்தும் கதையிலிருந்தும் விலகாத நாங்கள் நல்லானைக் கதையின் அழுத்தத்தோடு பார்த்துக்கொண்டிருந்தோம்.

போர்வையிலிருந்து விலகாத ஜார்ஜ், 'கதை சுவாரஸ்யமாக இருக்கிறது. ஆனால் நம்பும்படி இல்லை!' என்றார். தம்பு அதை எதிர்பார்த்திருந்தவராக அமைதியாகப் புன்னகைத்தார். பின்பு அவர் தன் கண்ணாடியைக் கழற்றினார். 'என் கண்களைப் பாருங்கள்! இடது கண் செயலற்றிருப்பது தெரிகிறதா என்றார்?' அவர் தன் கண்களை மருத்துவரிடம் ஒப்படைக்கும் நோயாளியின் அர்ப்பணிப்புடன் எங்களிடம் காண்பித்தார். நாங்கள் ஜீரணிக்க முடியாத நிஜத்தைப் பார்க்கும் ஆவலில் ஆளாளுக்கு உற்றுப் பார்த்தோம் 'சோம்நாத்திற்கு இடதுகண் தெரியாமல் பிறந்த மகன் நான்தான்' என்றார். 'நான்தான் சோம்நாத்தின் ஒரே மகன். தம்பிக்கு நல்லான்' என்றார்.

1. பெங்கி சொப்பு : கஞ்சா.
2. பன்றி குண்டு: பன்றிகளைக் கொல்வதற்கு வைக்கப்படும் வெடிகுண்டு. உடைந்த சோடா பாட்டில் கண்ணாடிச் சில்லுகள், மெக்கானிக் கடைகளின் இரும்புக் கழிவுகள், இரும்பு பட்டறைகளில் கிடைக்கும் துருப்பிடித்த இரும்புச் சுருள்கள், சிறிய கனமான ஆணிகள் ஆகியவற்றை வெடி மருந்தோடு நூல் சுற்றிக் கட்டிக் கோழிக் குடலில் நீர் தெளித்து உருண்டையாகச் சுற்றி வைப்பார்கள். நீர் தெளிக்கப்பட்ட கோழிக் குடலில் எழும்பும் நாற்றம் பன்றியைக் கவர்ந்திழுக்கும்.

காலச்சுவடு